வெள்ளை கொக்கு

மு.சோனமுத்து (கரிகாலன்)

ஏலே பதிப்பகம்

வெள்ளை கொக்கு - நாவல்

எழுத்தாளர்: மு.சோனமுத்து (கரிகாலன்)
முதல் பதிப்பு: அக்டோபர் 2021

வெளியீடு:
ஏலே பதிப்பகம்
5/175, பாத்திமா நகர்,
கூத்தென்குழி,
திருநெல்வேலி - 627104
தொடர்புக்கு: 9944992571

Vellai kokku

Author© M.sonamuthu (karikalan)
First Edition: October 2021

Published By:
Aelay Publish
5/175, Fathima nagar,
Kuthenkuly,
Tirunelveli -627104
Phone: 9944992571

Design And Executed by

aelay Publish.com

ISBN : 978-93-5533-183-0
Page : 382

வணக்கம்...

எனது பெயர் **மு.சோனமுத்து(எ)ஆதித்த கரிகாலன்.**
நம் முன்னோர்கள் காலத்தில் இருந்து மனிதன் கதை கேட்டே வளர்கிறான். நாளடைவில் கதையை எழுத்து வடிவமாக கொண்டு புத்தகங்கள் வெளியிடப்பட்டது.. அதனை தொடர்ந்து கதை கேட்பது, படிப்பது என மனிதர்களுக்கு ஒரு பொழுதுபோக்கு அம்சமாகவே அமைந்துவிட்டது...

ஆழ் குழாயில் ஊற்றெடுத்து வரும் நீரை போல், எனக்குள் இருந்த கற்பனையை ஆர்பெடுக்க வைத்தது.... "பொன்னியின் செல்வன்" மற்றும் "வில்லோடு வா நிலவே" போன்ற கதைகள்...

இக்கதைகளின் எழுதிய அமரர் கல்கி அவர்களுக்கும், கவிஞர் வைரமுத்து அவர்களுக்கும் எனது மனமார்ந்த நன்றிகள்..
இதனை தொடர்ந்து பொழுதுபோக்கை வாசகர்களுக்கு பயனுள்ளதாக கொடுக்க வேண்டும் என்று எண்ணி, இதை எனக்கு கிடைத்த வாய்ப்பாக கருதுகிறேன்...
"வெள்ளை கொக்கு" என்னுடைய இரண்டாவது கதையாகும்..
இக்கதை என் வாழ்வில் நிகழ்ந்த சில உண்மை சம்பவங்களை தழுவியும், அதனோடு நிறைய கற்பனைகளை கொண்டும் எழுதப்பட்டது.

வெறும் வார்த்தைகளாக இருந்த "வெள்ளை கொக்கு" கதைக்கு, அதன் வார்த்தைகளை கொண்டு வசங்களாக எழுதி, என் கதைக்கு உடல் அமைத்து உயிர் கொடுத்த என் சினேகிதர் "தமீமுல் அன்சாரி" அவர்களுக்கு என்னுடைய மனமார்ந்த நன்றியை தெரிவித்துக்கொள்கிறேன்....

என் கற்பனைக்குள் உங்களை மூழ்கடிக்க
அழைத்துச்சொல்கிறேன்... வாருங்கள்.....

தலைப்புகள்

மான் வேட்டை

நள்ளிரவு நேரம்,

காரிருள் சூழ்ந்திருக்க... ஆள் நடமாட்டமே இல்லாத இடத்தில் ஒரு பைக் தென்படுகிறது.

அந்நேரம் "சத்... சத்..." என்று எதையோ வெட்டுவது போன்ற சத்தம் கேட்டது. அங்கிருந்த பைக்கில் இருந்து, தூரத்தில் மங்கியவாரு ஒரு உருவம் தென்பட்டது. மங்கிய நிலையில் இருந்து தெளிவான உருவம் தென்பட, அங்கு நின்று கொண்டிருந்தவன் கையில் மண்வெட்டியுடன் அங்கு எதையோ வெட்டிக்கொண்டிருந்தான்.... அதேநேரம் காற்றும் பலமாக வீசியது. பிறகு அங்குள்ள வேலைகளை முடித்துவிட்டு, சிறிது நேரம் கழித்து அங்கிருந்த பைக்கின் அருகே வந்தான். பைக்கில் ஏறி அமர்ந்து, பைக்கை ஸ்டார்ட் செய்தான்.

பைக்கின் வெளிச்சத்தில், அங்கிருக்கும் வயல் வெளிகள் எல்லாம் தெரிந்தது. அப்படியே அவன் வெட்டிய இடத்தையும் பார்த்தான். வயலில் நடுவதற்காக உழவு செய்து, தண்ணீர் பாய்ச்சு விடப்பட்டிருந்தது. பிறகு அங்கிருந்து அவன் சென்றான்... பைக்கின் வெளிச்சம் கொஞ்சம் கொஞ்சமாக அந்த இருளில் மறைந்தது.

வெள்ளை கொக்கு

இரண்டு வருடங்களுக்கு முன்,

காலை கதிரவனின் மங்கிய வெளிச்சம், கொஞ்சம் கொஞ்சமாக படர, அவை அங்குள்ள காடுகளில் தென்படும் மரங்களின் நடுவே ஊடுருவி சென்று... சூரியனின் வெளிச்சத்தில் அங்குள்ள இயற்கை அழகைக் காண்பித்தது.

பச்சைப்பசேலென மரங்கள் வானுயரம் படர்ந்திருக்க, மரத்தின் இலைகள் காற்றில் இசைபோட, மரக்கிளைகள் இசைக்கேற்ப அசைந்து கொடுக்க, சில்லென்ற காற்று அங்குள்ள பூக்களின் மணங்களை வருடிச்சென்றது. அந்த இயற்கைக் காட்டினுள் மான் ஒன்று புள்ளை ருசித்து மேய்ந்துகொண்டிருந்தது. புள்ளின் ருசியில் அந்த மானின் காதுகள் துடித்துக்கொண்டிருந்தது..

அப்படி துடித்து கொண்டிருந்த காதுகளின் இடைவெளியில் சட்டென ஒரு அம்பு பாய்ந்து சென்று அருகில் இருந்த மரத்தின் மேல் குத்தியது. விடுக்கென்று பயந்த அந்த மான் துள்ளி குதித்து ஓட ஆரம்பித்தது.

"டேய்... மான் ஓடுகிறது... விடாதே பிடி..." என்று கூறிக் கொண்டு இருவர் அந்த மானைத் துரத்திக்கொண்டு ஓடினர். பார்ப்பதற்கு அரண்மனையில் இருப்பவர்கள் போல் கவசங்களும் அணிந்திருந்தனர்.

அப்படி ஓடிய மான் அங்கிருந்த ஒரு அருவியின் அருகே சென்று நின்றது.

மான் நின்றுவிட்டதை அடுத்து, அதனைத் துரத்திக்கொண்டு வந்தவர்கள் ஒரு மரத்தின் பின்னால் மறைந்து நின்றனர்.

வில்லையும், அம்பையும் குறிபார்த்து நின்றான் ஒருவன். அம்பின் நுனி தெளிவாக தெரிய பின்னால் எய்பவனின் முகம் சற்று மங்கிய நிலையில் தென்பட்டது. அந்த மங்கிய நிலைமை கொஞ்சம் கொஞ்சமாக மாறித் தெளிவான தோற்றம் தென்பட்டது. அப்பொழுதுதான் தெரிந்தது, மானைத் துரத்திக்கொண்டு வந்தவர்களில் ஒருவன் இளவரசன், மற்றொருவன் அவன் சிநேகிதன் என்று.

இளவரசன், அம்பைக் குறிபார்த்து வைத்து நின்றுகொண்டிருக்க...

மானின் பின்னால், சற்று தொலைவில் ஒரு உருவம் தென்பட்டது. அவ்வுருவம் அருகில் வரவர, அது ஒரு மங்கை என்பதை அறிந்தான்.

கூரப்புடவை அணிந்து, தன் மெல்லிய நடையில் கால் கொலுசுகள் தாளமிட, இடுப்பில் இருந்த குடம் அதற்கேற்றார் போல் அசைந்தாடியது... அந்த அழகினைக் கண்டு இளவரசன், அவனை அறியாமல் கை சற்றுத் தடுமாறியது, பிடித்திருந்த அம்பில் இருந்து கை விடுபட....

அம்பு நேரே மானை நோக்கிச் செல்லாமல், குறி தவறி அங்குள்ள ஒரு மரக்கிளையில் குத்தி நின்றது. அந்த சத்தத்தை அறிந்து மான், அங்கிருந்து தப்பிச்சென்றது.

வெள்ளை கொக்கு

"டேய்.. ஆதித்யா... ஆதித்யா..." என்று அருகில் நின்ற நண்பன் கூப்பிட, மெய்மறந்து கனவுலோகத்தில் இருந்தான் இளவரசன்.

மீண்டும் "ஆதித்யா... ஆதித்யா..." என்று கூப்பிட, இளவரசன் அசைந்தான் போல் இல்லை.. அந்த பெண்ணின் அழகில் மயங்கி கண்களை மூட, அருகில் நின்று கூப்பிட்ட அவன் சிநேகிதனின் குரல், மெல்ல மெல்ல ஆதித்யனின் அம்மாவின் குரலாக மாறியது.

"டேய்.... ஆதித்யா..." என்று மேலும் சத்தமாக அவனுடைய அம்மா கூப்பிட, நிகழ் காலத்தில் கண்களைக் கசக்கிக் கொண்டு தூக்கத்தில் இருந்து எழுந்தான் ஆதித்ய கரிகாலன்.

"மணி பத்தாச்சு..., சூரியன் மூஞ்சில பளிச்சுன்னு அடிக்குது... இன்னும் என்னடா தூக்கம்..." என்று ஆதித்யனின் அம்மா கேட்க,

"நல்ல ஒரு கனவு.... அழகான பெண்... ஆஹா..." என்று மெய்சிலிர்த்து பேசினான் ஆதித்யன்.

அதை கேட்ட அம்மா, அருகில் இருந்த தலையணையை எடுத்து ஆதித்யனின் முகத்தில் விட்டெறிந்தார்.

ஆதித்யன் முகத்தில் தலையணை பட்டதும்..

"ஏம்மா... கனவுல கூட எனக்கு காதல் வரக்கூடாதா..." என்றான் ஆதித்யன்.

"ஏன்டா.. நீ பிறந்தது 90's ல, இப்படி 90's கிட்ஸா பிறந்துட்டு... உனக்கு இந்த காதல், கல்யாணம் எல்லாம் கொஞ்சம் ஓவரா இல்ல.." என்றார் அம்மா.

"அதை விடுங்கள்..., எனக்கு ஏன் ஆதித்ய கரிகாலன் என்று பெயர் வைத்தீர்கள்..." என்றான் ஆதித்யன்.

"ம்ம்... உங்க அப்பா, பொன்னியின் செல்வன் காவியத்தின் மிகப்பெரிய ரசிகன்... ஒருநாள் அந்த பொன்னியின் செல்வன் நடந்த நாடகத்தைப் பார்த்த்போது நீ பிறந்தாய்... மேலும் பொன்னியின் செல்வனில் உங்க அப்பாவுக்கு பிடித்த கதாபாத்திரம் ஆதித்ய கரிகாலன். அதனால் உனக்கு அந்தப் பெயர் வைத்தார்..." என்றார் அம்மா.

"ஓஹோ... அப்படியானால் பொன்னியின் செல்வனில் உங்களுக்கு பிடித்த கதாபாத்திரம் யார்...?" என்று கண்களை உருட்டிக்கொண்டே கேட்டான் ஆதித்யன்.

"வேறு யாராக இருக்கும்.. அந்த காவியத்தின் மூலம் இளம்பெண்களை கவர்ந்த நாயகன் வந்தியத்தேவன் தான்..." என்றார் அம்மா.

அதை கேட்டதும், "அம்மா... சொல்லவே இல்ல...." என்று கூறி கிண்டலடித்தான் ஆதித்யன்.

"டேய்... கிளம்புடா முதல்ல, மணியாச்சு.. நீ ஊருக்கு போகனும்ல.. இது ரொம்ப முக்கியமா...?" என்று கூறி அம்மா, ஆதித்யனின் கையைப் பிடித்து இழுத்து அருகில் இருந்த பாத்ரூமிற்குள் தள்ளினார்.

வெள்ளை கொக்கு

"நமக்கு ஏற்ற நந்தினி எங்கிருக்கிறாளோ..." என்று புலம்பிக்கொண்டே உள்ளே கதவை மூடினான்.

மறுபக்கம், மூடின கதவுகள் திறந்தன....

ஒரு அழகிய வீடு.., வீடெங்கும் மணக்கும் சாம்பிராணி புகை மூட்டம். அந்த புகை மூட்டத்தின் மத்தியில் தீக்குச்சி கொளுத்திய வெளிச்சம் தென்பட்டது. தீக்குச்சியைப் பற்றவைத்த, வளையல்கள் நிறைந்த கை அருகில் இருக்கும் சூடத்தைப் பற்ற வைத்தது.

சூடத்தின் வெளிச்சம் படர, அங்கு இருக்கும் தெய்வங்களின் புகைப்படங்கள் தென்பட்டன.

சூடம் ஏற்றியவுடன், அந்த கை தீக்குச்சியை அணைத்துவிட்டு... கையெடுத்து கும்பிட்டு அங்குள்ள தெய்வங்களை வணங்கியது.

வணங்கும் கைகளின் பின்னால் இருக்கும் முகம் சிறுகச் சிறுக தென்பட ஆரம்பித்தது.

"படர்ந்த மேகத்தை இறுக்கி கட்டியது போல கூந்தல், வானத்தில் தென்படும் வானவில் போன்ற வளைவான புருவங்கள், பாண்டிய நாட்டு சின்னங்கள் போன்ற கண்கள், சிட்டுக்குருவிகள் கொஞ்சிக்கொள்வது போல் முணுமுணுக்கும் இதழ்கள்.., ஆதித்த கரிகாலன் கனவில் கண்ட நந்தினி இவளோ.., என மெய்சிலிர்க்கும் அழகைக் கொண்டவள்.." அதிகாலை வெண்பனி விலகி, புள்ளின் நுனியில் காணப்படும் பனித்துளி போல், அங்குள்ள புகை மண்டலம் விலக தென்பட்டாள் நந்தினி.

தெய்வங்களை வணங்கிவிட்டு, அருகில் இருக்கும் மிட்டாய்கள் நிறைந்த தட்டை எடுத்துக்கொண்டு சென்றாள்.

சென்றவள் அடுப்பங்கரையின் வெளியில் நின்று "அம்மா..." என்று அழைத்தாள்.

அம்மா, வெளியில் வராமல் அங்கிருந்தபடியே

"முதலில் அப்பாவிடம் சென்று ஆசிர்வாதம் வாங்கு..." என்றார்.

அதைக் கேட்டு நுனிநாக்கை லேசாக கடித்தபடி அங்கிருந்து சென்றாள் நந்தினி.

நேரே ஒரு அறைக்குள் சென்று ஒரு போட்டோவின் முன் அந்த மிட்டாய்கள் நிறைந்த தட்டை வைத்துவிட்டு, அந்த போட்டோவைப் பார்த்து வணங்கினாள் நந்தினி.

அந்த போட்டோவில் மாலைகள் சூடப்பட்டு, குங்குமம் வைக்கப்பட்டிருந்தது.

பிறகு அந்த தட்டை எடுத்துக்கொண்டு வெளியில் வர, நந்தினியின் அக்கா எதிரில் வந்தாள்.

"ஹேப்பி பர்த்டே நந்தினி..." என்று கூறிவிட்டு நந்தினியின் தட்டில் இருந்த மிட்டாய்களில் ஒன்றை எடுத்துக்கொண்டாள் அக்கா.

"தாங்க்ஸ் அக்கா..." என்று கூறிவிட்டு அங்கிருந்து சென்றாள் நந்தினி.

வெள்ளை கொக்கு

பிறகு அம்மாவிடம் சென்று, அவரிடமும் ஆசிர்வாதம் வாங்கினாள் நந்தினி.

"நந்தினி..." என்று அக்கா உமையாளின் குரல் கேட்டது.

உடனே நந்தினி அக்காவிடம் செல்ல,

அக்கா ஒரு கிஃப்ட் பிறந்தநாள் பரிசாக வழங்கினாள்.

சந்தோசத்துடன் அதை வாங்கிப் பிரித்துப் பார்த்தாள் நந்தினி.

அதில் ஒரு ஃபோன் இருந்தது. "ரொம்ப தாங்க்ஸ் அக்கா..." என்றாள் நந்தினி.

பிறகு அங்கிருந்து சென்றாள் நந்தினி.

பின்னால் வந்த அம்மா, "எதுக்கு உமையாள் அவளுக்கு ஃபோன்...?, இதெல்லாம் அவளுக்குத் தேவையா..." என்றார்.

"அம்மா... நான் வேலைக்கு போறேன்... நீயும் அப்பப்ப வெளில வேலைக்கு போற... இவளுக்கும் ஸ்கூல் விடுமுறை தானே... வீட்டில் தனியாக இருந்தாள், எப்படி நம்மை தொடர்பு கொள்ளுவாள், அதான் வச்சுகட்டும்..." என்றாள் உமையாள்.

"நம்ம வீட்ல இல்லையென்றால் என்ன..?, அக்கம் பக்கம் ஆளுங்க இருகாங்கள... அப்புறம் என்ன..?" என்றார் அம்மா.

"அக்கம் பக்கத்தில் ஆளுங்க இருக்காங்க..., ஆனால் உன் மகள் நந்தினிக்கு அக்கம் பக்கத்தில் யார் இருக்கிறார்கள்.. அவர்கள்

பெயர் கூடத் தெரியாது... மேலும் ஆண்கள் என்றால் அவளுக்கு ஜன்னியே வந்துவிடும்... ஒரு வார்த்தை பேச மாட்டேங்கிறாள்... இப்படிப் பட்டவளுக்கு தற்காலிகத்திற்கு உபயோகமாக இருப்பது ஃபோன் தான்..." என்றாள் உமையாள்.

"ஒரு மகள் கஸ்டமர் கேரில் பேசுவதால் வேலை..., இன்னொரு மகள் பேசத்தெரிந்தும் ஊமையாக இருக்கிறது... எங்க போய் முடியப்போகுதோ..." என்றார் அம்மா.

"சரி.. சரி... விடுமா... பாத்துக்கலாம்..." என்றாள் உமையாள்.

இந்த பக்கம் நம் ஆதித்யன் குளித்துவிட்டு சென்னை செல்வதற்காக தயாரானான்.

அம்மா அங்கு வந்து, "டேய்... சென்னைல போய் வேலை தேடி, கண்டுபிடிச்சு, வேலைல சேந்திருவியா...?" என்று கேட்டார்.

துணிகளை வைத்துக்கொண்டிருந்தவன், சட்டென நிறுத்திவிட்டு "என்ன பார்த்து என்ன கேட்டீங்க...?" என்றான் ஆதித்யன்.

"ஏன் உன் காது செவுடா...?, சொன்னது காதுல விழல..?" என்றார் அம்மா.

"அம்மா.. நான் என்ஜினீயரிங் முடிச்சுருக்கேன்... அதெல்லாம் வேலை கிடைக்கும்..." என்றான் ஆதித்யன்.

வெள்ளை கொக்கு

"என்னமோ... பிறந்தது 90's கிட்ஸ்... படிச்சது என்ஜினீயரிங்..., இதுல யாரும் உறுப்புட்ட மாதிரி தெரியல..." என்றார் அம்மா.

"அம்மா... வர வர உங்களுக்கு கிண்டல் அதிகமா போயிருச்சு.... இருக்கட்டும் இருக்கட்டும்... சென்னைக்கு போய் வேலைல சேர்ந்துட்டு பேசிக்கிறேன்..." என்றான் ஆதித்யன்.

"சென்னைக்கு போய் அண்ணனோட தங்குறியா... இல்ல என்ன பண்ண போற.." என்றார் அம்மா.

"சென்னைல என் ப்ரெண்ட்ஸ் கிட்ட சொல்லிருக்கேன்.. என் ப்ரெண்ட்ஸ் கூட தங்கி வேலை தேட போறேன்..., லீவு கிடைக்கும் போது அண்ணனுடைய வீட்டுக்கு போவேன்..." என்றான் ஆதித்யன்.

"சரி... சரி... முடிஞ்சா அண்ணனுக்கு உதவி பண்ணு... உங்க அண்ணே இருக்கிற ஹோட்டல்ல நமக்கும் பங்கு இருக்கு ஞாபகம் வச்சுக்கோ.. உங்க பெரியப்பா மகனுடைய கடைதானு அசால்டா இருந்திடாதே..." என்றார் அம்மா.

"அதெல்லாம் தெரியும்மா.., பெரியப்பாவும், அப்பாவும் அந்த ஹோட்டல்ல பார்ட்னர்ஸ்..., இப்போ நம்ம பெரியப்பா மகன் வச்சு நடத்துறாரு... நம்ம பெரியப்பா மகன் என்பதால் தான், நான் வெளில தங்குறேன்..." என்று சற்று கோபத்துடன் கூறினான் ஆதித்யன்.

"சரி... சரி... கோபப்படாதே..., பார்த்து கவனமா போய்ட்டு வா... சென்னை போயிட்டு மறக்காம ஃபோன் பண்ணு..." என்றார் அம்மா.

"சரிம்மா..." என்று கூறிவிட்டு, தன் உடைமைகளை எடுத்துக்கொண்டு கிளம்பினான் ஆதித்யன்.

சென்னையும் வந்துவிட, சிறிது மாதங்கள் வேலை தேடி அலைகிறான் ஆதித்யன். நான்கு மாதங்கள் அலைந்து திரிந்த பிறகு ஒரு வேலை அவனுக்கு கிடைக்கிறது. வேலையில் சேர்ந்த செய்தியைத் தன் அம்மாவிடமும், அங்கிருக்கும் தன் பெரியப்பாவின் மகனான தன் அண்ணனுக்கும் தெரிவிக்கிறான் ஆதித்யன்.

ஆதித்யனின் அண்ணன் முருகன் ஃபோனில்,

"தம்பி.. லீவு நாள்ல வீட்டுக்கு வாடா..." என்கிறார்.

அதேபோல் ஆதித்யனும் லீவு நாளில் அண்ணனை பார்க்கச் செல்கிறான்.

முதலில் வீட்டுக்கு செல்லாமல், ஹோட்டலுக்குச் சென்றான் ஆதித்யன்.

ஹோட்டலில் அண்ணன், அங்குள்ள வேலையாட்களை வேலை வாங்கிக்கொண்டிருந்தான். தம்பியை பார்த்ததும், "வாடா... ஆதித்யா... எப்படி இருக்க..?" என்றான் அண்ணன் முருகன்.

"நல்லாயிருக்கேன் அண்ணா.." என்றான் ஆதித்யன்.

"சரி.. சரி... என்ன சாப்பிடுற...?" என்று அண்ணன் கேட்க,

"அதெல்லாம் ஒன்றும் வேண்டாம்.." என்றான் அண்ணன்.

"அட சும்மா சாப்பிடு... நம்ம ஹோட்டல்ல சாப்பிடாமல், வேறு எங்கு சாப்பிடப் போகிறாய்.." என்று கூறி,

ஆதித்யனை ஒரு சேரில் உட்கார வைத்து, சாப்பாட்டைப் பரிமாறி சாப்பிடச் சொன்னான்.

பிறகு இருவரும் வீட்டுக்குச் சென்று, மற்ற நிலவரங்களைப் பேசிக்கொண்டனர்.

அன்றிரவு ஆதித்யன், தன் அண்ணனைப் பார்த்துவிட்டுத் தன்னுடைய வீட்டிற்கு திரும்பினான்.

வந்ததும் ஆதித்யன், நண்பர்களில் ஒருவனுக்கு பிறந்தநாள். அதனால் சில ஏற்பாடுகளைச் செய்து வைத்திருந்தனர் ஆதித்யன் நண்பர்கள். இரவு பன்னிரண்டு மணிக்குக் கேக்குகள் வெட்டி, சரக்குகள் குடித்து குதூகலமாய்க் கொண்டாடினர்.

அப்பொழுது ஆதித்யனின் நண்பர்களில் ஒருவனான ராஜேஷ் போதையில், ஆதித்யனைப் பார்த்து "நண்பா... உன்னுடைய ஃபோனைக் கொடு..." என்றான்.

"உனக்கு ஏன் என்னுடைய ஃபோன் வேணும்.." என்றான் ஆதித்யன்.

"என் அத்தை மகள், என்னைக் கல்யாணம் செய்துகொள்ள மாட்டேன் என்கிறாள்... அதான் அவளை ஃபோன் செய்து திட்டனும்..." என்றான் நண்பன் ராஜேஷ்.

சரி என்று கூறி ஃபோனைக் கொடுத்தான்.

"மச்சான்... அவளை திட்டுற இந்த விஷயத்தை நான் தினம் தினம் கேட்டு மகிழனும்.. அதனால் இந்த ஃபோனை ரெகார்ட் பண்ணு..." என்றான்.

ராஜேஷ் கூறியது போல், ஃபோனை ரெகார்டில் போட்டுக் கொடுத்தான் ஆதித்யன்.

ராஜேஷ், ஃபோனை வாங்கி எண்களைப் போட்டான். போதையில் ஒரு நம்பரை மாற்றி போட்டுவிட, தவறுதலாக அந்த ஃபோன் கால் காரைக்குடியில் இருக்கும் நம் கதையின் நாயகி நந்தினி புதிதாக வாங்கிய ஃபோனுக்குச் சென்றது.

நந்தினி, அந்த ஃபோன் காலை பார்த்துவிட்டு... எண்கள் புதிதாக இருப்பதால், ஃபோனை எடுக்காமல் இருந்தாள்.

மீண்டும் கால் செய்தான் ராஜேஷ்.

நந்தினியின் ஃபோன் கால் மீண்டும் வர, அவளுடைய அம்மா அந்த ஃபோனை எடுத்தார்.

"ஹலோ..." என்றான் ராஜேஷ்.

ஒரு ஆணின் குரல் கேட்கவும், நந்தினியின் அம்மா கொஞ்சம் கோபமாக.. "யாருடா.. நீங்க..? எதுக்கு இந்த நம்பருக்கு

வெள்ளை கொக்கு

ஃபோன் பண்றீங்க...," என்று கூறிக் கோபமாக சில வார்த்தைகள் சொல்லித் திட்டுகிறார் நந்தியின் அம்மா.

அதைக் கேட்ட ராஜேஷ் காதிலிருந்து ரத்தமே வந்துவிட்டது. உடனே ஃபோனைக் கட் செய்தான் ராஜேஷ்...

"என்னடா ஆச்சு..? என்று கேட்டான் ஆதித்யன்.

அதே நேரம் இங்கு நந்தினியின் அம்மா, ஃபோனைக் கட் செய்து நந்தினியிடம் கொடுத்துவிட்டுச் சென்றார்.

இந்தப் பக்கம் ராஜேஷ், "மச்சான் நம்பர தப்பா போட்டுடேன்... வேற யாருக்கோ ஃபோன் போயிடுச்சு... ஆனால், நான் பேசுவதற்குள் அந்த பக்கம் அந்த பொம்பள பயங்கரமாக திட்டிவிட்டு ஃபோனைக் கட் பண்ணிருச்சு..." என்றான்.

கோபத்தில் ஆதித்யன், அந்த ஃபோனை வாங்கி அதே நம்பருக்கு ஃபோன் செய்து, இவனும் கன்னாபின்னாவென்று திட்டிவிட்டு ஃபோனைக் கட் செய்தான்.

ஆனால் இந்த பக்கம், ஃபோனை எடுத்தது நந்தினி.

வெளியுலகம் தெரியாமல், பிறந்ததில் இருந்து ஆண்களிடம் பேசாமல், ஆரம்பத்தில் படிச்சது கூட பெண்கள் மேல்நிலை பள்ளி தான்..., இப்படி வளர்ந்த பிள்ளை, முதன் முதலாக ஒரு ஆணின் குரலைக் கோபத்துடன் கேட்ட நந்தினி..., ஃபோனில் பேசியவன் என்ன வார்த்தை கூறினான்.. அதனுடைய அர்த்தங்கள் கூடத் தெரியாமல் திகைத்து போய் நின்றுகொண்டிருந்தாள்.

இந்தப் பக்கம் ஃபோனைக் கட் செய்த ஆதித்யன் மற்றும் ராஜேஷ், அதே போதையுடன் வீட்டுக்குச் சென்றனர்.

ஆனால், நந்தினியோ எதுவும் பேசாமல் அதே தாக்கத்துடன் ஃபோனைக் கட் செய்தாள்.

விடுமுறை முடிந்தது

மறுநாள் காலையில்,

வீட்டிலிருக்கும் ஜன்னல்கள் வழியாக சூரியனின் வெளிச்சம் அடிக்க... அவ்வெளிச்சத்தில் கட்டில் எது, தரை எது என்று தெரியாமல், கை ஒரு பக்கம் கால் ஒரு பக்கம் என நேற்றிரவு குடித்த போதையில் விழுந்து கிடந்தனர் ஆதித்யன் மற்றும் ராஜேஷ்.

சூரியனின் வெளிச்சம் சுளீர் என்று ஆதித்யனின் முகத்தில் அடிக்க, தூக்கம் கலைந்து லேசாக கண்களைச் சிமிட்டிக்கொண்டே எழுந்தான் ஆதித்யன்.

ஆதித்யன் எழுந்து பார்க்கையில்... ராஜேஷின் கால் கட்டில் மேலும், தலை கட்டிலின் கீழும் இருந்தது.

ஆதித்யன் அதைப் பார்த்துத் தலையில் அடித்துக்கொண்டே, அருகில் எதையோ தேடினான். அவன் கை தட்டுத் தடுமாறி, அருகில் இருந்த அவன் ஃபோனை எடுத்தது.

ஃபோனை எடுத்து பார்த்தான் ஆதித்யன், ஃபோன் சார்ஜ் இல்லாமல் ஸ்விட்ச் ஆஃப் ஆகியிருந்தது.

பிறகு எழுந்து ஃபோனைச் சார்ஜ் போட்டுவிட்டு, குளிக்கச் சென்றான் ஆதித்யன்.

சிறிது நேரத்தில் குளித்து முடித்துவிட்டு வந்து,

தன் ஃபோனை எடுத்துப் பார்த்தான் ஆதித்யன். ஸ்விட்ச் ஆஃப் ஆன ஃபோனை "ON" செய்ய, முதலில் ஒரு ரெக்கார்டிங் வந்தது. அதை எடுத்து கேட்டான். நேற்றிரவு ஒருவருக்கு திட்டியது எல்லாம் ரெகார்ட் ஆகிருந்தது.

அப்பொழுது தான் நேற்று நடந்தது எல்லாம் அவனுக்கு நினைவு வந்தது. உடனே அருகில் படுத்திருந்த ராஜேஷையும் எழுப்பினான்.

ராஜேஷ், விழித்துக்கொண்டு "ஆமா.. நான் இப்போ எங்க இருக்கேன்..." என்றான்.

"டேய்... டேய்..." என்று கன்னத்தில் ரெண்டு அரை விட்டான் ஆதித்யன்.

பிறகு, "டேய்.. நேற்று என் ஃபோனை வாங்கி என்ன செய்தாய்...?" என்று கேட்டான் ஆதித்யன்.

ராஜேஷ், தூக்கத்தில் இருந்து எழுந்து தலையைச் சொறிந்தான்.

"டேய்... லூசுப்பயலே..., யாருக்குடா ஃபோன் பண்ண... யாரையோ திட்டுனமாதிறி வாய்ஸ் ரெகார்ட் இருக்கு..." என்றான் ஆதித்யன்.

அப்பொழுது தான் ராஜேஷ்கு நினைவு வந்தது.

"என்னோட அத்தை பொண்ணுக்கு ஃபோன் பண்ணேன்..." என்று கூறி ஃபோனை வாங்கி பார்த்தான் ராஜேஷ். வாங்கி

வெள்ளை கொக்கு

அந்த நம்பரைப் பார்த்தவுடன், "அய்யோ..." என்று தலையில் அடித்து கொண்டான் ராஜேஷ்.

"என்னடா ஆச்சு...?" என்றான் ஆதித்யன்.

"மச்சான்.. ஒரு நம்பர மாத்தி போட்டுடேன்.." என்றான் ராஜேஷ்.

"போடா... இவனே..." என்று கூறி ஃபோனைத் திரும்ப வாங்கி கொண்டு, அதே நம்பருக்கு ஃபோன் செய்தான் ஆதித்யன்.

முழு ரிங் போனதும் ஃபோன யாரும் எடுக்கல..

மீண்டும் திரும்ப ஃபோன் செய்தான்.

அப்பொழுதும் ஃபோனை எடுக்கவில்லை.

ஆதித்யன், ராஜேஷை ஒரு முறை முறைத்தான்.

"சாரிடா..." என்றான் ராஜேஷ்.

பிறகு அந்த நம்பருக்கு "Sorry" என்று ஒரு மெசேஜ் அனுப்பிவிட்டு, ஃபோனைக் கீழே வைத்தான் ஆதித்யன்.

ராஜேஷ், "என்ன ஆச்சு..?" என்று கேட்டான்.

அதற்கு பதில் எதுவும் கூறாமல், முறைத்தபடியே அங்கிருந்து சென்றான் ஆதித்யன்.

அதைப் பார்த்துக்கொண்டிருந்த ராஜேஷ், "நான் என்னடா பண்ணேன்... போதையில் நம்பர் தப்பா போச்சு..." என்று முணுமுணுத்தான்.

சற்று தூரம் சென்ற ஆதித்யன் காதில் அச்செய்தி லேசாக விழ, அருகில் இருந்த ஒரு சொம்பை எடுத்து... சட்டென ராஜேஷை நோக்கி எறிந்தான்.

சொம்பு நேரே அவன் தலையில் சென்று அடித்தது.

"அய்யோ... அம்மா..." என்று கத்திக்கொண்டே தரையில் உட்கார்ந்தான் ராஜேஷ்.

இங்கு காரைக்குடியில் நந்தினி,

அன்று விடுமுறை நாட்கள் முடிந்து, மீண்டும் ஸ்கூலுக்கு செல்லும் நாளாக இருந்தது.

நந்தினி, வழக்கம்போல் சீக்கிரம் எழுந்து ஸ்கூலுக்கு கிளம்பினாள்.

அம்மா, "நந்தினி... லீவு முடிஞ்சு ஸ்கூலுக்கு போற, பார்த்து கவனமா போய்ட்டு வா..." என்றார்.

நந்தினி சாப்பிட்டுக்கொண்டே, "சரிம்மா..." என்றாள்.

சிறிது நேரத்தில் அக்காவும், வேலைக்கு செல்லத் தயாராகி வந்தாள்.

"நந்தினி போகலாமா..." என்றாள் அக்கா.

சரி என்று கூறிவிட்டு, இருவரும் அங்கிருந்து கிளம்பினர்.

அக்கா, தன்னுடைய ஸ்கூட்டியில் நந்தினியைக் கூட்டிக்கொண்டு ஸ்கூலுக்கு சென்று விட்டாள்.

போகின்ற வழியில்,

"நந்தினி...., நீ வர வர பெரிய பொண்ணு... ஆனால் இன்னமும் நீ தைரியமாக யார்கிட்டேயும் பேச மாட்டேங்குற, குறிப்பா பசங்களைக் கண்டாலே பயத்தில் பேச மாட்டேங்குற.... கொஞ்சம் கொஞ்சமாக உன்னை மாற்றிக்கொள்ள முயற்சி பண்ணு..." என்று கூறினாள் அக்கா.

நந்தினியும் சரி என்று கேட்டுக்கொண்டாள்.

பிறகு ஸ்கூலில் இறக்கிவிட்டு சென்றாள் அக்கா.

ஸ்கூலுக்குள் செல்லும் பொழுது "டிங்..." ஒரு மெசேஜ் சத்தம். உடனே ஃபோனை எடுத்து பார்த்தாள் நந்தினி.

ஆதித்யன், நந்தினிக்கு ஃபோன் செய்தான்.

அதை பார்த்துவிட்டு சற்றுத் தயங்கினாள் நந்தினி. மீண்டும் ஃபோன் கால் வந்தது.

அதற்கும் நந்தினி பதில் அளிக்கவில்லை.

சற்று நேரத்தில் "sorry..." என்று ஒரு மெசேஜ் அனுப்பியிருந்தான் ஆதித்யன். அதைப் பார்த்துவிட்டு நந்தினி

ஒரு நொடி அச்சமுற்றாள். மேலும் அதற்கும் பதில் கூறாமல் ஃபோனை உள்ளே வைத்துக்கொண்டாள்.

ஒரு பக்கம் இந்த ஃபோன் சம்பந்தமாக யோசனைகள் வந்து வந்து சென்றன. அதே சிந்தனையில் வகுப்பில் உட்கார்ந்திருந்தாள் நந்தினி. சட்டென வகுப்புக்கு ஒரு ஆசிரியர் வந்தார். அந்த ஆசிரியர் ஒரு ஆண் என்பதால், நந்தினிக்கு மேலும் கொஞ்சம் படபடத்தது.

அந்த ஆசிரியர் ஸ்கூலுக்கு புதிது என்பதால், அனைவரையும் ஒருவர் பின் ஒருவராக எழுந்து பெயர் சொல்லச் சொன்னார்.

அப்படி ஒவ்வொருவராக கூறிக்கொண்டிருக்க,

அந்த வரிசை நந்தினியிடம் வந்தது.

நந்தினிக்கு மேலும் படபடத்தது...., எழுந்த நந்தினி பெயரைச் சொல்லாமல் தயங்கி நின்றாள். "பெயரைச் சொல்லு..." என்று அந்த ஆசிரியர் கேட்க, நந்தினிக்கு பயத்தில் படபடத்து வியர்த்தது..., அருகில் இருந்தவர்கள் நந்தினியை ஒரு மாதிரி பார்க்க,

நந்தினிக்கு பதட்டம் மேலோங்கி, அப்படியே மயங்கி கீழே விழுந்தாள்.

நந்தியின் அக்கா, ஆஃபீஸில் வேலை பார்த்துக்கொண்டிருக்க... அவள் ஃபோன் அடித்தது. அக்கா, ஃபோனை எடுத்து பேசினாள். பேசியவளின் முகம் மாறியது. சட்டென அங்கிருந்து கிளம்பினாள்.

வெள்ளை கொக்கு

வீட்டில் அம்மா, துணிகளைத் துவைத்து போட்டுக்கொண்டிருந்தார். அப்போது உமையாளின் ஸ்கூட்டி சத்தம் கேட்டது.

"என்னது...? உமையாள் அதுக்குள்ள வேலை முடிஞ்சு வந்துட்டாளா..." என்று நினைத்துக்கொண்டு வெளியே வந்தார் அம்மா.

பார்த்தாள், உமையாள் மற்றும் நந்தினி இருவரும் ஒன்றாக ஸ்கூட்டியில் இருந்து இறங்கி வந்தனர். நந்தினி கையில் ஒரு சிறிய கட்டு போடப்பட்டிருந்தது..

அதைக் கண்டவுடன் "என்னடி ஆச்சு...?" என்று அம்மா பதட்டத்துடன் கேட்டார்.

"உள்ள வாங்க சொல்றேன்.." என்று கூறி அக்கா, உள்ளே சென்றாள்.

உள்ளே சென்றதும், "ஸ்கூல்ல வாத்தியார் பெயர் என்னனு கேட்டாங்களாம், உடனே மயங்கி விழுந்துட்டாளாம்... அதான் ஹாஸ்பிடல்ல சேர்த்து, ஒரு குளுகோஸ் போட்டு, வீட்டுக்கு கூட்டிட்டு வரேன்..." என்றாள் உமையாள்.

அம்மா ஆச்சரியப்பட்டு, "ஏன்டி... பெயர் என்னனு கேட்டதுக்கா மயங்கி விழுந்த...?" என்று நந்தினியைப் பார்த்துக் கேட்டார் அம்மா.

நந்தினி எதுவும் பேசாமல், கட்டிலில் உட்கார்ந்திருந்தாள்.

"கேட்டது ஒரு ஜெண்ட்ஸ்... அதான் புள்ளை மயங்கி கீழே விழுந்துட்டாங்க..." என்றாள் அக்கா உமையாள்.

"இவ எப்பதான் மாறப்போராளோ..." என்று கூறிவிட்டு அங்கிருந்து சென்றார் அம்மா.

பிறகு அக்காவும், "படுத்து கொஞ்சம் ரெஸ்ட் எடு..." என்று கூறிவிட்டு கிளம்பினாள்.

நந்தினி, தன் நிலைமையை நினைத்து ரொம்பவே வருந்தினாள்.

அப்படியே ஃபோனை எடுத்து பார்த்துக்கொண்டிருந்தாள் நந்தினி.

அப்போது காலையில் ஆதித்யன் அனுப்பிய மெசேஜ் இருந்தது.

அந்நேரம் அவளுக்கு ஒரு யோசனை தோன்றியது. நேரில் ஆண்களைப் பார்த்தால் நம்மை அறியாமல் நமக்கு பதட்டம் வருகிறது..

ஃபோனில் பேசி பார்ப்போம் என்று நினைத்து..

ஃபோனில் ஆதித்யன் நம்பரை எடுத்தாள்.

"Sorry" என்ற மெசேஜுக்கு "Hi" என்று பதில் மெசேஜ் அனுப்பிவிட்டு, சட்டென ஃபோனைக் கீழே வைத்தாள். வைத்த பிறகு ஃபோனைப் பார்த்தவண்ணம் இருந்தாள் நந்தினி.

வெள்ளை கொக்கு

இந்தப் பக்கம், சென்னையில் ஆதித்யன் வேலை முடித்து வந்துகொண்டிருந்தான். வரும் பொழுது "டிங்" என்று ஒரு மெசேஜ் சத்தம்.

ஃபோனை எடுத்து பார்த்தான் ஆதித்யன்.

நந்தினி பதில் மெசேஜ் அனுப்பியிருந்தாள்.

அதை பார்த்ததும், "என்ன இந்த நம்பரில் இருந்து "hi"னு மெசேஜ் வந்துருக்கு.." என்று எண்ணினான்.

ஆதித்யன், அதற்கு பதிலாக "சாரிங்க... நேற்று தெரியாம உங்க நம்பருக்கு மாத்தி ஃபோன் பண்ணிடோம்..." என்று பதில் கூறினான்.

நந்தினி அதை பார்த்தவுடன், "பரவாயில்லை... நேற்று நீங்கள் என்ன பேசினீர்கள், நீங்கள் கூறிய வார்த்தைகளுக்கு கூட எனக்கு அர்த்தம் தெரியாது..." என்று மெசேஜ் அனுப்பினாள்.

அந்த மெசேஜைப் பார்த்ததும், "என்னடா இது..., அந்த வாய்ஸ் ரெகார்ட்டில் இருந்த குரலைக் கேட்டால், கொஞ்சம் வயதானவர்கள் போல் தெரிந்தது..., ஆனால் இவங்க பேசினதுக்கு அர்த்தம் கூடத் தெரியாதுனு சொல்றாங்க.." என்று ஆதித்யன் நினைத்துக்கொண்டே,

"நீங்க எந்த ஊரு...?" என்று மெசேஜ் பண்ணி கேட்டான் ஆதித்யன்.

"நான் காரைக்குடி..." என்று மெசேஜ் மூலம் பதில் கூறினாள் நந்தினி.

"ஓஹோ.. அப்படியா..? நான் தேவகோட்டை தான்..." என்று கூறினான் ஆதித்யன்.

"அப்படியா..." என்று நந்தினி கூறினாள்.

"வாய்ப்புகள் கிடைத்தால், ஊருக்கு வந்தால் கண்டிப்பாக சந்திப்போம்..." என்றான் ஆதித்யன்.

"என்னை சந்திப்பது கடினம்.." என்று மெசேஜ் பண்ணினாள் நந்தினி.

"ஏன்..? அப்படி என்ன பண்றீங்க...?" என்று கேட்டான் ஆதித்யன்.

"நான் தினமும் ஸ்கூல்ல இருப்பேன்... ஸ்கூல் முடிந்தவுடன் வீட்டுக்கு வந்திருவேன்..." என்றாள் நந்தினி.

"ஸ்கூலா..! நீங்க டீச்சரா...?" என்றான் ஆதித்யன்.

"இல்லை... நான் பன்னிரெண்டாம் வகுப்புப் படிக்கிறேன்..." என்று பதில் கூறினாள் நந்தினி.

இதை கேட்டதும் ஆதித்யனுக்கு தூக்கிவாரி போட்டது... "நம் அம்மா வயது இருக்கும் எண்ணினாள், இவங்க பன்னிரெண்டாம் வகுப்பு படிக்கிறேனு சொல்றாங்க.." என்று ஆதித்யன் நினைத்துக் கொண்டு,

"சரி... நேற்று நீங்கதான முதல்ல என் ப்ரெண்ட திட்டுனது.."என்று கேட்டான் ஆதித்யன்.

"இல்ல.. இல்ல.. முதல்ல ஃபோன் எடுத்து பேசுனது எங்க அம்மா... ரெண்டாவது ஃபோன் பண்ணப்ப எடுத்தது நானு..." என்றாள் நந்தினி.

"ஓஹோ... அப்படியா..., இப்பதான் எல்லாம் புரியுது..." என்று கூறினான் ஆதித்யன்.

மேலும் ஆதித்யன் நடந்துகொண்டே அவன் வீட்டை நெருங்க, "சரி... அப்புறம் பேசுறேன்..." என்று மெசேஜ் பண்ணிட்டு, அவன் வீட்டுக்குள் செல்கிறான்.

நந்தினியும் சரி என்று மெசேஜ் அனுப்பிவிட்டு, படுக்கச் செல்கிறாள்.

இருப்பினும் அவளுக்குப் புதிதாக ஒரு உணர்வு தோன்றுகிறது. இவ்வளவு காலம் இப்படி ஒரு உணர்வு அவளுக்கு தோன்றியது இல்லை..

ஆண்களை நேரில் பார்த்துப் பேசத் தயங்கிய பெண்ணுக்கு ஃபோனில் ஒரு ஆணுடன் பேசும் விஷயம் நந்தினிக்குப் புதிதாகத் தெரிந்தது.. மேலும் இப்படி பேசுவது நல்லதா, கெட்டதா என்று கூடத் தெரியாமல் இதனை தொடரவும் தயாராக இருந்தாள் நந்தினி.

இந்த உணர்வுகளுடன் அன்றிரவு தூங்கச் சென்றாள் நந்தினி.

மறுநாள் காலை விடிந்ததும், தூக்கத்தில் இருந்து எழுந்த நந்தினி, முதலில் அருகில் இருந்த ஃபோன் தென்பட்டது. ஃபோனைப் பார்த்த அடுத்த கணம், நேற்று நடந்த சம்பவங்கள் ஒரு சில நினைவுக்கு வந்து போனது. அவளுக்கு அந்த உணர்வு சற்று புதிதாகவே இருந்தது.

இந்தப் பக்கம், சென்னையில் ஆதித்யன் வழக்கம்போல் வேலைக்குச் சென்றான். ஆதித்யனுக்கு இது எண்ணங்கள் எதுவும் வராமலே இருந்தது.

காரைக்குடியில் நந்தினி, வழக்கம்போல் ஸ்கூலுக்கு கிளம்பினாள். அருகில் இருந்த ஃபோனை எடுத்து தன் பைக்குள் வைத்தாள் நந்தினி. அதனைச் சற்று தூரத்தில் நின்று கவனித்த அக்கா உமையாள், "நந்தினி.. இங்கு வா..." என்றாள்.

நந்தினியும் தன் புத்தகப் பையை எடுத்துக்கொண்டு அக்காவிடம் வர,

"ஸ்கூலுக்கு நீ ஃபோன் எடுத்துட்டு போறியா..?" என்று கேட்டாள் உமையாள்.

நந்தினி சற்று தயங்கியவாறே "ஆமா" என்றாள்.

"இனிமேல் ஸ்கூலுக்கு ஃபோன் எடுத்துட்டு போகாதே... பிறகு உங்க டீச்சர்க்கு தெரிந்தால் பிரச்சனை... வீட்டில் இருக்கும் போது மட்டும் உபயோக படுத்திக்கோ.." என்றாள் உமையாள்.

இதைக் கேட்டு நந்தினி அமைதியாக இருக்க...

வெள்ளை கொக்கு

அக்கா, நந்தினி பையில் இருந்து ஃபோனை எடுத்து வெளியே வைத்தார்.

பிறகு இருவரும் வீட்டிலிருந்து வெளியேறினர்.

ஆனால், நந்தினிக்கு மட்டும் முகம் சற்று வாடியிருந்தது. அதே நினைவோடு நந்தினி ஸ்கூலுக்கு சென்றாள்.

வகுப்பிலும் நந்தினிக்கு சில நினைவுகள் வந்து வந்து சென்றன..,

"நேற்று நம்க்கு மெசேஜ் செய்தவர், இன்றும் நமக்கு மெசேஜ் பண்ணிருப்பாரா..." என்றெல்லாம் நினைவுகள் நந்தினிக்கு வந்து வந்து சென்றன.

ஸ்கூல் விட்டதும் நேரே வீட்டுக்கு வந்த நந்தினி,

முதலில் ஃபோனை எடுத்து பார்த்தாள்.

எந்த ஒரு மெசேஜ்சும் வரவில்லை. அதை கண்டவுடன் மீண்டும் முகம் வாடியது.

பிறகு ஆதித்யன் நம்பரை எடுத்து, "hi" என்று மெசேஜ் அனுப்பினாள். மெசேஜ் அனுப்பிய கையுடன் அங்கேயே அமர்ந்து, ஃபோனைக் கையில் வைத்துக்கொண்டு கொண்டு பார்த்துக்கொண்டிருந்தாள் நந்தினி.

அங்கு வந்த நந்தினியின் அம்மா, "என்னடி இது புது பழக்கம், ஸ்கூல் முடிஞ்சு வந்ததும் ஃபோனை எடுத்து நோண்டுவது...

போய் முதல்ல கை, கால், முகத்தைக் கழுவு..." என்று அதட்டினார். உடனே நந்தினியும் உள்ளே சென்றாள்.

இந்தப் பக்கம் சென்னையில் வேலை முடிந்து வீடு திரும்பினான் ஆதித்யன். வழக்கம் போல் வரும்போது ஃபோனை எடுத்து பார்த்தான்.

நந்தினியிடம் இருந்து மெசேஜ் வந்திருப்பதைp பார்த்து ஆச்சரியம் அடைந்தான் ஆதித்யன்.

பதிலுக்கு இவனும் "hi" என்று மெசேஜ் அனுப்பினான்.

அதே நேரம் இங்கு நந்தினி, ஃபோனை வைத்து காத்துகொண்டிருந்த தருணம் ஆதித்யனிடம் இருந்து மெசேஜ் வந்தது.

உடனே ஆவலுடன் அந்த மெசேஜ் என்னவென்று பார்த்தாள். "Hi" என்று மெசேஜ் வந்திருக்க, அதற்கு பதிலாக என்ன மெசேஜ் செய்வது என்று தெரியாமல் திகைத்து நின்றான் நந்தினி.

பிறகு சற்று யோசித்துவிட்டு, "உங்களுடைய பெயர் என்ன..?" என்று மெசேஜ் செய்து கேட்டாள் நந்தினி.

அதிற்கு பதில் "ஆதித்யன்" என்று கூற, மேலும் ஆதித்யன், "உங்களுடைய பெயர் என்ன..?" என்று கேட்டான்.

அதற்கு "நந்தினி.." என்று கூறினாள். மேலும் நந்தினி, "உங்களிடம் ஒன்று சொல்லனும்..." என்றாள்.

"என்ன..?" என்று ஆதித்யன் கேட்க,

"எனக்கு ஆண்களிடம் நேரில் பேச பயம், காரணம் சிறு வயதில் இருந்து படித்தது எல்லாம் பெண்கள் மேல்நிலைப் பள்ளி.., மேலும் நான் பெண்களிடம் பேசுவதே குறைவு... நான் சற்று அதிகம் பேசுவதே என் அக்கா மற்றும் அம்மாவிடம் மட்டும் தான்..." என்று கூறினாள் நந்தினி.

"சரி... அதற்கு நான் என்ன செய்யவேண்டும்...?" என்று ஆதித்யன் கேட்க

"உங்களிடம் இது போன்று மெசேஜ் செய்து பேசுவது எனக்குக் கொஞ்சம் பிடித்திருக்கிறது.." என்றாள் நந்தினி.

மேலும், "ஆகையால், நீங்கள் தினமும் என்னுடன் இது போன்று மெசேஜ் மூலம் பேசுவீர்களா...?" என்று கேட்டாள் நந்தினி.

அந்த மெசேஜைப் பார்த்த ஆதித்யன். சற்று யோசித்தான். "சின்ன பொண்ணு... அது மட்டுமல்ல பயந்த சுபாவம் கொண்டவள்.., மேலும் நம்மிடம் பேசுவதால் இது போன்ற கொஞ்சம் தனிமையில் இருந்து வெளிஉலகத்திற்கு வருவாள்.." என்று எண்ணி

அவனும் "சரி..." என்று கூறினான்.

அதைக் கண்ட நந்தினிக்கு முகம் மலர்ந்தது...

அவளை அறியாமல் சற்று புன்னகைத்தாள்.

"ரொம்ப தேங்க்ஸ்..." என்று மெசேஜ் அனுப்பினாள் நந்தினி.

"சரி... நாளைக்கு இதே நேரம் பேசுவோம்..." என்று மெசேஜ் அனுப்பினான் ஆதித்யன்.

நந்தினியும் சரி என்று கூறிவிட்டுத் தூங்கச் சென்றாள்.

ஆதித்யனும் தன்னுடைய வீட்டிற்குச் சென்றான்.

இப்படியே நாட்கள் சில சென்றன....,

ஒரு நாள் ஸ்கூல் முடிந்து வீட்டுக்கு வந்த நந்தினி..., ஓடிச் சென்று தன்னுடைய ஃபோனை எடுத்து பார்த்தாள். எந்த ஒரு மெசேஜ்சும் வரல.. உடனே நந்தினி ஆதித்யனின் நம்பரை எடுத்து "hi.. என்ன ஆச்சு..?" என்று மெசேஜ் அனுப்பினாள்.

சிறிது நேரம் கழித்து ஆதித்யன் அதற்கு பதிலாக "hi.., ஏன்..? எதற்காக என்ன ஆச்சு என்று கேக்குற..?" என்று மெசேஜ் அனுப்பினான்.

"இல்ல.. எப்பவுமே சாயங்காலம் வந்தவுடன் நான் தான் முதல்ல மெசேஜ் அனுப்புறேன்..

என்னிடம் பேசப் புடிக்களையா..?" என்று மெசேஜ் அனுப்பினாள் நந்தினி.

"அப்படியெல்லாம் இல்லை... எனக்குப் பேசப் புடிக்களைனா, நான் பேசாமலே இருப்பேனே...

ஏன் இப்படி கேக்குற.."என்று மெசேஜ் அனுப்பினான் ஆதித்யன்.

"சும்மா தான் கேட்டேன்.." என்று பதில் மெசேஜ் அனுப்பினாள் நந்தினி.

இவர்கள் இவ்வாறு பேசிக்கொண்டிருக்க, அந்நேரம் நந்தினியின் அக்கா உமையாள் வேலை முடித்து வந்தாள். வீட்டுக்குள் வந்த உமையாள், நந்தினி ஃபோனை வைத்து நோண்டி கொண்டிருப்பதைப் பார்த்தாள்.

அவ்வப்போது நந்தினி ஃபோனைப் பார்த்து சிறு புன்னகையும் செய்தாள்.

அதைக் கண்ட உமையாளுக்கு சற்று சந்தேகம் வந்தது.

"நந்தினி... ஃபோன வச்சுகிட்டு என்ன பண்ற.." என்று கேட்டாள் உமையாள்.

திடுக்கிட்ட நந்தினி..., "ஒன்றுமில்லை அக்கா.. சும்மா கேம் விளையாடுறேன்.." என்றாள்.

அதைக் கேட்ட உமையாளுக்கு சற்று சந்தேகம்..

இருப்பினும் எதுவும் கேட்காமல் அங்கிருந்து சென்றுவிட்டாள்.

அக்கா சென்ற பிறகு, நந்தினி மெசேஜ் அனுப்பத் தொடங்கினாள்.

"ஆமா.. மெசேஜ் மட்டும் பண்ற, ஃபோன் பண்ணி என் கிட்ட பேசாமாட்டேங்கிற..." என்றான் ஆதித்யன்.

"அதான் முன்னாடியே சொன்னேனே..., நான் ஆண்களிடம் பேசியதே கிடையாது... மேலும் ஆண்களிடம் எனக்குப் பேசவே வராது..." என்று பதில் மெசேஜ் அனுப்பி, கொஞ்ச நாட்களுக்கு முன் ஸ்கூல்ல மயக்கம் போட்டு விழுந்த நிகழ்வைக் கூறினாள் நந்தினி.

இதை கேட்டதும் ஆதித்யனுக்கு ஒரு புது உணர்வு நந்தினியின் மீது ஏற்பட்டது.

"இப்படியும் சில பெண்கள் இருக்கிறார்கள்..." என்று மனதுக்குள் நினைத்துக்கொண்டு,

"சரி ... உனக்குப் பேசத் தெரியுமா.. இல்லை நீ ஊமையா என்று எனக்கு எப்படி தெரியும்...?" என்று மெசேஜ் அனுப்பி கேட்டான் ஆதித்யன்.

"நான் என்னை பற்றித் தான் தெளிவாகக் கூறிவிட்டேனே... நான் ஸ்கூலுக்கு செல்லும் போது, வரும் போது கூட நிமிர்ந்து பார்த்தது கிடையாது... மேலும் நான் என் வீட்டில் உள்ள என் அக்கா, அம்மா..., இவங்ககிட்ட கூட அதிகம் பேசினது இல்லை..." என்று மெசேஜ் அனுப்பினாள் நந்தினி.

"சரி... சரி... புரியுது..." என்றான் ஆதித்யன்.

இவ்வாறு இவர்களுக்கிடையேயான பேச்சு வார்த்தைகள் மெசேஜ் மூலம் ஒருவருக்கொருவர் பகிர்ந்து கொண்டனர்.

இப்படி மெசேஜ் அனுப்பியவாரே நந்தினி தூங்கியும் விடுகிறாள்.

ஆனால், ஆதித்யன் மட்டும் மெசேஜ் அனுப்பியவாரே இருந்தான்.

நந்தினி அதை அறியாமல் ஆழ்ந்த தூக்கத்தில் இருந்தாள். அப்போது அந்த வழியாக சென்ற அக்கா உமையாள், நந்தினி தூங்குவதைப் பார்க்கிறாள். மேலும் அருகில் உள்ள ஃபோனில் மெசேஜ் வந்த வண்ணம் இருப்பதையும் பார்க்கிறாள்.

உடனே அருகில் வந்து ஃபோனை எடுத்து பார்க்கிறாள் உமையாள்.

பார்த்தவள் அதிர்ச்சியாகிறாள்..., "நம் நந்தினியா இவ்வாறு ஒரு ஆணுடன் பேசுவது..." யோசிக்கிறாள் உமையாள்.

என்ன செய்வதென்று சற்று திகைத்துப் போக, உடனே ஃபோனில் இருந்து சிம்மைக் கழட்டி எடுத்துவிட்டு.. ஃபோனை நந்தினியின் அருகில் வைத்துவிட்டு அங்கிருந்து செல்கிறாள் உமையாள்.

நிச்சயம்

மறுநாள் விடிந்ததும்,

நந்தினி வழக்கம்போல் எழுந்து அருகில் தன் ஃபோனைத் தேடி எடுத்தாள்.

ஃபோனில் சிம் இல்லை என்பது தெரிந்தது.

சிம் இல்லை என்றதும் நந்தினிக்கு ஒரே குழப்பமாக இருந்தது.

நேற்று இரவு என்ன நடந்தது... ஃபோனை எதுவும் செய்தோமோ என்றெல்லாம் பலவாறு சிந்தித்தாள் நந்தினி.

வீட்டை ஓரிருமுறை சுற்றிச் சுற்றி வந்தாள் நந்தினி.

அதைக் கண்ட நந்தினியின் அம்மா, "என்ன ஸ்கூலுக்கு கிளம்பாமல், வீட்டைச் சுற்றிச் சுற்றி வர...?" என்று கேட்டார்.

தயங்கிய நந்தினி, "அக்கா எங்கே..?" என்றாள்.

"அவளுடைய ஸ்கூட்டி பஞ்சர், அதான் சீக்கிரமே எழுந்து வண்டிய மெக்கானிக் கடைல விட்டுட்டு ஆஃபிஸ் போயிட்டாள்... நீ ஸ்கூலுக்கு நடந்து தான் போகணும்..". என்றார் அம்மா.

அதை கேட்ட நந்தினி, தலைக்குனிந்தவாறு எதுவும் பேசாமல் அங்கிருந்து சென்றாள்.

"சீக்கிரம் கிளம்பு..., ஸ்கூலுக்கு நேரமாச்சு.." என்று அம்மா கூறிவிட்டு அங்கிருந்து சென்றார்.

வெள்ளை கொக்கு

நந்தினிக்கு ஒரே குழப்பம், நம்முடைய ஃபோனுக்கு என்ன ஆச்சு... சிம் எப்படி காணாமல் போனது என்றெல்லாம் பலவாறு சிந்தனைகள் மனதுக்குள் ஓடிக்கொண்டிருக்க, அதே குழப்பத்தோடு ஸ்கூலுக்கு கிளம்பி சென்றாள் நந்தினி.

பள்ளியிலும் அதே சிந்தனையில் தான் இருந்தாள்.

இந்த பக்கம் சென்னையில் நம் ஆதித்யன் வழக்கம்போல் வேலைக்குச் சென்றான். செல்லும் முன் ஃபோனை எடுத்து பார்த்தான்.

நேற்று இரவு இவன் செய்த மெசேஜ் மட்டும் இருந்தது. நந்தினியிடம் இருந்து எந்த ஒரு பதிலும் இல்லை.

"சரி எதாவது வேலையாக இருப்பாள்.." என்று நினைத்துவிட்டு தன் வேலைக்குச் சென்றான் ஆதித்யன்.

இந்தப் பக்கம் காரைக்குடியில்,

வேலைக்கு வந்த நந்தினியின் அக்கா உமையாள், தன் தங்கை நினைவாகவே இருந்தாள்...

தன் தங்கைக்கு தன்னால் எந்த ஒரு தீங்கும் வந்துவிடக் கூடாது என்ற எண்ணத்தில், உடன் வேலை செய்பவரான குமாரை அழைத்தாள்.

"விவேக்... ஒரு உதவி..." என அழைத்தாள் உமையாள்.

"சொல்லுங்கள்.." என்றார் விவேக்.

தன் தங்கையின் நிலைமையையும், அவள் ஃபோன் மூலம் பேசிக்கொண்டிருக்கும் விஷயத்தையும் கூறினாள் உமையாள்.

இதை கேட்ட விவேக், "நான் என்ன செய்ய வேண்டும்.." என்று கேட்டார்.

"அந்த ஃபோனில் பேசக்கூடிய நபருக்கு ஃபோன் செய்து, கொஞ்சம் என் நிலைமையைச் சொல்லி புரியவைக்க வேண்டும்..." என்றாள் உமையாள்.

"சரி.." என்று அந்த ஃபோனை வாங்கி, ஆதியனுக்கு ஃபோன் செய்தார் விவேக்.

இந்தப் பக்கம், ஃபோன் வந்தவுடன், ஃபோனை எடுத்து பேசினான் ஆதித்யன்.

"தம்பி... வணக்கம் என் பெயர் விவேக்., உங்களுடைய பெயர் என்ன..." என்று கேட்டார் விவேக்.

"என் பெயர் ஆதித்யன் .." என்று கூற

"உங்களுக்கு நந்தினி என்ற பெண்ணைத் தெரியுமா...?" என்று கேட்டார் விவேக்.

சற்று யோசித்த ஆதித்யன், "ம்.. தெரியும்.." என்றான்.

"நான் அந்த பெண்ணின் அக்கா வேலை செய்யும் இடத்தில் இருந்து பேசுகிறேன்..." என்றான் விவேக்.

"ம்ம்... சரி சொல்லுங்கள்...". என்றான் ஆதித்யன்.

உடனே விவேக், ஃபோனை ஸ்பீக்கரில் போட்டு மேற்கொண்டு பேசினார்.

"தம்பி, நீங்க அந்த பெண்ணிடம் பேசுவது முறையல்ல..., மேலும் நீங்கள் பேசுவது நந்தினியின் பெற்றோர்களுக்கு சற்று தவறாக தெரிகிறது..." என்றார் விவேக்.

"ஐயா.. சற்று மன்னிக்கணும், நான் ஆரம்பத்தில் இவ்வாறு பேசவேண்டாம் என எண்ணி, நந்தினியிடம் கூறினேன்.. ஆனால் அதற்கு அப்பெண் கூறியது.., நான் இதற்கு முன் எந்த ஆண்களிடமும் பேசியதில்லை, நீங்கள் பேசுவது எனக்கு சற்று புதிதாக தெரிகிறது.. மேலும் இவ்வாறு பேசுவதால் கொஞ்சம் கொஞ்சம் அந்த தயக்கத்தில் இருந்து வெளியேறுவதாக தெரிந்தது.. ஆதலால் மட்டுமே பேசினேன்..." என்றான் ஆதித்யன்.

அதை கேட்ட உமையாள்,

"தம்பி...., அவள் சின்ன பெண்.. அவளுக்கு நல்லது கெட்டது தெரியாது... இனிமேல் அவளிடம் பேசுவதைத் தவிர்த்துக்கொள்ளுங்கள்" என்றாள் உமையாள்.

"சரிங்க... இனிமேல் நந்தினியுடன் பேசவில்லை, அதனால் எனக்கு எந்த பிரச்சனையும் இல்லை..." என்றான் ஆதித்யன்.

"ரொம்ப நன்றி தம்பி..." என்று ஃபோனைக் கட் செய்தான் விவேக்.

உமையாளும் அதைக் கேட்டுவிட்டு, குமாருக்கு நன்றி சொல்லிவிட்டு அங்கிருந்து கிளம்பினாள்.

பிறகு வீட்டிற்கு வந்து நடந்த விஷயத்தைத் தன் அம்மாவிடம் கூறினாள் உமையாள்.

அதைக் கேட்டு அம்மா, கடும் கோபம் அடைந்தார்.

"இதற்குத் தான் அப்பவே சொன்னேன்.., இவளுக்கு எதுக்கு ஃபோன் என்று..., இந்த காலத்துப் பசங்களெல்லாம் கெட்டுப் போறது இந்த ஃபோன் வந்த பிறகு தான்,." என்று பயங்கரமாகக் கத்தினார்.

மாலை ஸ்கூல் முடிந்து வீட்டுக்கு வந்த நந்தினி,

வீடே மயான காட்சியளித்ததைக் கண்டாள்.

ஏற்கனவே ஃபோனுக்கு என்ன ஆனதென்று புரியாமல் இருக்க, வீடு இப்படி அமைதியாக இருப்பதைக் கண்டு மேலும் புரியாமல் நின்றாள் நந்தினி.

திடீரென்று நந்தினியின் அம்மா, கையில் கூட்டுமாறை எடுத்துகொண்டு நந்தினியை அடிக்க வேகமாக வந்தார். அதைக் கண்டு நந்தினி நடுநடுங்கிப் போக, அம்மாவைத் தடுக்க உமையாள் வேகமாக வந்தாள்.

அம்மா வந்த வேகத்தில் நந்தினிக்கு, இரண்டு அடி வைக்க... மூன்றாவதாக அடிக்க கை ஓங்கும் போது உமையாள், அம்மாவின் கையைப் பிடித்து தடுத்தாள்.

நந்தினி அடியை வாங்கிக்கொண்டு ஓரமாக ஒரு மூலையில் போய் நின்றாள்.

"ஏண்டி... யாருடி அவன்..., உனக்கு எப்படி அவனைடத் தெரியும்.... எதுக்காக ஃபோன்ல பேசிக்கிட்டு இருக்க..." என்று திட்ட ஆரம்பித்தார் அம்மா.

இப்பொழுது தான் நந்தினிக்கு விளங்கியது.., "நாம் ஆதித்யனுடன் பேசுவது அம்மாவுக்கும், அக்காவுக்கும் தெரிந்துவிட்டது" என்று நினைத்துக்கொண்டு அமைதியாய்த் தலை குனிந்தபடி நின்றாள் நந்தினி.

மேலும் அம்மா, "அப்பா இல்லாத புள்ளைங்கன்னு..., கொஞ்சம் சுதந்திரமா இருக்கட்டும்னு கண்டிக்காம வளர்த்தால், பெத்தவங்களுக்கு நல்ல பெயரைச் சம்பாதிச்சு கொடுக்குறிங்க... உங்களை எப்படி கரை சேக்குரதுனு தவிச்சுகிட்டு இருக்கேன்..., என் தவிப்பு உங்களுக்கு எப்படி புரியும்..

நாளைக்கு உங்களுக்கு கல்யாணம் ஆகி, உனக்குக் குழந்தைகள் பிறந்து, அவங்க இந்த மாதிரி காரியம் செய்யும் போதுதான் உங்களுக்கு தெரியும் அந்த வலி..." என்று தான் கஷ்டத்தையும், வேதனையையும் கூறினார் அம்மா.

அம்மாவிடம் இருந்து, இதுவரை கேட்டிராத வார்த்தைகள், துன்பங்கள் இதையெல்லாம் கேட்ட நந்தினி கண்ணீர் விட்டு அழ ஆரம்பித்தாள்.

உமையாள், அம்மாவிற்கு ஆறுதல் சொல்லி அழைத்துச் சென்றாள்.

பிறகு அம்மா கூறிய வார்த்தைகள், நிகழ்ந்த சம்பவங்கள் அனைத்தையும் நினைத்து கண்ணீர் விட்டபடி அப்படியே அமர்ந்தாள் நந்தினி.

ரொம்ப நேரம் ஆழ்ந்த சிந்தனைக்குப் பிறகு, ஆதித்யனுடன் பேசிய நினைவுகளே எல்லாவற்றிற்கும் முன் வந்து நின்றது.

இனிமேல் ஆதித்யனுடன் பேச முடியாது என்ற எண்ணம் மட்டுமே அவளை ஒரு மீளா வட்டத்திற்குள் கொண்டு சென்றது.

இப்படியே நாட்கள் சில சென்றன.

நந்தினி, வீட்டிலிருக்கும் அம்மா, அக்காவைப் பற்றிய சிந்தனைகள் ஒரு பக்கம் இருந்தாலும், தினமும் ஸ்கூலுக்கு செல்வது,வருவது என இருந்தாலும்.... ஆதித்யன் நினைவுகள், அவனுடன் ஃபோனில் மெசேஜ் செய்தது, நந்தினிக்கு அவ்வப்போது நினைவுகளாக வந்து வந்து சென்றது.

நந்தினியின் ஃபோனை, அக்கா உமையாள் உபயோகப்படுத்தி வந்தாள்.

எந்த ஒரு மெசேஜ், ஃபோன் கால் போன்றவை எதுவும் ஆதித்யனிடம் இருந்து வராமல் இருந்தது. இப்படியே நான்கு, ஐந்து நாட்கள் சென்றது.

பிறகு அந்த ஃபோனில் சிம் கார்டைப் போட்டு நந்தினியிடம் கொடுத்தாள் உமையாள். ஃபோனைக் கொடுத்த பிறகும் சில நாட்கள் உமையாள், நந்தினிக்கு தெரியாமல் ஃபோனை எடுத்து பார்த்தாள். எந்த ஒரு மெசேஜ், எதுவும் இல்லாமல் இருந்தது.

"சரி, தங்கை அம்மாவின் சொல் கேட்டு ஒழுங்காக இருக்கிறாள்.." என்று நினைத்தாள்.

அந்த ஒரு வார காலத்தில், சென்னையில் ஆதித்யனுக்கு என்ன நடந்தது என்று பார்த்துவிட்டு வருவோம்...

நந்தினியின் அக்கா உமையாள், ஃபோன் செய்து "தங்கையிடம் இனி பேசவேண்டாம்.." என்று சொன்ன நாளிலிருந்து ஆதித்யன், நந்தியினியை மறந்தே போய்விட்டான்.

ஆதித்யன் எப்பவும் அவன் வேலை, நண்பர்களுடன் வெளியில் செல்வது என ஓரிரு நாட்கள் சென்றன.

ஒரு நாள் ஆதித்யனின் அண்ணனிடம் இருந்து ஃபோன் வந்தது. ஃபோனை எடுத்து பேசினான் ஆதித்யன்.

"தம்பி... எப்படிப்பா இருக்க..?" என்றார் அண்ணன்.

"நல்லாயிருக்கேன்... நீங்க எப்படி இருக்கீங்க..?" என்றான் ஆதித்யன்.

"இருக்கேன் பா.., அப்புறம் எனக்கு பொண்ணு பாத்துருக்காங்க..., நாளை மறுநாள் நிச்சயம்.." என்று கேட்டார் அண்ணன்.

"அப்படியா.... சூப்பர்..!, சரி பொண்ணு எந்த ஊரு..?" என்றான் ஆதித்யன்.

"பொண்ணு நம்ம தேவகோட்டை பக்கத்துல தான்... வர்றியா..?" என்று கேட்டார் அண்ணன்.

"ஆஹா... அண்ணா..! அன்று தான் எனக்கு முக்கிய வேலை இருக்கு..., என்னால வர முடியாது... கம்பெனில முக்கியமான ஒரு வேலை இருக்கு... கல்யாணம் எப்பணு சொல்லுங்க கண்டிப்பா வந்துடுறேன்..." என்றான் ஆதித்யன்.

"அப்படியா... சரி சரி..." என்று கூறிவிட்டு அண்ணனும் ஃபோனை வைத்தார்.

அண்ணனுக்கு கல்யாணம் ஆகப் போகிறது என்ற சந்தோசத்தில் இருந்தான் ஆதித்யன்.

இது போன்ற நிகழ்வுகளில் முற்றிலும் நந்தியின் நினைவை மறந்தான் ஆதித்யன்.

ஒரு நாள் ஆதித்யன் அண்ணன் முருகன் ஃபோன் செய்து, "தம்பி... ஒரு உதவிடா..." என்றார்.

"சொல்லுங்க.." என்றான் ஆதித்யன்.

"உன் வருங்கால அண்ணி, ஒரு டீச்சர்...

அவள் மெசேஜ் செய்யும் போது ஒரே இங்கிலீஷ்ல அனுப்புறா... எனக்கு பதில் சொல்ல தெரில... நா அதை உனக்கு அனுப்புறேன், அதை படிச்சிட்டு பதில் அதே மாதிரி இங்கிலீஷ்ல அனுப்பு... நான் அதை அப்படியே அவளுக்கு அணுப்புறேன்..." என்றான் முருகன்.

வெள்ளை கொக்கு

"இது ஒரு அண்ணன் செய்யக் கூடிய வேலையா..?" என்றான் ஆதித்யன்.

"என்னடா.. அண்ணனுக்காக இது கூட பண்ண மாட்டியா..." என்றார் முருகன்.

"சரி சரி... பண்றேன்... மெசேஜ் அனுப்பு..." என்றான் ஆதித்யன்.

"ரொம்ப தேங்க்ஸ் டா தம்பி..." என்று கூறி ஃபோனை வைத்தான்.

அதே போல் வருங்கால அண்ணி மெசேஜ் அனுப்ப.... அதை முருகன், தம்பி ஆதித்யனுக்கு அனுப்ப.... , தம்பி அதை படித்து பதில் மெசேஜ் அனுப்ப, அண்ணன் முருகன் அதை வருங்கால அண்ணிக்கு அனுப்பினான்.

இப்படியே நாட்கள் சில சென்றன.

இந்தப் பக்கம் காரைக்குடியில்,

நந்தினி தினமும் ஒரு ரோபோவை போல் ஸ்கூலுக்கு போவதும் வருவதும் என இருந்தாள்.

அது போல் ஒருநாள் ஸ்கூல் முடிந்து வீட்டுக்கு வரும் வழியில், ஒரு பெண் நந்தினியை இடித்துவிட்டு ஓடி சென்றாள். இடித்ததில் நந்தினிக்கு தோள்பட்டை பயங்கர வலி.,

அந்த வலியோடு இடித்துவிட்டுச் சென்ற அந்தப் பெண்ணைப் பார்த்தாள் நந்தினி.

ஓடிய அப்பெண் ஒரு கடைக்கு வெளியில் இருந்த ஒரு ரூபாய்க் காயின் ஃபோனில், ஃபோன் போட்டு பேசினாள்.

அப்பொழுது தான் தன் ஸ்கூலுக்கு அருகில் இந்த ஒரு ரூபாய் காயின் ஃபோன் இருக்கிறது என்ற ஞாபகம் வந்தது.

அந்த ஃபோனைப் பார்த்தவண்ணம் அங்கிருந்து சென்றாள் நந்தினி. பிறகு சில நாட்கள் தொடர்ச்சியாக ஸ்கூலுக்கு போகும் போதும், வரும் போதும் அந்த ஃபோனைப் பார்த்தவண்ணம் இருந்தாள் நந்தினி.

ஒருநாள் அதே போல் ஸ்கூல் முடிந்து வீட்டுக்கு செல்லும்போது அந்த ஒரு ரூபாய்பக் காயின் ஃபோனின் அருகில் சென்று, அந்த ஃபோன் ரிசீவரைக் காதில் வைத்து, ஆதித்யனின் நம்பருக்கு ஃபோன் செய்தாள் நந்தினி.

இந்தப் பக்கம், ஆதித்யன் அதேபோல் வேலை முடிந்து வெளியில் வர... அவனுக்கு ஃபோன் வந்தது.

ஃபோனை எடுத்து பார்த்தாள் ஏதோ புதிய நம்பரில் இருந்து ஃபோன் வந்தது.

ஆதித்யனும் ஃபோனை எடுத்து பேச, அந்த பக்கம் ஃபோன் செய்த நந்தினி பதில் எதுவும் பேசாமல் இருந்தாள்.

நந்தினிக்கு மேலும் படபடப்பு அதிகமானது...

இதுவரை மெசேஜ் மூலம் மட்டுமே பேசிக்கொண்டிருந்தது, அதன் மூலம் ஆதித்யன் முகத்தைப் பார்த்த நந்தினிக்கு,

வெள்ளை கொக்கு

ஆதித்யனின் குரலை முதன் முதலில் கேட்டதும், என்ன பேசுவது... என்ன செய்வது என தெரியவில்லை.

பேசாமல் தயங்கியபடி இருந்தாள் நந்தினி.

ஆதித்யன், ஒரு முறைக்கு பல முறை "ஹலோ... ஹலோ..." என்று கூற பதில் எதுவும் வரவில்லை.

"யாரடா இது..., ஃபோன் பண்ணிட்டு பேசாம இருக்கிறது..." என்று நினைத்துக்கொண்டு ஃபோனைக் கட் செய்தான்.

அதை உணர்ந்த நந்தினி ஃபோனை வைத்து விட்டு அங்கிருந்து சென்றாள்.

அதேபோல் மறுநாளும் அதே நேரம், அதே ஃபோனில் இருந்து ஆதித்யனுக்கு ஃபோன் செய்தாள் நந்தினி.

அதே போல் ஃபோனை எடுத்து பேசிய ஆதித்யன்.., பதில் பேச்சு வராததால் ஃபோனைக் கட் செய்தான்.

அடுத்த நாள், ஆதித்யனுடைய அண்ணன் முருகன் ஃபோன் செய்தார்.

எடுத்து பேசிய ஆதித்யன், "என்ன அண்ணா.. காலைலயே ஃபோன் பண்ணிருக்கிங்க..." என்றான்.

"எல்லாம் நல்ல விஷயம் தான்... இன்னும் ரெண்டு நாள்ல கல்யாணம் முடிவாகிருச்சு..." என்றான் அண்ணன் முருகன்.

மூன்றாவது நாளும் அதே போல் ஃபோன் வந்து, எடுத்து பேசினால்... பதில் கூறாமல் இருக்க மீண்டும் கோபமடைந்தான் ஆதித்யன்.

அதே கோபத்துடன் அங்கிருந்து செல்ல,

மீண்டும் ஃபோன் அடித்தது...

ஃபோனில் நம்பரைப் பார்க்காமல், எடுத்து கோபத்துடன் "டேய்... யார்ரா பேசுறது... பேசுங்கடா... முதல்ல..." என்று கேட்க,

அந்தப் பக்கம், "மச்சான்... நான் ராஜேஷ் பேசுறேன்..." என்றான்.

"டேய்... நீதான் தினமும் ஃபோன் பண்ணி பேசாம இருக்கியா...?" என்று திட்டினான்.

"மச்சான்... நான் இப்பதான் உனக்கு ஃபோன் பண்றேன்...," என்றான் ராஜேஷ்.

பிறகு ஃபோனை எடுத்து பார்த்த ஆதித்யன்,

ராஜேஷ் என்று இருப்பதைப் பார்த்து சற்று கோபம் தணிந்தான்.

"என்னடா விஷயம்..?" என்றான் ஆதித்யன்.

"மச்சான்... என் ஆளுக்கு கல்யாணம் முடிவு பண்ணிடாங்கடா..." என்று சோகத்துடன் கூறினான் ராஜேஷ்.

வெள்ளை கொக்கு

"யார் கூட...? உன் கூடயா...?" என்றான் ஆதித்யன்.

"என் கூட இருந்தால் நான் ஏன் சோகமா இருக்க போறேன்... வேற யார்கூடயோ முடிவு பண்ணிடாங்க..." என்றான் ராஜேஷ்.

"இப்போ என்னடா பண்றது...?" என்று ஆதித்யன் கேட்க

"மச்சான்... நீதான் உதவி செய்யணும்... எப்படியாவது எங்க ரெண்டும் பேருக்கும் நீதான் கல்யாணம் பண்ணி வைக்கணும்..." என்றான் ராஜேஷ்.

சற்று யோசித்த ஆதித்யன், "இப்போ எங்க இருக்க...?" என்று கேட்டு, உடனே அவ்விடத்திற்குச் சென்றான் ஆதித்யன்.

ஆதித்யனுக்கு, இந்த புதிய நம்பர் பிரச்சனை ஒருபக்கம் இருந்தாலும், தன் நண்பனுக்கு உதவி வேண்டும் என்று உடனே கிளம்பிச் சென்றான் ஆதித்யன்.

ஆதித்யன், ராஜேஷ் இருக்கும் இடத்திற்கு செல்ல "என்னடா நடந்தது..?" என்றான் ஆதித்யன்.

ராஜேஷ், "நானும், காயத்ரியும் லவ் பண்றது அவங்க வீட்ல தெரிஞ்சிருச்சு... அவங்க அப்பா உடனே அவளுக்கு கல்யாண ஏற்பாடு பண்ணிட்டாங்க..." என்றான்.

"காயத்ரிகிட்ட பேசுனியா..?" என்றான் ஆதித்யன்.

"இல்ல ஃபோன புடிங்கிடாங்க போல, ஃபோன் பண்ணேன்... எடுக்கல..." என்றான் ராஜேஷ்.

"எப்போ கல்யாணம்...?" என்றான் ஆதித்யன்.

"இன்னும் ரெண்டு நாள்ல..." என்றான் ராஜேஷ்.

அதை கேட்ட ஆதித்யனுக்கு, ஒரு நிமிடம் தன் அண்ணனுக்கும் கல்யாணம் அதே தேதியில் என்பது நினைவுக்கு வந்தது.

ஆதித்யன் அதை யோசித்துக் கொண்டிருக்க,

"என்னடா மச்சான் யோசிக்கிற..." என்றான் ராஜேஷ்.

"ஒன்னுமில்லைடா.... இன்னும் ரெண்டு நாள் இருக்குல... பாத்துக்கலாம்..." என்றான் ஆதித்யன்.

"அப்படியென்றால் இன்றைக்கே ஊருக்குக் கிளம்பனும்...." என்றான் ராஜேஷ்.

"எங்க புதுக்கோட்டை தான..." என்றான் ஆதித்யன்.

"ஆமா... அங்க உனக்கு தெரிஞ்சவங்க யாரும் இருக்காங்களா...?" என்றான் ராஜேஷ்.

"எனக்கு நிறைய ஃப்ரெண்ட்ஸ், அந்த ஊர்ல இருக்காங்க..." என்றான் ஆதித்யன்.

பிறகு இருவரும், உடனே கிளம்பிப் புதுக்கோட்டை செல்கிறார்கள்.

பஸ்ஸில் செல்லும் போது, ராஜேஷ் அசந்து தூங்க... ஆதித்யன் ஃபோனை எடுத்து தன்னுடைய அண்ணனுக்கு ஃபோன் செய்து

விஷயத்தைக் கூறினான்.

"அண்ணா... என்னால உங்களுடைய கல்யாணத்துக்கு வர முடியாது... என்னுடைய ஃப்ரெண்ட் ராஜேஷ் நிலவரம் இவ்வாறு இருக்கிறது..." என்றெல்லாம் கூறினான் ஆதித்யன்.

"சரிடா... பரவாயில்லை, அப்பா, அம்மாகிட்ட நான் சொல்லிகிறேன்... நீ உன்னைப் பார்த்துக்கொள்..." என்றார் அண்ணன் முருகன்.

மறுநாள் புதுக்கோட்டையில் விடிய,

பஸ் ஸ்டாண்டில் வந்து இறங்கினர் ஆதித்யன் மற்றும் ராஜேஷ்.

அவர்களைக் கூட்டிச் செல்ல நண்பர்கள் வந்திருந்தனர்.

அன்று மாலை அனைவரும் ஒரு கோயில் தேர்வு செய்து அங்கு ராஜேஷுக்கும், காயத்ரிக்கும் திருமணம் செய்து வைப்பதாகத் திட்டமிட்டனர்.

திட்டமெல்லாம் முடித்துவிட்டு அனைவரும், கோயிலின் அருகில் வட்டமிட்டு அமர்ந்திருந்தனர்.

அப்பொழுது அனைவரும் அமைதியாய் இருக்க, ஆதித்யன் ஃபோன் அடித்தது.

ஃபோனை எடுத்து பார்த்த ஆதித்யன், சற்று கடுப்பானான்.

சுற்றியிருந்தவர்கள், "என்ன ஆச்சு..?" என்று கேட்டனர்.

"இல்ல தினமும், இதே நேரத்திற்கு ஒரு புதிய நம்பர்ல இருந்து ஃபோன் வருது.... பேசுனா, அவங்க யாரும் பேசமாற்றாங்க...." என்றான் ஆதித்யன்.

இவ்வாறு கூறிக்கொண்டே அதை எடுத்து பேசினான் ஆதித்யன். வழக்கம்போல் அந்தப் பக்கம் இருந்த நந்தினி பேசவில்லை.

ஆதித்யன் ஃபோனைக் கட் செய்தான்.

உடனே அருகில் இருந்தவர்கள் "என்னடா இது... பேசுறவங்க ஊமையா...?" என்றனர்.

இதைக் கேட்டதும் ஒரு கணம் ஆதித்யனுக்கு நந்தினியின் ஞாபகம் வந்து சென்றன.

பிறகு அனைவரும் திட்டமிட்டபடி அடுத்தநாள் ராஜேஷுக்குத் திருமணம் செய்து வைக்க திட்டமிட்டனர்.

மறுபக்கம் ஆதித்யன் அண்ணன் முருகனுக்குத் திருமணம் நடக்கவிருக்கிறது.

இன்னொரு பக்கம், தினமும் ஃபோன் மூலம் பேசத் தவிக்கும் நந்தினி...

கல்யாண குழப்பம்

அடுத்த நாள் பொழுது விடிந்தது...,

ஒரு பக்கம் நந்தினி, ஆதித்யன் நினைவாகவே ஸ்கூலுக்குப் புறப்படுகிறாள்.

மறு பக்கம் ஆதித்யன் அண்ணன் முருகன், திருமணத்திற்கு ஆதித்யனால் வர முடியாது என்று அப்பா, அம்மாவிடம் சொல்லித் தன் திருமணத்திற்கு தயாராகிக்கொண்டிருக்க...

இன்னொரு பக்கம், ஆதித்யன் தன் நண்பன் ராஜேஷுக்குத் திருமணம் நடத்திவைக்க தயாராகிக்கொண்டிருந்தான்.

ராஜேஷ் மற்றும் சில நண்பர்கள் ஒரு கோயிலில் காத்துக்கொண்டிருந்தனர்.

ஆதித்யன் மற்றும் ஒரு சில நண்பர்கள் சேர்ந்து, ராஜேஷ் காதலியான காயத்திரி வீட்டிற்கு சென்றனர்.

அங்கு காயத்ரி வீட்டில் எல்லோரும் பரபரப்பாகக் கல்யாண வேலையைப் பார்த்துக்கொண்டு இருந்தனர்.

ஆதித்யன் மற்றும் நண்பர்கள் இருவர், கல்யாண வீட்டின் முன்னால் வண்டியை நிறுத்திவிட்டு, வீட்டிற்குள் சென்றனர். மூவரும் ஆளுக்கு ஒரு திசையில் சென்றனர்.

கொஞ்ச நேரத்தில ஒரு பெண் அலரும் சத்தம்.

உடனே கல்யாண வீட்டில் இருந்த அனைவரும் பதட்டமானார்கள். காயத்ரியின் அப்பா,அம்மா ஓடிவந்து பார்த்தனர்.

"என்ன ஆச்சு..?" என்று கேட்டார் காயத்ரியின் அப்பா.

"கல்யாண பொண்ணு என நினைத்து, கல்யாண பொண்ணோட தோழிக்கு மயக்க மருந்து கொடுத்துட்டாங்க..." என்றான் ஒருவன்.

"அதைக் கண்டு காயத்ரி கத்தினாள்..., அதனால் இந்த பரபரப்பு..." என்றான் இன்னொருவன்.

காயத்ரியின் அப்பா, அருகில் இருந்த கல்யாண பெண்ணின் தோழிகளைப் பார்த்து "ஏம்மா.. யாரு..? என்னனு கூட பாக்காம கல்யாண பொண்ண பார்க்க விட்டிருவீங்களா..?" என்றார். அதற்கு யாரும் எதுவும் பேசாமல் இருக்க,

"சரி.. சரி... மண்டபத்துக்கு போகணும்... சீக்கிரம் பொண்ண கூட்டிட்டு மண்டபத்துக்கு வாங்க..." என்று கூறிவிட்டு அங்கிருந்து சென்றார்.

இந்த பொண்ணை மாற்றி கடத்தப்பட்ட முயற்சியை ஆதித்யனுக்கு தெரிவித்தனர் நண்பர்கள்.

"சரி... இன்னும் நேரம் இருக்கு, கல்யாண பொண்ண பின் தொடர்ந்து போவோம்... ஏதாவது செய்து பொண்ணைக் கடத்திருவோம்.." என்றான் ஆதித்யன்.

சிறிது நேரத்தில் கல்யாணப்பொண்ணு வர, காரில் ஏற்றி மண்டபத்திற்குக் கூட்டிச் சென்றனர்.

கல்யாணப்பொண்ணோட அப்பா, அம்மா முன்னாடி ஒரு கார்ல போக... பின்னாடி ஒரு கார்ல கல்யாணப் பொண்ணு, தோழிகள் என வந்தனர்.

அவர்களைப் பின்தொடர்ந்து ஆதித்யன் நண்பர்களும் சென்றனர்.

அன்றைக்கு முகூர்த்த நாள் என்பதால், ரோட்டில் மிகுந்த ட்ராஃபிக்... கார் ஒரு சில இடங்களில் நின்று தான் சென்றது.

காரை ஆதித்யன் நண்பர்களால் நெருங்க முடியவில்லை.

ஆதித்யனுக்கு ஃபோன் செய்தால், ஃபோனை அவன் எடுக்கவில்லை.

ஒரு வழியாக அந்தக் கார்கள் மண்டபத்திற்கு வந்துவிட்டது.

காரில் இருந்து கல்யாணப்பொண்ணு இறங்கியது. அதே நேரம் ஆதித்யன் நண்பர்கள் அங்கு வந்தனர்.

திடீரென்று அந்தக் காரின் முன்னால் பெரிய பரபரப்பு.

அதைக் கண்டு நண்பர்கள் ஆச்சரியம் கொண்டனர். இன்னும் பொண்ணைக் கடத்தவில்லை, எப்படி ..?" என்று புரியாமல் பார்த்துக்கொண்டிருக்க

அந்தகப் பக்கம் ஒருவரைக் கூப்பிட்டு "என்ன அங்கு ஒரே பரபரப்பு...?" என்று கேட்டனர்.

"கார்ல கல்யாணப்பொண்ணே வரல..." என்றார் அவர்.

அதைக் கேட்டதும் ஆதித்யன் நண்பர்களுக்கு ஒரே குழப்பம்... அதோடு அந்தக் காரைப் பார்க்க,

அங்கு கல்யாணப் பொண்ணு போல் நின்றுகொண்டிருந்தது காயத்ரியின் தோழிகளில் ஒருவள்.

உடனே அந்த நண்பர்களின் ஃபோன் அடித்தது..

ஆதித்யன் தான் ஃபோன் செய்தான்.

"டேய்... அங்க எதுவும் பிரச்சனை இல்லையே..". என்றான் ஆதித்யன்.

"டேய்... இங்க கல்யாணப் பொண்ண காணோம்.." என்றனர்.

"மச்சான்... கல்யாணப் பொண்ணு என் கூட இருக்காங்க... சீக்கிரம் கிளம்பி கோயிலுக்கு வாங்க..." என்றான் ஆதித்யன்.

இவர்களுக்கு ஒரே ஆச்சரியமாக இருந்தது.

உடனே அங்கிருந்து புறப்பட்டு, கோயிலுக்குச் சென்றனர் நண்பர்கள்.

வந்ததும், "எப்படிடா பொண்ண கடத்துன.." என்றனர்.

வெள்ளை கொக்கு

"நான் எங்க கடத்துனேன்... அந்த பொண்ணே வந்துருச்சு..." என்றான் ஆதித்யன்.

"என்னடா சொல்ற... புரியல.." என்றனர் நண்பர்கள்.

"உனக்கு ஃபோன் பண்ணிச் சொன்னேன் அல்லவா.., மண்டபத்துக்குப் போய் பாத்துகளாம் என்று... சொல்லி முடித்துப் பார்த்துக்கொண்டிருக்கையில், என்னைத் தோலில் தட்டி யாரோ கூப்பிட்டனர்.

யார் என்று திரும்பிப் பார்த்தால், காயத்ரி...

"என்ன கூட்டிடு போங்க.." என்றாள். நான் அந்தப் பக்கம் திரும்பிப் பார்த்தால், கல்யாணப் பொண்ணு கார்ல ஏறினாள்.

எனக்கு ஒரே குழப்பம்... பிறகு தான் காயத்ரி சொன்னால்.. அது என் தோழி.. கல்யாணப் பொண்ணு வேடத்தில் இருக்கிறாள்.. வாங்க நம்ம போவோம்.. என்றாள்.

அதான் இங்க கூட்டிடு வந்துட்டேன்.." என்றான் ஆதித்யன்.

"சரி... எங்கிட்ட சொல்லிருந்தால் நாங்களும் உன்னுடன் வந்துருப்போம்ல... ஏன் எங்ககிட்ட சொல்லல..." என்றனர் நண்பர்கள்.

"கார்ல கல்யாண பொண்ணு இல்லனு எப்ப வேண்டுமானாலும் தெரியும்... எதுவும் பிரச்சனை வருதான்னு வேவுபார்க்க உங்களை அனுப்பினேன்..." என்றான் ஆதித்யன்.

இவ்வாறு நண்பர்கள் பேசிக்கொண்டிருக்க... ராஜேஷ், காயத்ரி இருவரும் அமைதியாக இருந்தனர்.

"என்ன நீங்க ரெண்டு பேரும் பேசமாட்டீங்களா..? ஊமையா..?" என்றனர் நண்பர்கள்.

"இல்லடா... என்ன சொல்றதுன்னு ஒரே தயக்கமா இருக்கு..." என்றான் ராஜேஷ்.

இவர்கள் பேசிக்கொள்வதை அறிந்து ஆதித்யனுக்கு, நந்தினியின் ஞாபகம் வந்து சென்றது.

உடனே ஃபோனை எடுத்து பார்த்தான் ஆதித்யன். அந்த ஃபோன் கால் வர இன்னும் சிறிது நேரம் மட்டுமே இருந்தது.

பிறகு நண்பர்கள் அனைவரும் ராஜேஷ் மற்றும் காயத்ரியை வெளியூருக்கு அனுப்பிவைத்தனர்.

சிறிது நேரம் கழித்து, ஆதித்யன் நினைத்தது போல் அந்த ஃபோன் கால் வந்தது.

ஆதித்யன் எடுத்து பேச, அந்த பக்கம் பதில் எதுவும் வராமல் அமைதியாகவே இருந்தது.

சில நொடிகள் கழித்து, "நந்தினி...?" என்று சற்று குரலைத் தாழ்த்திக் கேட்டான் ஆதித்யன்.

அந்த பக்கம், தான் நந்தினி பேசுகிறேன் என்பதைக் கூற தடுமாறினாள் நந்தினி.

வெள்ளை கொக்கு

பதட்டத்தில் மூச்சுக் காற்று பலமாக வீசியது.

அதை உணர்ந்து ஆதித்யன் மீண்டும், "நந்தினி.. நீயா பேசுவது..." என்று கேட்டான்.

மெல்லிய குரலில், நடுங்கிய வார்த்தைகளுடன்

"ஆம்.." என்றாள் நந்தினி.

ஆதித்யனுக்கு ஒரு கணம், சில நாட்களுக்கு முன் இருவருக்கும் இடையே நடந்த நிகழ்வுகள் வந்து சென்றன.

"எப்படி இருக்க நந்தினி...?" என்று கேட்டான் ஆதித்யன்.

நந்தினி அதே தயக்கத்துடன், "ஏன் என்னிடம் பேசவில்லை..?" என்றாள்.

அதைக் கேட்டு ஆதித்யன், நந்தினியின் அக்கா தன்னிடம் பேசியதைக் கூறி, "இதற்கு மேல் அவர்களுக்கு என்னால் பதில் சொல்ல முடியல.. உனக்கும் அது தெரிந்திருக்கும் என நினைத்தேன்.." என்றான் ஆதித்யன்.

"நீங்க என்னோட பேசாம இருக்கிறது, எனக்கு எதையோ இழந்த உணர்வு வந்தது... இவ்வளவு நாள் என்னுடன் இருந்த ஒன்று, சட்டென தொலைந்துவிட்டது போல் தோன்றியது..." என்றாள் நந்தினி.

"இல்லை... எனக்கும் ஏதோ தவறாகத் தோன்றியது..., அதனால் தான் நான் முற்றிலும் பேசுவதைத் தவிர்த்தேன்.." என்றான் ஆதித்யன்.

"என்னுடைய நிலைமையை நான் உங்களுக்கு சொல்லிட்டேன்... நான் தினமும் இதே போல் உங்களுக்கு ஃபோன் செய்வேன்... நீங்க என்னோடு பேசுங்க.., நான் வெளில இருந்து பேசுவதால்.. எங்க வீட்டுல யாருக்கும் தெரியாது..." என்றாள் நந்தினி.

ஆதித்யனுக்கு பல நினைவுகள் வந்து போயின, "நாம் இவ்வாறு பேசுவதால் எண்ணவாகிற போகுது..., நாம் பேசுவதால் ஒரு பெண் நிம்மதியா இருக்காங்க என்பது தவறில்லை.." என்று நினைத்து,

"சரி பேசுகிறேன்..." என்றான் ஆதித்யன்.

"சரி.. இன்று நேரமாகிவிட்டது, மீண்டும் நாளைக்கு பேசுவோம்.." என்று நந்தினி கூறி ஃபோனை வைத்தாள்.

இந்தப் பக்கம் ஆதித்யனும் ஃபோனை வைத்தான்.

நந்தினிக்கு இதுவரை இல்லாத ஒரு புது உணர்வு வந்தது. இது வரை எந்த ஒரு ஆணிடமும் பேசிராத நந்தினி, ஆதித்யனிடம் பேசிய பிறகு ஒரு ஆவலைத் தூண்டியது.

அதே புன்னகையுடன் வீட்டிற்கு வந்தாள் நந்தினி.

வெள்ளை கொக்கு

அக்கா உமையாள், இதுவரை நந்தினியின். ஃபோனை வைத்திருந்தாள்... இதுவரை ஆதித்யனிடம் இருந்து எந்த ஒரு மெசேஜ், ஃபோன் கால்ஸ் வராததாலும்... தங்கைக்கு நடந்த நிகழ்வால் அவள் மனம் சரியில்லாததாலும் அவளுக்கு மீண்டும் அந்த ஃபோனைக் கொடுக்க எண்ணினாள்.

மாலை நந்தினி வீட்டிற்கு வந்ததும், தங்கையை அழைத்தாள் உமையாள்.

ஆதித்யனிடம் அங்கு ஸ்கூலுக்கு அருகில் உள்ள ஃபோனில் பேசியது யாருக்கும் தெரியாது... ஒருவேளை அக்காவிற்கு அது தெரிந்துவிட்டதோ.., என எண்ணி சற்று பயத்துடன் அக்காவின் அருகில் வந்தாள்.

நந்தினி அருகில் வந்ததும்,

"என்ன ஸ்கூல்லாம் எப்படி போய்கிட்டு இருக்கு..?" என்று கேட்டாள் உமையாள்.

"ம்ம்.. ஓகே அக்கா..." என்று மெல்ல கூறினாள் நந்தினி.

"ஏன் கொஞ்ச நாட்களாக யாரிடமும் பேசாமல், எதையோ பறிகொடுத்தவாரு இருக்கிறாய்..?" என்று உமையாள் கேட்க,

அமைதியாக இருந்தாள் நந்தினி.

"அம்மா திட்டியதை நினைத்து கவலைபடுறியா.?" என்று கேட்டாள் உமையாள்.

அதற்கும் அமைதியாய் இருந்த நந்தினியின் கையைப் பிடித்து, அவளுடைய ஃபோனைக் கொடுத்தாள் உமையாள்.

அதை வாங்கிக்கொண்ட நந்தினி, உமையாளைச் சற்று பார்க்க...

"இனிமேல் கவனமாக இரு..." என்று சொல்லி ஃபோனைக் கொடுத்தாள் உமையாள்.

பிறகு அங்கிருந்து சென்றாள் அக்கா உமையாள்.

அந்த ஃபோனைப் பார்த்த வண்ணம் இருந்தாள் நந்தினி.

இந்தப் பக்கம் ஆதித்யன், நந்தினியிடம் மீண்டும் பேசுவதைப் பற்றி பெரிதும் அபிப்ராயம் கொள்ளாதவன் போல் இருந்தான்.

பிறகு அண்ணன் முருகனுக்கு ஃபோன் செய்தான் ஆதித்யன்.

அண்ணன் முருகன் ஃபோனை எடுத்ததும்,

"என்னடா தம்பி, நீ போன காரியம் நல்லபடியா முடிந்ததா.." என்றார்.

"அதெல்லாம் நல்ல படியாக முடிந்தது... அங்க எல்லோரும் ஓகே தான.." என்றான் ஆதித்யன். "இங்கு எல்லாம் நல்லபடியாக முடிந்தது.." என்றான் அண்ணன் முருகன்.

"சரி... நாளைக்கு நான் நம்ம ஊருக்கு வரேன்..." என்று ஃபோனை வைத்தான் ஆதித்யன்.

அடுத்த நாள், ஆதித்யன் கூறியது போல் தன் சொந்த ஊரான தேவக்கோட்டைக்குச் சென்றான் ஆதித்யன்.

வெள்ளை கொக்கு

தன் வீட்டுக்கு வந்ததும், முதலில் தன் அம்மாவைச் சந்தித்தான் ஆதித்யன்.

அம்மாவின் முன் சென்று நின்றதும், "ஏன்டா..! உனக்கு உன் அண்ணன் கல்யாணத்தை விட, உன் வேலை முக்கியமா போச்சா...?" என்றார் அம்மா.

"வேலை அந்த மாதிரி, அதான் உங்ககிட்ட சொன்னா இந்தமாதிரி சொல்லுவிங்கனு, அண்ணன் கிட்ட சொன்னேன்.." என்றான் ஆதித்யன்.

உடனே ஆதித்யன் அப்பா உள்ளிருந்து வந்தார்.

"ஏன் பையன் ஊர்ல இருந்து வந்ததும் திட்டுர.." என்று அப்பா, அம்மாவைப் பார்த்து கேட்டார்.

பிறகு அப்பா, ஆதித்யனைப் பார்த்து.. "அண்ணே உள்ளதான் இருக்கான்.. போய்ப் பாரு.." என்றார்.

ஆதித்யன் உடனே உள்ளே சென்று பார்த்தான்.

அண்ணன் முருகன் அமர்ந்திருக்க, அண்ணி காலை உணவைப் பரிமாறிக்கொண்டிருந்தார்.

முருகன், ஆதித்யனைப் பார்த்ததும் "வாடா.., ஆதித்யா..., எப்ப வந்த..." என்றார் முருகன்.

"இப்பொழுதுதான்..." என்று சொல்லிக்கொண்டே உள்ளே வந்தான் ஆதித்யன். அப்படியே அருகில் இருந்த அண்ணியையும் பார்த்தான் ஆதித்யன்.

அண்ணி, ஆதித்யனைப் பார்த்துவிட்டு "இவர் தான் அந்த சோழ தூதரோ..." என்று அண்ணனிடம் கூறிவிட்டு உள்ளே சென்றார் அண்ணி.

ஆதித்யனுக்கு ஒன்றும் புரியவில்லை, அப்படியே அண்ணனைப் பார்க்க.... அண்ணன் தலையைக் குனிந்தபடி, சிரித்துக்கொண்டே "ஆம்" என்றான்.

அண்ணி சென்றதும், ஆதித்யன் தன் அண்ணனின் அருகில் வந்து "அண்ணி என்ன சொல்லிட்டு போறாங்க..?" என்று கேட்டான்.

"அது ஒன்னுமில்லைடா தம்பி.... எனக்கு பதிலாக முன்பு இங்கிலீஷ்ல மெசேஜ் அனுப்பிவில... அது நேற்று உங்க அண்ணிக்கு தெரிஞ்சு போச்சு.." என்றார் முருகன்.

"எப்படி..?" என்றான் ஆதித்யன்.

"நேற்று கல்யாணம் முடிந்து சாயங்காலம் உட்கார்ந்து பேசிக்கொண்டிருந்தோம்... அப்பொழுது உங்க அண்ணிக்கு மெசேஜ் வந்தது. அந்நேரம் எதோ கூல்ட்ரிங்க்ஸ் குடித்து கொண்டிருக்க... அந்த ஃபோனை என்னிடம் கொடுத்து, இதுக்கு பதில் மெசேஜ் அனுப்புங்க.. என்றாள்... எனக்கு ஒன்றும் தெரியவில்லை... அப்பொழுதுதான் கூறினேன் இதுக்கு முன்னாடி எனக்கு மெசேஜ் அனுப்ப சொன்னது நீதான்

என்று... அதற்குத் தான் தூதர் அது இதுனு சொல்கிறாள்.." என்றான் அண்ணன்.

ஆதித்யன் இதைக் கேட்டதும், "ஓஹோ... அப்படியா..." என்று கூறிக்கொண்டிருக்க..

மீண்டும் அண்ணி வந்தார்.

ஆதித்யனை அருகில் அமரச் சொல்லி, அவனுக்கு உணவு பரிமாறினாள் அண்ணி.

அப்படி பரிமாறிக்கொண்டே, "என்ன கொழுந்தனாரே..., ப்ரெண்ட்க்கு லவ் மேரேஜ் எல்லாம் நல்லபடியா முடிந்ததா..." என்றார் அண்ணி.

இதைக் கேட்டதும் மீண்டும் ஆதித்யனுக்கு ஆச்சரியம்.. "அடப்பாவி அண்ணா... இதையும் சொல்லிட்டியா..." என்று மனதுக்குள் நினைத்துக்கொண்டு அருகில் இருந்த அண்ணனைப் பார்த்தான்.

அண்ணன் திருட்டு முழி முழிக்க, ஆதித்யன் அண்ணனை "உனக்கு ஒருநாள் இருக்குடா.." என்று நினைத்துக்கொண்டு அண்ணியை பார்த்து "ஆமா.. அண்ணி..., எல்லாம் நல்லபடியா முடிஞ்சுருச்சு..." என்றான் ஆதித்யன்.

அண்ணியும் அதைக் கேட்டு புன்னகைக்க, ஆதித்யன் மெல்லிய குரலில், "இது அப்பாவுக்கும், அம்மாவுக்கும் தெரியவேண்டாம்.." என்றான்.

அண்ணியும் சிரித்து கொண்டே, "சரி.." என்று கூறி அங்கிருந்து சென்றார்.

இந்தகப் பக்கம் நந்தினி, வழக்கம்போல் ஸ்கூலுக்கு சென்று வரும் வழியில் அந்த ஒரு ரூபாய்க் காயின் ஃபோன் இருக்கும் இடத்திற்குச் சென்று ஃபோன் செய்தாள் நந்தினி.

அதே நேரம் ஆதித்யன், வீட்டில் அண்ணண், அண்ணியுடன் பேசிக்கொண்டிருந்தான். ஆதித்யன் ஃபோன் அடிக்க, எடுத்துப் பார்த்தான்.

அவன் நினைத்தது போலவே நந்தினி தான் பேசினாள். உடனே அங்கிருந்து எழுந்து தனியாக வந்து பேசினான் ஆதித்யன்.

நேற்று பேசியது போலவே சற்று தயங்கியவாறே, வார்த்தைகள் தடுமாறியவாறே பேச ஆரம்பித்தாள் நந்தினி.

"இப்போ எங்க இருக்கிங்க...?" என்று கேட்டாள் நந்தினி.

"நான் என் சொந்த ஊரில் இருக்கிறேன்..." என்றான் ஆதித்யன்.

"என் அக்கா, என் ஃபோனைத் திரும்ப என்னிடம் கொடுத்துடாங்க.." என்றாள் நந்தினி.

"அப்படியா.., அப்படினா நீ அதிலிருந்தே பேசலாமே..." என்றான் ஆதித்யன்.

"இல்லை... அவர்களுக்கு நான் உங்களிடம் பேசுவது தெரியாது... " என்றாள் நந்தினி.

"அதான் முன்னாடியே சொன்னியே..." என்றான் ஆதித்யன்.

"ஆம்... அதனால் மீண்டும் என் ஃபோனில் இருந்து பேசினாள்., எப்படியும் தெரிந்துவிடும்.." என்றாள் நந்தினி.

"சரி... நீ இங்கு பேசுவது மட்டும் வேறு யாருக்கும் தெரியாதா..?" என்றான் ஆதித்யன்.

"யாருக்கும் தெரியாமல் தான் பேசுகிறேன்..., இருந்தாலும் தொடர்ந்து இவ்வாறு பேசமுடியாது..." என்றாள் நந்தினி.

இவ்வாறு பேசிக்கொண்டிருந்த நந்தினியின் கண்கள் அங்கும் இங்கும் அலைபாய்ந்து கொண்டே இருந்தது. யாராவது நம்மை பார்த்துவிடுவார்களோ... என்று நாலாபுறமும் கண்காணித்துக் கொண்டிருந்தாள் நந்தினி.

அவ்வாறு பேசிக்கொண்டிருக்க, ஆதித்யன் சற்று இருமினான்.

"என்ன ஆச்சு...?" என்றாள் நந்தினி.

"ஒன்னுமில்ல சிகரெட் பிடிச்சுகிட்டு இருக்கேன்... அந்த புகை தான், வேறொன்றுமில்லை.." என்றான் ஆதித்யன்.

"சிகரெட்டா.. வெள்ளையா இருக்குமே.., புகை வருமே... அதுவா..?" என்றாள் நந்தினி.

"ஆமாம், உனக்கு சிகரெட் தெரியாதா..?" என்றான் ஆதித்யன்.

"நீங்க சிகரெட் பிடிப்பிங்களா..?" என்றாள் நந்தினி.

ஆதித்யன், "ஆம்.." என்று சொல்ல,

ஃபோனைச் சட்டென கட் செய்துவிட்டு அங்கிருந்து சென்றாள் நந்தினி.

இதைச் சற்றும் எதிர்பாராத ஆதித்யன், கொஞ்சம் அதிர்ச்சியானான்.

"என்ன இது..? நாம் எதுவும் தவறாக சொல்லிவிட்டோமோ.." என்று நினைத்துக்கொண்டான் ஆதித்யன்.

பிறகு ஆதித்யன், தன் அண்ணனிடம் வந்து, "நாளை சென்னைக்குக் கிளம்பனும்" என்றான்.

"சரி... கிளம்பிடுவோம்... நாங்களும் தான் வருகிறோம்" என்றான் அண்ணன்.

அதை கேட்டதும், "சரி.. சரி... நாளைய பொழுது நமக்கு சென்னையில்..." என்று கூறி வீட்டிற்குள் சென்றான் ஆதித்யன்.

அடுத்த நாள், ஆதித்யன் கூறியது போல்... ஆதித்யன், அண்ணன் முருகன், அண்ணி சகுந்தலா மூவரும் சென்னை வந்தனர்.

ஆதித்யன் அவன் தங்கியிருக்கும் வீட்டிற்கு சென்றான். அண்ணனும், அண்ணியும் அவர்களுடைய வீட்டிற்கு செல்வதாக கூறி விடைபெற்றுக்கொண்டனர்.

வழக்கம் போல் ஆதித்யன் வேலைக்கும் சென்றான். வேலை முடிந்து வீட்டிற்கு செல்லும் போது ஃபோனை எடுத்து எடுத்து பார்த்துக்கொண்டே வந்தான் ஆதித்யன்.

வெள்ளை கொக்கு

"இந்நேரம் நந்தினி ஃபோன் செய்திருக்கனுமே.." என்று எண்ணினான் ஆதித்யன்.

அன்று முழுதும் ஆதித்யன் காத்திருக்க, நந்தினியிடம் இருந்து ஃபோன் வரவேயில்லை.

அடுத்த நாள் ஆதித்யன் வேலை முடிந்து வரும்போது ஃபோன் அடித்து, உடனே கட் ஆனது.

ஆதித்யன் எடுத்துப்பார்க்க, அது நந்தினி தினமும் ஃபோன் செய்யும் ஒரு ரூபாய் ஃபோன் நம்பர்.

பிறகு சிகரெட்டை எடுத்து பற்ற வைத்தான்.

சிறிது நேரம் கழித்து நந்தினியிடம் இருந்து மீண்டும் ஃபோன் வந்தது.

ஆதித்யன் சட்டென ஃபோனை எடுத்து,

"ஹலோ.." என்று கூற, அந்த பக்கத்தில் இருந்து எந்த பதிலும் வரவில்லை.

அமைதியாக இருப்பதை உணர்ந்து "நந்தினி.." என்றான் ஆதித்யன்.

தயங்கியவாறே நந்தினி "ம்... ம்ம்.." என்றாள்.

"என்ன ஆச்சு..? தினமும் ஃபோன் பண்ணுவ, ஏன் நேற்று ஃபோன் பண்ணல..?" என்று கேட்டான் ஆதித்யன்.

"இல்ல.. நேற்று... நீங்க சிகரெட் பிடிப்பிங்கனு சொன்னிங்க... அதான்..." என்றாள் நந்தினி.

"அதனால் என்ன... அன்றைக்கு பேசும்போது கூட சட்டென ஃபோனை வச்சுட்ட.." என்றான் ஆதித்யன்.

நந்தினி மெல்லிய குரலில், சற்று அழுகையை விலுங்கியவாரு, தயக்கத்துடன்..,

"இல்ல எனக்கு எங்க அப்பாவை ரொம்ப பிடிக்கும். அவங்களும் இதே மாதிரி சிகரெட் புடிப்பாங்க.. அதனால் ஒருநாள் அவங்களுக்கு மூச்சு திணறல் ஏற்பட்டு, ஹார்ட் அட்டாக் வந்து இறந்துட்டாங்க... அதே போல் நீங்களும் இப்போ சிகரெட் புடிக்குறிங்க... நீங்களும் என் அப்பா மாதிரி என்னை விட்டு போயிடுவிங்களோனு பயந்து என்ன சொல்றதுன்னு தெரியாம ஃபோனை வச்சுட்டேன்.. அதே மாதிரி அடுத்த அதே எண்ணம் எனக்கு தோணுச்சு.. அதான் பேசாம இருந்தேன்..." என்று கூறினாள் நந்தினி.

இதை கேட்டதும் ஆதித்யனுக்கு உடலில் ஒரு சிலிர்ப்பு ஏற்பட்டது. அவன் பார்வை வானை நோக்கியது,

சில வினாடிகள் கண்களை மூடி சிந்தித்தான். நம்மை இந்த பெண் இந்த அளவுக்கு நினைத்துக்கொண்டிருக்கிறாள். ஆனால் நாம் ஏதோ கடமைக்கு பேசுவது போல் எண்ணிவிட்டோமே என்று எண்ணி மிகவும் வருந்தினான்.

இம்முறை ஆதித்யனுக்கு பேச வார்த்தைகள் தடுமாறியது... அதே தயக்கத்துடன் பேச ஆரம்பிக்க நந்தினியின் விம்மல் குரல் கேட்டது.

அதைக் கேட்டு மேலும் மனம் நொந்துபோனான் ஆதித்யன். அவனை அறியாமல் சில வார்த்தைகள் தயங்கித் தயங்கிக் கூற ஆரம்பித்தான், "என்னை மன்னிச்சிடு... இனிமேல் நான் சிகரெட் பிடிக்கமாட்டேன். உன் அப்பாவைப் போல் உன்னைவிட்டுச் செல்லமாட்டேன், இது சத்தியம்..." என்று கூறினான் ஆதித்யன்.

அதைக் கேட்டதும் கலங்கிய நந்தினியின் முகம், சற்று மலர்ந்தது. இதழ்கள் லேசாக புன்னகையைத் தழுவின.

"சரி.. நாளை பேசுகிறேன்" என்று கூறி ஃபோனை வைத்தாள் நந்தினி. ஆதித்யனும் ஃபோனை வைத்துவிட்டு அப்படியே நின்ற இடத்தில் அமர்ந்தான். கையில் இருந்த சிகரெட் துண்டு கீழே விழுந்தது,

நந்தினி கூறிய வார்த்தைகள் அவன் காதில் கேட்டுக்கொண்டே இருந்தது. அதற்கு பதிலாக அவனைக் கூறிய வார்த்தைகளை நினைத்து பார்த்தான் ஆதித்யன்.

"நாம் ஏன் இப்படி கூறினோம், யார் இந்த நந்தினி.., அவள் முகத்தைக் கூடப் பார்த்ததில்லை.. அவளும் நம் முகத்தைப் பார்த்ததில்லை.. அவளை நினைத்து நம் மனம் துடிக்கிறதே..." என்று அவனுக்குள் நினைத்துக்கொண்டான்.

அன்றிரவு முதன் முதலாக ஆதித்யனுக்கு நந்தினியின் மேல் இனம் புரியா ஈர்ப்பு வர ஆரம்பித்தது. இன்று நடந்த உரையாடல் ஆதித்யன் மனதில் ஓடிக்கொண்டே இருந்தது.

அதேபோல் நந்தினி, இன்று ஃபோனில் நடந்த உரையாடலை நினைத்துக்கொண்டே வீட்டிற்கு வந்தாள்.

இன்றைய இரவு இருவரின் வாழ்க்கையிலும் ஒரு முக்கிய நாளாக மாறியது.

ஆதித்யன் யோசனை

அடுத்த நாள் காலையில், தூக்கத்திலிருந்து எழுந்த ஆதித்யன் முதன் முதலாக ஒரு புதிய உணர்வை எதிர்பார்த்தான். நந்தினியின் நினைவுகள் முன் வந்து சென்றன. பிறகு வேலைக்கு புறப்பட்டுச் சென்றான் ஆதித்யன். அங்கும் நந்தினியின் நினைவாகவே இருந்தது.

மாலை வேலை முடிந்து வரும்போது ஒரு டீ கடைக்குச் சென்று, டீ மற்றும் சிகரெட் வாங்குவது வழக்கம்.. அதேபோல் அந்த கடைக்குச் சென்று "ஒரு டீ கொடுங்க.." என்றான்.

கடைக்காரர் ஆதித்யனைப் பார்த்து "இவர் நம்மிடம் வாடிக்கையாக வருபவர்..." என்பதால் டீயுடன் சேர்த்து ரெண்டு சிகரெட்டையும் வைத்தார்.

அதைப் பார்த்தவுடன் ஆதித்யன், டீயை மட்டும் எடுத்துவிட்டு சிகரெட் வேண்டாம் என்றான்.

கடைக்காரருக்கும் சற்று ஆச்சரியமாக இருந்தது.

மேலும், ஆதித்யனுக்கு நந்தினியின் ஞாபகம் வந்து வந்து போக, நந்தினியின் ஃபோனை எதிர்பார்த்து காத்திருந்தான் ஆதித்யன்.

சிறிது நேரத்தில் அவனுக்கு நந்தினியிடம் இருந்து ஃபோன் வந்தது.

ஃபோனை எடுத்து பேசினான் ஆதித்யன்.

இம்முறை நந்தினி "ஹலோ.." என்று சொல்ல,

ஆதித்யன் எதுவும் பேசாமல் அமைதியாய் இருந்தான்.

நந்தினி யோசித்துவிட்டு மீண்டும் "ஹலோ.." என்றாள்.

லேசாக தொண்டையைக் கனைத்தான் ஆதித்யன்.

"என்ன ஆச்சு..?" என்றாள் நந்தினி.

நேற்று பேசியதன் மூலம், புதிதாக கிடைத்த உணர்வு ஆதித்யனைப் பேசத் தடுத்தது.

நந்தினி, "நேற்று உங்க நம்பரை என் ஃபோன்ல save பண்ணேன்... உங்க வாட்ஸ்அப்ல ஒரு ஃபோட்டோ இருந்தது... அது நீங்க தானா..?" என்றாள் நந்தினி.

எதையோ சிந்தித்து கொண்டிருந்த ஆதித்யன், சட்டென சுயநினைவுக்கு வந்து "என்ன சொன்ன..."என்று கேட்டான் ஆதித்யன்.

நந்தினி, "உங்க முகம் எப்படி இருக்குனு வாட்ஸ்அப்ல பார்த்தேன்..." என்றாள்.

"அப்படியென்றால் வாட்ஸ்அப்ல இருந்தே பண்ணலாமே.." என்றான் ஆதித்யன்.

வெள்ளை கொக்கு

"இல்ல முதல்ல பிரச்சனை ஆன மாதிரி, மறுபடியும் ஆகிறுச்சுனா..?" என்றாள் நந்தினி.

சற்று யோசித்த ஆதித்யன், "என் நம்பரைப் பெயர் மாற்றி உன் ஃபோன்ல save பண்ணி வச்சுக்கோ..." என்றான் ஆதித்யன்.

"அது பிரச்சனை இல்லை, என் அக்கா என் ஃபோனை எடுத்து உங்களுக்கு மெசேஜ் செய்தாள்..! என்ன செய்வது..? நான் என்று நினைத்து நீங்கள் மெசேஜ் செய்வீங்க.. அப்புறம் பெரிய பிரச்சனை ஆகும்.. அதனால் தான் இந்த ஒரு ரூபாய் காயின் ஃபோன்ல இருந்து பண்றேன்" என்றாள் நந்தினி.

"அப்படியானால் நான் தினமும் உன் போனுக்கு காத்திருக்கனும்.., உன்னுடைய ஃபோன் இருந்த கொஞ்சம் ஈசியா இருக்கும்...". என்றான் ஆதித்யன்.

"அப்படினா என்ன செய்வது நீங்களே சொல்லுங்கள்.." என்றாள் நந்தினி.

"நான் உனக்கு எனக்கு மெசேஜ் செய்ய ஆரம்பிக்கும் போது, முதலில் 'who' என்று அனுப்புவேன்.., அதை நீ பார்த்தாள் அன்றைக்குண்டான தேதியை எனக்கு நீ மெசேஜ் பண்ணு.. அப்படி பண்ணுனினா நீதான் பேசுற என்று நினைத்து நான் மேற்கொண்டு பேசுவேன்... இது உங்க அக்காவுக்குத் தெரியாது... தினமும் மெசேஜ் பண்ணிட்டு அன்றைக்குண்டான மெசேஜ் எல்லாத்தையும் நீ delete பண்ணிடு.." என்றான் ஆதித்யன்.

நந்தினி யோசித்துக்கொண்டே இருந்தாள்.

"நீ அப்படி தேதி அனுப்பாம வேற ஏதாவது மெசேஜ் அனுப்புனா, வேற யாரோ ஃபோன் உபயோக படுத்துறாங்க என்று நினைத்து நான் மெசேஜ் செய்ய மாட்டேன்.. என்ன ஓகே வா.." என்றான் ஆதித்யன்.

"ம்ம்... நல்ல யோசனை... அப்படியே செய்வோம்.." என்று கூறி நந்தினி ஃபோனை வைத்தாள்.

இந்த பக்கம் ஆதித்யனும் ஃபோனை வைத்தான்.

அடுத்த நாள் ஆதித்யனுக்கு கம்பெனி லீவு.

லீவு நாட்களில் தன் அண்ணனுடைய வீட்டுக்குப் போவது வழக்கம்.

அதே போல் அண்ணன் வீட்டுக்கு சென்றான்.

அன்றிரவு ஆதித்யன் மற்றும் நந்தினி இருவரும் பேசிவைத்தது போல், ஃபோனில் மெசேஜ் செய்தனர்.

முதலில் நந்தினி "Hi" என்று மெசேஜ் செய்தாள்.

ஆதித்யன் அந்த மெசேஜைப் பார்த்துவிட்டு,

நந்தினியின் மொபைலில் இருந்து வந்ததால்..

அவர்கள் பேசியது போலவே 'who' என்று மெசேஜ் செய்தான்.

அதற்கு பதிலாக நந்தினி அன்றைய தேதியை அனுப்பினாள்.

அதன் பிறகு ஆதித்யன் 'Hi' என்று அனுப்பினான்.

"இப்போ ஃபோன் பண்ணவா..." என்றாள் நந்தினி.

"ம்ம் பண்ணு.." என்றான் ஆதித்யன்.

பிறகு ஃபோன் செய்தால் நந்தினி..

ஆதித்யன் ஃபோனை எடுத்ததும், "இப்போ எங்க இருக்க.." என்றான்.

"என் ரூமில் இருந்து தான் பேசுறேன்..." என்றாள் நந்தினி.

"நைட் 9 மணி ஆச்சு... உங்க அக்கா வந்துருப்பாங்களே.." என்றான் ஆதித்யன்.

"ம்ம் வந்துட்டாங்க.. அவங்க தனியா வேற ரூம்ல இருக்காங்க.." என்றாள் நந்தினி.

"அப்படியா.. சரி.., சரி.." என்றான் ஆதித்யன்.

"ஆமா... உங்க வாட்ஸ்அப் ஃபோட்டோல ஒரு பைக்ல இருகிங்களே அது நீங்க தான..?" என்றாள் நந்தினி.

"ஆமா.. நான் தான்.." என்றான் ஆதித்யன்.

"உங்களுக்கு பைக் ஓட்ட தெரியுமா...?" என்றாள் நந்தினி.

"ஏன் கேக்குற..?" என்றான் ஆதித்யன்.

"இல்ல சொல்லுங்க.. தெரிஞ்சுக்க தான்.." என்றாள் நந்தினி.

"அது எங்க அண்ணனோட பைக்.., எனக்கு பைக் ஓட்ட தெரியாது..." என்றான் ஆதித்யன்.

"ஓ... அப்படியா.." என்று தாழ்ந்த குரலில் சொன்னாள் நந்தினி.

"ஏன் என்ன ஆச்சு..?" என்று ஆதித்யன் கேட்க,

"ஒன்றுமில்லை.. சும்மாதான் கேட்டேன்.." என்றாள் நந்தினி.

இவ்வாறு பேசிக்கொண்டிருக்க, ஆதித்யன் ஃபோனில் இருந்து ஏதோ சத்தம் வந்தது.

ஆதித்யன் என்னவென்று பார்க்க, ஃபோன்ல சார்ஜ் இல்லை... உடனே ஆதித்யன், "என் ஃபோன்ல சார்ஜ் இல்ல.. நாளைக்கு பேசுவோமா.." என்றான் ஆதித்யன்.

"இன்னும் கொஞ்ச நேரம் பேசலாமே..." என்றாள் நந்தினி.

சற்று யோசித்த ஆதித்யன், "கொஞ்சம் ஃபோனைக் கட் பண்ணு, வேற ஃபோன்ல இருந்து மெசேஜ் பண்றேன்.." என்றான்.

அதே போல் நந்தினியும் ஃபோனை கட் பண்ண, சிறிது நேரம் கழித்து ஆதித்யன் வேற ஃபோனில் இருந்து மெசேஜ் அனுப்பினான்.

அந்த மெசேஜைப் பார்த்த நந்தினி, "ஃபோன் பண்ணுங்க.." என்று மெசேஜ் அனுப்பினாள்.

"இல்ல இந்த ஃபோன்ல இருந்து மெசேஜ் மட்டும் தான் பண்ண முடியும்... ஃபோன் பண்ணா, ஃபோன்ல உள்ள காசு குறைஞ்சுடும்... அதனால தான் மெசேஜ் பண்ணேன்.." என்று மெசேஜ் அனுப்பினான் ஆதித்யன்.

"ஓ... அப்படியா.." என்றாள் நந்தினி.

"சரி... என்ன விஷயம்..? சொல்லு.." என்று மெசேஜ் அனுப்பினான் ஆதித்யன்.

"எனக்கு இன்னும் கொஞ்ச நாள்ல exam ஆரம்பிக்கப் போகுது..." என்று மெசேஜ் அனுப்பினாள் நந்தினி.

"அப்படியா... சரி.., சரி.. என் கூட பேசினால், உன்னால exam ல கவனம் செலுத்த முடியாது.. அதனால ஒழுங்கா படி..." என்று மெசேஜ் அனுப்பினான் ஆதித்யன்.

"இல்ல நீங்க மெசேஜ் பண்ணல, ஃபோன் பண்ணல அப்படினாதான் என்னால ஒழுங்கா படிக்க முடியாது... நீங்க மெசேஜ் பண்ணனும்.." என்றாள் நந்தினி.

"சரி.. சரி..." கண்டிப்பா பண்றேன் என்று மெசேஜ் அனுப்பினான் ஆதித்யன்.

"சரி.. நாளைக்கு பேசுறேன்.." என்று மெசேஜ் அனுப்பினாள் நந்தினி.

"ஓகே... " என்று மெசேஜ் அனுப்பி ஆதித்யனும்

ஃபோனை வைத்தான்.

அனுப்பிய மெசேஜ் எல்லாத்தையும் அழிச்சுட்டு, யாருக்கும் தெரியாம ஃபோனை வைத்துவிட்டு வந்தான் ஆதித்யன்.

இப்படியே தொடர்ந்து இரண்டு, மூன்று நாட்கள் ஆதித்யன் மற்றும் நந்தினி பேசிக்கொண்டு இருந்தனர்.

ஒருநாள் இரவு நேரம் இருவரும் ஃபோனில் பேச ஆரம்பிக்கும் போது, வழக்கம் போல் ஆதித்யன் முதலில் 'who' என்று அனுப்பினான்.

அதற்கு பதிலாக "நீங்க யாரு..?" என்று மெசேஜ் வந்தது.

அதை கண்டதும் ஆதித்யனுக்கு ஒரு பதட்டம் ஏற்பட்டது.

"அய்யய்யோ... வேற யாரோ மெசேஜ் வருது... நம்ம 'who'என்று அனுப்பினால், இன்றைய தேதி தான வரணும்.. என்ன வேற மெசேஜ் வருது...

ஒரு வேளை நந்தினியின் அக்கா ஃபோனை எடுத்துட்டாங்களோ.. "என்று நினைத்து பயப்பட ஆரம்பித்தான் ஆதித்யன்.

கை,கால் எதுவும் ஓடவில்லை...,

"திரும்ப அந்த பொண்ண மாட்டிவிட்டுடோமே...

நம்மால அந்த பொண்ணுக்கு பிரச்சனை வந்திருச்சே..." என்று எண்ணி மனம் நொந்து போனான் ஆதித்யன்.

அந்த பயத்திலேயே அவனுக்கு அன்றிரவு தூக்கமும் வராமல் இருந்தது. இரவு முழுக்க அதையே நினைத்து, என்ன ஆச்சு என்று மெசேஜ் பண்ணி கேட்க முடியாமலும், அப்படி ஃபோன் பண்ணினால் கூட எதாவது பிரச்சனை வந்துவிடுமோ என்று எண்ணி தவித்துபோனான் ஆதித்யன்.

அடுத்தநாள் விடிந்தது, தூக்கம் ஆதித்யன் கண்களைச் சொக்கியிருக்க, அதே கலக்கத்துடன் கூடிய பயத்தில் இருந்தான் ஆதித்யன்.

இப்படி பயத்தில் இருக்க, அதே நம்பரில் இருந்து ஃபோன் வந்தது.

அதை கண்டதும் ஆதித்யனின் பயம் உச்சத்தை எட்டியது.

கை நடுக்கத்தோடு ஃபோனை எடுத்து பேசினான் ஆதித்யன்.

அந்த பக்கம் அமைதியாக இருந்தது... அந்த அமைதி மேலும் ஆதித்யனுக்கு பயத்தை ஏற்படுத்தியது.

தொண்டையைக் கணைத்தவாரு, "நான் நந்தினி.." என்று கூறினாள்.

அந்தக் குரலை கேட்டதும், அது நந்தினி தான் பேசுவது என்று தெரிந்ததும், ஆதித்யன்

"நீ நிஜமாவே நந்தினி தானா.., இதுக்கு முன்னாடி மெசேஜ் பண்ணாது யாரு.." என்று கொஞ்சம் பதட்டத்துடன் கேட்டான் ஆதித்யன்.

"நான் தான்.., சும்மா விளையாட்டுக்கு அப்படி மாத்தி மெசேஜ் அனுப்பினேன்..." என்றாள் நந்தினி.

அதைக் கேட்டதும், சற்று முன் ஏற்பட்ட பயத்திற்கு நேர்மாறாக பயங்கர கோபமடைந்தான் ஆதித்யன்.

"உனக்கு ஏதாவாது அறிவு இருக்கா..?, எதுல விளையாடனும்னு தெரியாது...? நான், உனக்கு ஏதோ பிரச்சனை, மாட்டிகிட்டியோ என்று பயந்தே போனேன்... ஒரு நிமிஷம் ஆடிப்போயிட்டேன்.." என்று ஆதித்யன் கத்தி கூற, அதைக் கேட்டு நந்தினி சட்டென உறைந்து போனாள்.

மேலும், ஆதித்யன் சத்தமாக "என்னால மறுபடியும் பிரச்சனை வந்துருச்சோனு பயந்து நைட் முழுதும் தூங்கல... கொஞ்சம் யோசிக்க மாட்ட..." என்று கூற

நந்தினி மூச்சு கூட விடாமல் அப்படியே நின்றாள்.

இதுவரை நந்தினியிடம் யாரும் இப்படி பேசினது இல்லை...

மேலும் ஆதித்யன் கடுமையான கோபத்தில், "இனிமேல் என்னுடன் பேசாத..." என்று சொல்லி ஃபோனை உடனே கட் செய்தான்.

உறைந்து போன நந்தினி, ஃபோனைக் காதில் வைத்திருந்தபடியே இருந்தாள்.

நந்தினிக்கு என்ன செய்வதென்று தெரியவில்லை.

உடனே திரும்ப ஆதித்யனுக்கு ஃபோன் செய்தாள் நந்தினி. ஆதித்யனின் ஃபோன் சுவிட்ச் ஆஃப் என்று வந்தது.

அன்று இரவு நந்தினிக்கு தூக்கம் வரவில்லை.

அடுத்தநாள் நந்தினி, ஆதித்யனுக்கு "sorry" என்று மெசேஜ் அனுப்பினாள்.

அதை பார்த்தும் எந்த ஒரு பதிலும் கூறாமல் இருந்தான். இரண்டு, மூன்று முறை நந்தினி ஆதித்யனுக்கு ஃபோன் செய்தாள். ஆனால் ஆதித்யன் ஃபோனை எடுக்கவில்லை.

இதிலிருந்து ஆதித்யன், நந்தினியை முற்றிலும் தவிர்ப்பது போல இருந்தது.

இரண்டு,மூன்று நாட்கள் இவ்வாறு நந்தினி அனுப்பும் மெசேஜுக்கு பதில் அனுப்பாமல், ஃபோன் செய்தாள் எடுக்காமல் இவ்வாறே இருந்தான் ஆதித்யன்.

அப்படியிருக்க, ஒருநாள் கம்பெனி லீவு என்பதால், தன் அண்ணன் வீட்டுக்கு சென்றான் ஆதித்யன்.

ஆதித்யன், அண்ணனின் வீட்டிற்கு வர...

அண்ணனும், அண்ணியும் வெளியில் செல்வதற்காகக் கிளம்பிக்கொண்டு இருந்தார்கள்.

"என்ன அண்ணா..., வெளில கிளம்புறிங்களா..?" என்றான் ஆதித்யன்.

"ஆமா... சும்மா அப்படியே கொஞ்சம் சென்னையை சுற்றி பார்த்துட்டு வரலாம்னு.." என்றான் அண்ணன் முருகன்.

உடனே அருகில் இருந்த அண்ணி, "நீங்களும் வாங்க... போவோம்..." என்றார்.

"இல்ல.. இல்ல.. நீங்க போயிட்டு வாங்க... நான் படுத்து கொஞ்சம் ரெஸ்ட் எடுக்குறேன்.." என்றான் ஆதித்யன்.

"தம்பி... அப்பாதான் இப்போ கடைக்கு போயிருக்காரு, நீயும் கொஞ்சம் போய் அப்பாவுக்கு ஒத்தாசையாக இரு..." என்றான் அண்ணன் முருகன்.

"சரி... கொஞ்ச நேரம் கழிச்சு போறேன்..." என்று கூறிவிட்டு அங்கிருந்து வீட்டிற்குள் சென்றான் ஆதித்யன்.

ஆதித்யன் கொஞ்ச நேரம் தூங்கிவிட்டு, சாயங்கால நேரம் அப்படியே ஹோட்டலுக்கு கிளம்பிச் சென்றான்.

ஹோட்டலில் அப்பா வேலை பார்த்துக்கொண்டிருக்க, ஆதித்யன் வந்ததும்

நேரே சென்று "நீங்க போய் உட்காருங்க நான் பாத்துக்கிறேன்.." என்று சொல்லி ஆதித்யன் அங்கிருந்த வேலைகளைப் பார்க்க ஆரம்பித்தான்.

அப்பாவும் அங்கிருந்த சேரில் அமர்ந்திருந்தார்.

அப்பொழுது அப்பாவின் ஃபோன் அடித்தது,

அப்பா எடுத்து பேசினார்.

"ஆதித்யன் இருக்காரா..?" என்று கேட்டது அக்குரல்.

அது ஒரு பெண்ணோட குரல் என்பதால்,

சற்று யோசித்த அப்பா "நீங்க யாரு..?" என்று கேட்டார்.

"அது உங்களுக்கு தேவையில்லாத விஷயம், அவரு என்கிட்ட பேசி மூன்று நாட்களுக்கு மேல ஆகுது... அதான் அவருக்கு ஃபோன் செய்தேன்.. எந்த பதிலும் இல்லை... அதான் இந்த நம்பருக்கு ஃபோன் செய்தேன்.." என்றது அக்குரல்.

அதைக் கேட்டதும் அப்பாவுக்கு ஒன்னும் புரியவில்லை.

அப்பா தன் மகனான ஆதித்யனை மேலும் கீழும் பார்த்தார்.

வேலை செய்து கொண்டிருந்த ஆதித்யன், "என்ன அப்பா நம்மல இப்படி பாக்குறாரு.." என்று நினைத்துக்கொண்டே இருக்க,

உடனே அப்பா, "கொஞ்சம் இருங்க, ஆதித்யன் கிட்ட கொடுக்குறேன்.." என்றார் அப்பா.

ஃபோனில் யாராக இருக்கும் என்று நினைத்துக்கொண்டே ஃபோனை வாங்கிப் பேசினான் ஆதித்யன்.

"ஹலோ.." என்று ஆதித்யன் கூற

"நான் நந்தினி பேசுறேன்..." என்றாள்.

அதைக் கேட்டதும் ஆதித்யனுக்கு தூக்கிவாரி போட்டது.

இவ்ளோ நேரம் என் அப்பாகிட்ட பேசுனது நீயா என்று மனதுக்குள் நினைத்துக் கொண்டு,

"கொஞ்சம் இரு, என் ஃபோன்ல இருந்து கூப்பிடுறேன்..." என்று சொல்லி ஃபோனைக் கட் அப்பாவிடம் கொடுத்தான் ஆதித்யன்.

அப்பா, ஒரு மாதிரியாக ஆதுத்யனைப் பார்க்க..

ஆதித்யன், அப்பாவிடம் எதுவும் பேசாமல் தலைகுனிந்து சென்றான்.

பிறகு அவன் ஃபோனை எடுத்து நந்தினிக்குப் பேசினான் ஆதித்யன்.

ஃபோனை எடுத்ததும், "ஹலோ.." என்றாள் நந்தினி.

அப்பாவுக்கு கேட்டுவிடக் கூடாது என்று ஆதித்யன் மெல்லிய குரலில்,

"ஏய்.. லூசு... உனக்கு எதாவது அறிவு இருக்கா..?, என் அப்பாவுக்கா ஃபோன் பண்ணி பேசுவ.. எதுவா இருந்தாலும் எனக்கு பேசவேண்டியது தான.." என்றான்.

"என்னது அது உங்க அப்பாவா..., அய்யய்யோ பெரிய பிரச்சினை ஆகிருச்சே.." என்று பதறினாள் நந்தினி.

"அப்படி என்ன அவசரம், எங்க அப்பாவுக்கு ஃபோன் பண்ணி பேசுற அளவுக்கு.." என்றான் ஆதித்யன்.

வெள்ளை கொக்கு

"நீங்க மூன்று நாளாக எனக்கு மெசேஜ் பண்ணல, ஃபோன் காலும் பண்ணல... அதான் உங்க நம்பருக்கு ஃபோன் பண்ணா எடுக்க மாட்டிங்கனு, உங்க அப்பா நம்பருனு தெரியாம அந்த நம்பருக்கு ஃபோன் பண்ணேன்.." என்றாள் நந்தினி.

"அப்படியென்ன முக்கியமான விஷயம்.." என்றான் ஆதித்யன்.

"எனக்கு எதையோ ரொம்ப மிஸ்பன்ன மாதிரி தோணுச்சு..." என்றாள் நந்தினி.

"விட்டால் என் வீட்டுக்கு வந்துருவ போல.." என்றான் ஆதித்யன்.

"உங்க ஃபோட்டோல இருக்கிற நம்பர வச்சு, உங்க ஊருக்கே வந்துரலாம்னு நினைச்சேன்.. அப்புறம் அன்றைக்கு ஒருநாள் வேற நம்பர்ல இருந்து நீங்க எனக்கு மெசேஜ் பண்ணது ஞாபகம் வந்தது..., அதான் அந்த நம்பருக்கு ஃபோன் பண்ணி பாக்கலாம்னு நினச்சு பண்ணேன், அது உங்க அப்பா நம்பர்னு எனக்கு தெரியாது..." என்றாள் நந்தினி.

இதைக் கேட்டதும் ஆதித்யனுக்கு, ஒரு பெண் நமக்காக இந்த அளவுக்கு செய்ய நினைக்கிறாளே என்று எண்ணினான்.

மேலும் நந்தினி, கம்மிய குரலில் "இவ்ளோ நாள் எனக்கு ஏதோ கிடைச்ச ஒரு சந்தோசம், திடீர்னு இல்லாம போனது மாதிரி தோணுது.. என்னால மத்த எந்த விஷயத்திலும் கவனம் செலுத்த முடியல.." என்றாள் நந்தினி.

அதைக் கேட்டு ஒரு நிமிடம் நாம் தவறு செய்துவிட்டோமோ என்று எண்ணினான் ஆதித்யன்.

மேலும் நந்தினி, "நீங்க அன்றைக்குத் திட்டிட்டு ஃபோன் வச்சதுக்கு அப்புறம் எனக்கு தூக்கமே வரல, ஸ்கூலுக்கு ரெண்டு நாளாக போகல..

நான் அன்றைக்கு வேணும்னு பேசல, சும்மா விளையாட்டுக்கு பேசினேன்..." என்று அழ ஆரம்பித்தாள் நந்தினி.

ஆதித்யன் அதை உணர்ந்ததும் மனம் உடைந்து போனான்.

ஒரு பொண்ணு நம்மள நம்பி இவ்ளோ விஷயங்கள் செய்கிறாள், இவளை நாம் அன்றைக்கு அப்படி திட்டிருக்கக் கூடாது என்று எண்ணி மனம் வருந்தினான்.

மேலும் ஆதித்யன் பேச்சைத் தொடங்க, நந்தினி

குறுக்கிட்டு "என்னை மன்னிச்சிருங்க.. இனிமே அப்படி விளையாடமாட்டேன்.." என்று அழுதவாறே கூற,

"இல்ல..இல்ல நான் தான் மன்னிப்பு கேட்கணும், நானும் அப்படி திட்டிருக்கக் கூடாது.." என்று கூறினான் ஆதித்யன்.

பிறகு நந்தினி கொஞ்சம் சாந்தி பெற, அழுகையைத் துடைத்துக் கொண்டே "நாளைக்கு எனக்கு exam ஆரம்பிக்குது..." என்றாள் நந்தினி.

அப்பொழுதுதான் ஆதித்யனுக்கு, exam ஆரம்பிக்குது என்று நந்தினி கூறிய நினைவுகள் வந்தது.

உடனே, "சரி.. சரி... முதல்ல நல்லா படிச்சு exam எழுது... அதையே நினைச்சுகிட்டு இருக்காத.." என்றான் ஆதித்யன்.

"ம்ம்.." என்றாள் நந்தினி.

"நீ மட்டும் exam நல்லா எழுதிட்டினா, நீ என்ன கேட்டாலும் வாங்கிதறேன்..." என்றான் ஆதித்யன்.

"அப்படியா... என்ன வேண்டுமானாலும்..." என்றாள் நந்தினி.

"ஆமா..." என்றான் ஆதித்யன்.

"சரி.. நீங்க சொன்னமாதிரி நான், நல்லா படிச்சு exam எழுதுறேன்..., ஆனால், எனக்கு exam முடிஞ்சு ரிசல்ட் வந்த பிறகு நீங்க, நான் சொல்றத செய்தால் போதும்..

அதுவரைக்கும் நீங்க எனக்கு தொடர்ந்து பேசனும்.." என்றாள் நந்தினி.

இவ்வாறு பேசிய நந்தினி பேச்சுகள் ஆதித்யனுக்கு ஒரு ஏக்கத்தை ஏற்படுத்தியது.

இப்படி நம் மேல் அன்பும், ஆதரவும் தேவைப்படுகிற இந்த பெண்ணை நேரில் பார்க்க வேண்டும் என்கிற எதிர்பார்ப்பு ஆதித்யனுக்கு அதிகம் வர ஆரம்பித்தது.

"சரி, நீ சொன்னமாதிரியே செய்வோம்... இன்னொரு விஷயம்..." என்றான் ஆதித்யன்.

"என்ன..?" என்று கேட்டாள் நந்தினி.

"உன்னோட கடைசி exam அன்றைக்கு உனக்கு ஒரு ஆச்சரியம் காத்துகிட்டு இருக்கு..." என்றான் ஆதித்யன்.

இதைக் கேட்டதும் நந்தினிக்கு ஒரே பரப்பு...

அதே பரப்புடன் நந்தினி, "அது என்னனு சொல்லுங்க..." என்றாள்.

"அதை இப்பவே சொல்லிட்டா.., அதிலென்ன ஆச்சரியம்... அதுக்கு உன்னோட கடைசி exam வரை காத்திரு..". என்றான் ஆதித்யன்.

மேலும் ஆதித்யன், "இன்னொரு விஷயம்... உன்னோட முழு கவனமும் exam ல தான் இருக்கணும்... " என்றான்.

நந்தினியும் சந்தோசமாக "சரி.." என்று கூறி ஃபோனை வைத்தாள்.

ஆதித்யனும் ஃபோனை வைத்துவிட்டு

அப்படியே ஹோட்டலுக்குள் வந்தான் ஆதித்யன்.

அப்பா, மறுபடியும் ஆதித்யனை மேலும் கீழும் பார்த்தார்.

ஆதித்யன் அப்படியே நகர்ந்து உள்ளே சென்றுவிட்டான்.

நாட்கள் சில சென்றன...

தினமும் தவறாமல் ஆதித்யன், நந்தினி இருவரும் பேசிக்கொண்டனர்.

வெள்ளை கொக்கு

கடைசி examக்கு முன்னாடி

நந்தினி, ஆதித்யனுக்கு ஃபோன் செய்தாள்.

ஆதித்யன் எடுத்து பேச,

"எனக்கு கடைசி exam மார்ச் 31ம் தேதி.." என்றாள் நந்தினி.

"சரி.. நான் சொன்னது போல அன்றைக்கு உனக்கு ஒரு ஆச்சரியம் காத்துகிட்டு இருக்கு.." என்றான் ஆதித்யன்.

"அதை இப்ப கூட சொல்ல கூடாதா.." என்றாள் நந்தினி.

"இன்னும் ஒரு நாள் தான் இருக்கு...., கொஞ்சம் பொறு..." என்றான் ஆதித்யன்.

பிறகு இருவரும் ஃபோனை வைத்தனர்.

அடுத்த நாள் மார்ச் 31..

நந்தினி வழக்கம்போல் ஸ்கூலுக்கு கிளம்பி கடைசி exam எழுதப் போகிறாள்.

ஒரு பக்கம் exam, இன்னொரு பக்கம் ஆதித்யன் சொன்ன ஆச்சரியம் என, இரு சிந்தனையில் ஸ்கூலுக்குள் செல்கிறாள் நந்தினி.

உடல் சிலிர்த்தது

ஸ்கூலுக்குள் சென்ற நந்தினி, exam முடித்துவிட்டு வெளியில் வர ஆரம்பித்தாள்.

இன்று தான் நமக்கு கடைசி நாள்.., இனிமேல் ஸ்கூலுக்கு வர மாட்டோம்.. அதுமட்டுமல்லாமல் ஆதித்யன் சொன்ன அந்த ஆச்சரியம் என்ன.. என்று பல சிந்தனைகள் நந்தினியின் மனதில் ஓடிக்கொண்டிருக்க, ஆதித்யன் நினைவு முதலில் வந்தது.

"ஒருவேளை ஆதித்யன் நேரில் வந்தால்..!" என்று நந்தினி நினைக்க, "ச்ச.. ச்ச... அப்படியெல்லாம் வரமாட்டாங்க.." என்று மறுநினைவாக நினைத்துக் கொண்டு ஸ்கூலிலிருந்து வெளியில் வந்தாள். அவளுடன் சேர்ந்து அனைத்துப் பிள்ளைகளும் ஸ்கூல் முடிந்து வெளியில் வந்துகொண்டிருந்தனர். சட்டென நந்தினி அதிர்ச்சியுற்று நின்றாள்.

அவளுக்கு எதிரில், ஒரு 100அடி தூரத்தில் ஆதித்யன் ஒரு பைக்கின் மேல் உட்கார்ந்திருந்தான். அருகில் இன்னொரு பையன் நிற்பதையும் கண்டாள் நந்தினி. ஆதித்யனைக் கண்டதும் நந்தினியின் உடல் சிலிர்த்தது.

நாம் காண்பது கனவா, நினைவா மனதுக்குள் குழப்பம் ஏற்பட்டது.

அந்நேரம் அருகில் வந்த மற்றொரு பெண் நந்தினியின் மேல் இடித்துச் செல்ல,

"இது கனவல்ல, நிஜம்.." என்று நந்தினிக்குத் தோன்றியது.

அதேநேரம் எதிரில் நின்ற ஆதித்யனின் பார்வை ஒரு நொடி அவளையும் பார்த்தது.

அந்த கனம், நந்தினி தன் புருவங்களை உயர்த்த...

ஆதித்யனின் பார்வை, வேறு பக்கம் திரும்பியது.

நந்தினி பதட்டத்தில் என்னசெய்வதேன்று தெரியாமல் அங்கிருந்து வேகமாக,

ஆதித்யன் இருக்கும் திசையை நோக்கி செல்லாமல், வேறு திசையில் சென்றாள் நந்தினி.

இவையெல்லாம் ஒரு சில வினாடிகளில் நடந்தது.

எப்பவும் மெதுவாக செல்லும் நந்தினி, சாலைக்கு வலிக்காமல் நடக்கும் நந்தினி...

பூமி அதிரும் அளவுக்கு, உடல் வியர்க்கும் அளவிற்கு வேகமாக ஓடிச்சென்றாள் நந்தினி.

நந்தினி, நேரே வீட்டிற்குள் வேகமாக சென்ற நந்தினி, அவள் அறைக்குள் சென்று... அங்கிருந்த முகம் பார்க்கும் கண்ணாடி முன் நின்றாள். ஓடிவந்ததில் சற்று மூச்சிறைக்க, தன் முகத்தைக் கண்ணாடியில் பார்த்தாள்.

ஒற்றை முடி தன் முகத்தின் ஓரம் வருடிக்கொண்டிருக்க, அதனைத் தன் கை விரல்களால் எடுத்து, காதின் ஓரம் வருடிச் சென்றது... அதே விரல்கள் தன் நெற்றியின் மத்தியில் இருக்கும் பொட்டைச் சரிசெய்ய...

தனக்கு உண்டாகிருக்கும் நாணத்தை உணர்ந்தாள் நந்தினி. இதற்கு முன் இது போன்ற நினைவுகள் நம்மை ஆட்கொண்டது இல்லையே என்று சிந்தித்து, அந்த நாணத்தின் விளைவால் இந்த மண்ணுலகத்தை மறந்து விண்ணுலகம் சென்றன நந்தினியின் நினைவுகள்.

அந்நேரம் சட்டென ஃபோன் அடிக்க, விண்ணுலகம் சென்ற நந்தினியின் நினைவுகள் மண்ணுலகம் வந்தது... விழிகள் சத்தம் வந்த திசையை நோக்க, கைகள் பாய்ந்தோடி ஃபோனை எடுத்தது. ஆதித்யன் தான் என்று தெரிந்ததும், கை நடுக்கத்துடன்

ஃபோனை எடுத்து பேசிய நந்தினி, தயக்கத்துடன் "ஹலோ.." என்றாள்.

"உன்னை பார்க்க ஊரில் இருந்து நான் வந்திருக்கேன்... நீ என்னடானா பார்த்திட்டு, பாக்காம ஓடுற..." என்றான் ஆதித்யன்.

நந்தினி அதே தயக்கத்துடன், "இல்லை.. இவ்வளவு நாள், நான் உங்களிடம் ஃபோன் மூலம் மட்டுமே பேசியிருக்கேன்... சட்டென நேரில் வந்து நிற்பதை என்னால் ஏற்றுக்கொள்ள முடியவில்லை.., அந்நேரம் எனக்கு என்ன பேசுவது என்றும்

கூட தெரியவில்லை... எனக்கு ரொம்ப பதட்டமாக இருந்தது..,
அதனால் தான் அங்கிருந்து வந்துட்டேன்.." என்றாள் நந்தினி.

"இப்போ நான் உன்னைப் பார்க்கணும்.., உன் வீட்டுக்கு
வெளில தான் நிற்கிறேன்... வா..". என்றான் ஆதித்யன்.

நந்தினிக்கு மேலும் படபடப்பு வர, "இங்கு வேண்டாம்..
அருகில் ஒரு ஐஸ் க்ரீம் கடை இருக்கு... அங்க வந்துருங்க...
நானும் கொஞ்ச நேரத்தில கிளம்பி அங்க வரேன்.." என்றாள்
நந்தினி.

"சரி.." என்று கூறிவிட்டு ஆதித்யன் மற்றும் அவன் உடன்
இருந்த பையனும் அருகில் இருக்கும் ஐஸ் க்ரீம் கடைக்குச்
சென்றனர்.

உடனே நந்தினி அவசர அவசரமாகக் கிளம்பி, மீண்டும்
கண்ணாடி முன் வந்து வந்து நின்று பார்த்துக்கொண்டிருந்தாள்.

அந்நேரம் நந்தினியின் அம்மா வீட்டிற்குள் வந்தார்.

நந்தினி கிளம்பிக் கொண்டிருப்பதையும், அடிக்கடி கண்ணாடி
முன் நின்று பார்ப்பதையும் கண்டார் அம்மா.

"இதற்கு இவ்வாறெல்லாம் நந்தினி செய்ய மாட்டாளே..?"
என்று மனதிற்குள் நினைத்துக்கொண்டு நந்தினியின் அருகில்
வந்தார் அம்மா.

சட்டென நந்தினி திடுக்கிட,

"எங்க கிளம்புற..?" என்றார் அம்மா.

சட்டென யோசித்த நந்தினி, "இல்லம்மா.. இன்றைக்கு ஸ்கூல் கடைசி நாள், என் ப்ரெண்ட்ஸ் வெளில ஐஸ் க்ரீம் வாங்கி தரேன் சொன்னார்கள்.. அதான் கிளம்பிக் கொண்டிருக்கேன்.." என்றாள் நந்தினி.

அம்மாவிற்கு ஆச்சரியம்..!

"நம் நந்தினியா இப்படி பேசுவது..., இருக்கிற இடம் தெரியாம, யாருகிட்டையும் பேசாம இருக்கிற புள்ள... வெளில போறேன் என்று சொல்கிறாளே.." என்று நினைத்துக்கொண்டார் அம்மா. அதை நினைத்து அம்மாவிற்கு சற்று சந்தோஷமாகவே இருந்தது. பிறகு அம்மாவும் சரி என்று சொல்ல,

நந்தினி வெளியில் கிளம்பிச் சென்றாள்.

அப்பொழுது நந்தினி சாலையில் கண்ட காட்சிகள் புதிதாகத் தெரிந்தது.., சாதாரணமாக சாலையில் நடக்கும் விஷயங்கள், நந்தினிக்கு வித்தியாசமாக தெரிந்தது.

"இதுவரை சாலையில் இவ்வளவு விஷயங்கள் இருக்கிறது.. இவை தெரியாமல், குனிந்தத் தலை நிமிராமல் ஸ்கூலுக்குச் சென்றிருக்கிறோமே.." என்ற நினைவுகள் எல்லாம் நந்தினிக்கு வர, அதே உணர்வுகளுடன் ஆதித்யனை நேரில் காணப்போகிறோம் என்ற பதட்டம் மேலோங்கி இருந்தது நந்தினிக்கு.

நந்தினி சொன்ன அதே ஐஸ் க்ரீம் கடைக்கு ஆதித்யனும் வந்து காத்திருந்தான்.

வெள்ளை கொக்கு

ஆதித்யனும், அவன் கூட வந்திருந்த பையன் ராஜாவும் அங்கிருந்த டேபிளில் அமர்ந்தனர்.

ஆதித்யன், எதிரே இருக்கும் சாலையைப் பார்த்தவாறு உட்காந்திருந்தான்.

சற்று நந்தினி வருவதைக் கண்டான் ஆதித்யன்.

நந்தினிக்கோ, ஆதித்யனை நெருங்க நெருங்க.. பதட்டம் அதிகரித்தது. வியர்த்து விறுவிறுக்க ஆரம்பித்தது.

ஆதித்யன் அருகில் நெருங்கியவுடன், அங்கிருந்த மற்றொரு டேபிளில் அமர்ந்தாள் நந்தினி.

அதைப் பார்த்த ஆதித்யன், நந்தினி எப்படிபட்ட நிலையில் இருக்கிறாள் என்பதை உணர்ந்தான்.

எதிரில் அமர்ந்திருந்த ராஜா, "என்ன அந்த பொண்ணு நேரா வேற டேபிளில் போய் உட்காந்துருச்சு.." என்றான்.

"பின்ன என்ன..?, பக்கத்துல வந்து உட்காந்து கொஞ்சுவாளா...? இது அவங்க ஊரு, தெரிஞ்சவங்க நிறைய பேர் இருப்பாங்க..., தெரிஞ்சா பிரச்சனை.. அதான் கொஞ்சம் தள்ளி பக்கத்து டேபிள்ல உட்காந்திருக்கா.." என்றான் ஆதித்யன்.

இப்படி பேசிக்கொண்டிருக்க "டிங்" என்று ஒரு மெசேஜ் சத்தம் கேட்டது.

ஃபோனை எடுத்து பார்த்தான் ஆதித்யன்..

அது வேருயாருமில்லை நந்தினி தான். உடனே அந்த ஃபோனை எடுத்து எதிரில் இருந்த ராஜாவிடம் காட்டினான்.

அதை பார்த்த ராஜா, "அது சரி..., என்னமோ பண்ணுங்க.." என்றான் ராஜா.

நந்தினி அனுப்பிய மெசேஜ் என்னவென்றால்,

"நீங்க நேர்ல வருவிங்கனு எதிர்பாக்கல, திடீர்னு வந்து நின்னோன எனக்கு என்ன பண்றதுன்னு ஒன்னும் புரியல..." என்று மெசேஜ் அனுப்பியிருந்தாள்.

அதற்கு பதிலாக ஆதித்யன், "பரவாயில்லை... உனக்கு ஒரு சின்ன ஆச்சரியமாக இருக்கட்டும் என்பதற்காக, உன்னிடம் சொல்லாமல் வந்தேன்.." என்று மெசேஜ் அனுப்பினான் ஆதித்யன்.

"உங்க பக்கத்துல இருக்கிறது யாரு..?" என்று மெசேஜ் அனுப்பினாள் நந்தினி.

"அது ராஜா.. என் சித்தப்பா பையன்.., எனக்கு தம்பி.." என்று மெசேஜ் அனுப்பினான் ஆதித்யன்.

"அப்படியா.., சரி சரி... ஆமா நீங்க என்ன எப்படி கண்டுபிடிச்சிங்க.." என்று மெசேஜ் அனுப்பினாள் நந்தினி.

"அதெல்லாம் அப்படித்தான்.." என்று மெசேஜ் அனுப்பினான் ஆதித்யன்.

"சொல்லுங்க..." என்று மெசேஜ் அனுப்பினாள் நந்தினி.

"உன்னுடைய கண்ணையும், உன்னுடைய நடையையும் வைத்துதான் கண்டு பிடிச்சேன்.." என்று மெசேஜ் அனுப்பினான் ஆதித்யன்.

"எப்படி..?" என்று கேட்டு மெசேஜ் அனுப்பினாள் நந்தினி.

"என்னை நீ பார்த்ததும் உன் கண் பார்வை மாறியது, அதனைத் தொடுத்து உன்னுடைய நடையும் மாறியது.. அது எல்லோருக்கும் வருகின்ற இயல்பு..., ஆனால் அங்கு வந்த யாருக்கும் உன்னிடம் இருந்த அளவுக்கு மாற்றம் தெரியவில்லை... எனவே உன்னைப் பின்தொடர்ந்தேன்.." என்று மெசேஜ் அனுப்பினான் ஆதித்யன்.

"எனக்கும் இது போன்ற உணர்வு முன்பு யாரிடமும் வந்ததில்லை... அதை எப்படி சொல்றதுன்னு எனக்கு தெரியல.." என்று மெசேஜ் அனுப்பினாள் நந்தினி.

"சரி.. exam எப்படி எழுதியிருக்க.." என்று மெசேஜ் அனுப்பினான் ஆதித்யன்.

"ம்ம்.. நல்லா எழுதிருக்கேன்.." என்று மெசேஜ் அனுப்பினாள் நந்தினி.

இவ்வாறு மெசேஜ் அனுப்பிக்கொண்டிருந்த நந்தினியைப் பார்த்த ஆதித்யன், அவளுக்கு பதட்டம் இன்னும் குறையவில்லை என்று தோன்றியது.

"சரி.. நீ ரொம்ப பதட்ட நிலையில் இருக்கிற மாதிரி தெரியுது.." என்று மெசேஜ் ஆதித்யன்.

நந்தினி அதே பதட்டத்தில், வியர்த்த முகத்தைத் துடைத்தவாறு "அதெல்லாம் ஒன்னுமில்ல.." என்று மெசேஜ் அனுப்பினாள் நந்தினி.

அந்நேரம் எதிரில் இருந்த ராஜா, "டேய்.. அண்ணா..! இன்னும் எவ்வளவு நேரம் மெசேஜ் மூலம் பேசிக்கிட்டு இருப்பீங்க.." என்றான்.

"இருடா.. போலாம்.." என்று ஆதித்யன் கூறிவிட்டு,

நந்தினியிடம் மெசேஜ் மூலம், "சரி... நீ கிளம்பு.. நாங்க பார்த்து போய்க்கிறோம்.." என்றான் ஆதித்யன்.

"இல்ல.. நீங்க போங்க, நான் அப்புறம் போய்க்கிறேன்.." என்று மெசேஜ் அனுப்பினாள் நந்தினி.

"சரி" என்று கூறிவிட்டு ஆதித்யன் மற்றும் ராஜா இருவரும் அங்கிருந்து சென்றனர்.

அப்படி போகும்போது ஆதித்யன் பைக்கை ஓட்டிச்சென்றான். அதை நந்தினி சற்று ஆச்சரியத்துடன் பார்த்தாள்.

அப்போது கொஞ்ச நாட்கள் முன்பு, ஆதித்யன் தனக்கு பைக் ஓட்டத்தெரியாது என்று கூறியது ஞாபகம் வந்தது.

அதே ஆச்சரியத்துடன் ஆதித்யன் பைக்கை ஓட்டிச் செல்வதைப் பார்த்தவண்ணம் இருந்தாள் நந்தினி.

வெள்ளை கொக்கு

இந்த சந்திப்பு முடிந்து வீட்டிற்கு சென்ற நந்தினிக்கு மிகுந்த சந்தோசமாய் இருந்தது.

போகும் வழியில் தனக்குத்தானே சிரித்துகொண்டே சென்றாள் நந்தினி.

அவ்வாறு வீட்டுக்கு சென்ற நந்தினி, நேரே தன் அறைக்குள் சென்று கண்ணாடியின் முன் நின்றாள்.

அவளுக்கு இதுவரை இல்லாத ஒரு புதிய மாற்றம் தெரிந்தது. நந்தினி, "நம் முகத்தில் பரவியிருக்கும் இந்த வித்தியாசமான உணர்வு என்ன..." என்று தனக்குத்தானே கேட்டுக்கொண்டாள்.

ஒரு பெண்ணிற்கு உண்டான வெட்கம், நாணம் இது தான் என்று அறியாமல் தன் முகத்தைக் கண்ணாடியில் பார்த்தவண்ணம் இருந்தாள் நந்தினி.

இதனை தூரத்தில் இருந்து நந்தினியின் அம்மா பார்த்துக்கொண்டே இருந்தார்.

"இவளுக்கு என்ன ஆச்சு.. ஏன் இப்படி கண்ணாடியைப் பார்த்துகிட்டே இருக்கா..." என்று நினைத்துக்கொண்டார் அம்மா.

அன்றிரவு நந்தினி மற்றும் ஆதித்யன் இருவரும் ஃபோனில் பேசிக்கொண்டனர்.

"ஆமாம், உங்களுக்கு பைக் ஓட்டத் தெரியாதுனு சொன்னீங்க.. ஆனால் இன்றைக்கு பைக் ஓட்டிடு போனீங்க.." என்று கேட்டாள் நந்தினி.

"அது... நான் முதலில் சும்மா சொன்னேன்.. எனக்கு பைக் ஓட்டத் தெரியும்" என்று கூறினான் ஆதித்யன்.

நந்தினி அதைக் கேட்டுக்கொண்டிருக்க,

மேலும் ஆதித்யன் "சரி.. உனக்கு எப்போ ரிசல்ட் வரும்...?" என்று கேட்டான்.

"அடுத்த மாசம் கடைசில தான் வரும்.." என்றாள் நந்தினி.

"சரி.. ரிசல்ட் வந்தோன, ஊருக்கு வந்து பார்க்கிறேன்" என்றான் ஆதித்யன்.

"அப்போ... அடுத்தமாசம் தான் வருவீங்களா.." என்று சற்று சோகத்துடன் கேட்டாள் நந்தினி.

"ஏன்..? குரல் உள்வாங்குது..?" என்றான் ஆதித்யன்.

"இல்ல.. முதல்ல ஃபோன்ல பேசுனிங்க, உங்ககிட்ட பேசணும்னு தோணுச்சு.. இப்போ நேர்ல வந்து பாத்துடு போனீங்க, இப்போ... உங்களைப் பாக்கணும் போல இருக்கு..". என்றாள் நந்தினி.

"அதான் அடுத்தமாசம் வரேன்னு சொல்றேனே.." என்றான் ஆதித்யன்.

"அடுத்த மாசமா.."என்று வார்த்தையை இழுத்தாள் நந்தினி.

"என்ன ஆச்சு..? ஏன் தயங்குற..?" என்றான் ஆதித்யன்.

வெள்ளை கொக்கு

"இப்போ நீங்க எங்க இருக்கீங்க..?" என்றாள் நந்தினி.

"நான் என்னோட சொந்த ஊர்ல, தேவக்கோட்டைல இருக்கேன்.." என்றான் ஆதித்யன்.

"மறுபடி உங்களை உடனே பார்க்கணும் போல இருக்கு.." என்று ஆசையுடன் கேட்டாள் நந்தினி.

இம்முறை கேட்டது ஆதித்யனுக்கு ஒரு தூண்டலை ஏற்படுத்தியது. இவள் நம்மீது ரொம்ப அக்கறை கொண்டவளாகவும், அதிக உரிமை கொண்டவளாகவும் இருக்கிறாளே என்று எண்ணி அவள் கூறிய வார்த்தைக்கு மறுப்பு சொல்ல முடியாமல்,

"அப்படினா.. வர்ற ஞாயிரற்றுக்கிழமை, காரைக்குடியில் ஒரு கல்யாணம் இருக்கு.. அங்க வருவேன்.. அப்போ சந்திக்கலாமா.." என்று கேட்டான் ஆதித்யன்.

நந்தினி சற்று யோசித்துவிட்டு, "சரி.. அங்க பக்கத்துல இருக்கிற கோயில்ல சந்திப்போம்.." என்றாள் நந்தினி.

"சரி.. அப்படியே செய்வோம்" என்று கூறி ஃபோனை வைத்தான் ஆதித்யன்.

நந்தினியும் சந்தோசத்துடன் ஃபோனை வைத்தாள்.

ஞாயிற்றுக்கிழமை வந்தது...

நந்தினி, இன்று ஆதித்யனைச் சந்திக்கப் போகிறோம் என்ற ஆர்வத்தில் சீக்கிரம் கிளம்பிக் கோயிலுக்குச் சென்றாள்.

கோயிலின் உள்ளே சென்று ஒரு தூணின் ஓரம், கோயிலின் வாசலைப் பார்த்தவாறு உட்காந்திருந்தாள் நந்தினி.

கோயிலின் வாசல் வழியாக நிறைய பேர் வருவதும் போவதுமாய் இருந்தனர்.

நந்தினி வாசலை எதிர்நோக்கி காத்திருக்க,

ஒருவன் காலடி சத்தம் மட்டும் தனித்து கேட்டது.

நந்தினியின் பார்வை சத்தம் வந்த திசையை நோக்கிச் செல்ல,

பட்டு வேஷ்டி அணிந்து, வேஷ்டியை மடித்து ஒரு நுனியைக் கையில் பிடித்தவாறும்.. வேஷ்டியின் மறு நுனி கால் நடையில் முன்னும் பின்னும் செல்ல, அவனின் கட்டுடலை மேல் அணிந்திருக்கும் சட்டை வெளிக்காட்ட, மறு கையில் ஒரு மல்லிகைப் பூக்கட்டையும் வைத்திருந்தவாறு நடந்து வந்தான் ஆதித்யன்.

இதனைக் கண்ட நந்தினி, மெய்மறந்து கனவுலகம் சென்றாள்.

அந்நேரம் கோயிலின் மணியோசை அடிக்க, சட்டென சுயநினைவு கொண்டாள் நந்தினி.

ஆதித்யன் அருகில் வர, ஒரு நிமிடம் மூச்சடைத்து நின்றாள். அருகில் வந்தவன் நந்தினியைக் கடந்து சென்று அங்கிருந்த கடவுளைக் கை கூப்பி வணங்க ஆரம்பித்தான்.

இதனைக் கண்ட நந்தினி, ஓடிச்சென்று அவன் எதிரே நின்று அவளும் கடவுளை வணங்க ஆரம்பித்தாள்.

வெள்ளை கொக்கு

நந்தினி கண்களை மூடி வணங்கிக் கொண்டிருந்தாள். கடவுளை வணங்கிய பின் கண் திறந்து பார்க்க, எதிரில் நின்று கொண்டிருந்த ஆதித்யனைக் காணவில்லை.

நந்தினி, ஆதித்யனைத் தேடி சுற்றி முற்றி பார்க்க, சட்டென அவளின் பின் தலையை யாரோ கோதியது போல் தெரிந்தது.

சட்டென திரும்பி பார்த்த நந்தினி அதிர்ச்சியுற்றாள்.

பின்னால் நின்றது ஆதித்யன். உடனே தன் கூந்தலை பின்னால் கை வைத்து தொட்டு பார்த்தாள் நந்தினி. அவள் கூந்தலில் பூக்கள் இருந்தது. நந்தினி அந்த அதிர்ச்சியில் இருந்து மீள்வதற்குள்...

ஆதித்யன், அவன் கையில் இருந்த திருநீரை எடுத்து.. நந்தினியின் நெற்றியில் வைத்துவிட்டான்...

சட்டென நந்தினியின் மனம் சில்லென்றது..., உடல் சிலிர்த்தது... அப்பொழுது அந்தக் கண்ணாடியின் முன் நின்று உணர்ந்த வெட்கம், நாணம் இவையெல்லாம் நந்தினியின் முன் வந்து சென்றன. இந்தக் கணமே கூண்டிலிருந்து விடுவிக்கப்பட்ட பறவை போல மனம் பறந்தோடியது.

நந்தினியின் கண்கள் ஆதித்யனைப் பார்த்தவண்ணம் இருக்க,

"நந்தினி... நந்தினி..." என்று கூப்பிட்டான் ஆதித்யன்.

அதைக் கேட்காமல் நந்தினியின் நினைவுகள் எங்கெங்கோ செல்ல,

"நந்தினி..." என்று கொஞ்சம் சத்தமாகக் கூப்பிட்டான் ஆதித்யன்.

உடல் சிலிர்த்து சுயநினைவுக்கு வந்த நந்தினி,

எதிரில் நின்ற ஆதித்யனிடம் என்னசொல்வதென்று தெரியாமல் அங்கிருந்து ஓடிச்சென்றாள் நந்தினி.

ஆதித்யன், நந்தினி சென்றதைப் பார்த்தவண்ணம் இருந்தான். அப்படி ஓடிய நந்தினி, கோயிலின் வாசலைத் தாண்டும் பொழுது ஒரு காட்சியைப் பார்த்தாள்.

ஒரு திருமணமான தம்பதியர் ஒரு பைக்கில் சென்றனர்.

ஒரு வினாடி அந்த பைக்கை ஓட்டிசெல்லும் ஆண் ஆதித்யனாகவும், பின்னால் அமர்ந்திருக்கும் பெண் நந்தினியாகவும் தென்பட்டது.

அதே போல் ஆதித்யன் பட்டு வேஷ்டி, சட்டை போட்டுக்கொண்டும்... நந்தினி ஒரு பட்டு சேலை அணிந்து, தலை நிறைய பூக்களை வைத்துக்கொண்டு செல்வது போல் தோன்றியது.

அதே நினைவுகளுடன் வந்த நந்தினி, வீட்டிற்குள் செல்ல... அங்கிருந்த அம்மா நந்தினியை கவனித்தார்.

தலை நிறைய பூக்களும், நெற்றியில் இட்டிருந்த திருநீறும் நந்தினியின் அழகை மெருகூட்டிக் காட்டியது.

இதனைக் கண்ட அம்மா, "தன் மகளை இதுபோல் கண்டதில்லையே.. பார்ப்பதற்கு ரொம்பவும் அழகாய்த் தெரிகிறாளே.." என்று எண்ணி நந்தினியை அழைத்தாள்.

நந்தினியும் அம்மாவின் அருகே, "என்னடி... உன் முகம் வழக்கத்திற்கு மாறாக ரொம்ப அழகா இருக்கு.." என்று அம்மா கூற,

வெட்கமும் நாணமும் நந்தினியைத் தொற்றிக்கொண்டது...

அதே வெட்கத்துடன் அங்கிருந்த அவளுடைய அறைக்கு ஓடிச்சென்றாள் நந்தினி.

அங்கிருந்த கண்ணாடியின் முன் நின்று, "நமக்கு ஏற்படும் இந்த மாற்றங்களுக்கு என்ன காரணம், இது தான் வெட்கமா.. நாணமா.." தனக்குத் தானே கேட்டுக்கொண்டாள் நந்தினி. மேலும் "இது போன்ற உணர்வுகள் இதற்கு முன் நமக்கு வந்ததில்லையே.." என்று நினைத்துக்கொண்டு.... அதே உணர்வுகளுடனும், அதே நினைவுகளுடனும் அன்றிறவைக் கடந்தாள் நந்தினி.

இந்தப் பக்கம் ஆதித்யன்,

"நாம் நினைத்தது போலவே அவளை நேரில் பார்த்துவிட்டோம்" என்ற மன நிம்மதியுடன் சென்னைக்குச் சென்றான்.

அன்றிரவு நந்தினி மற்றும் ஆதித்யன் ஃபோனில் பேசுகையில்,

"சரி.. நீ வந்துட்டு ஏன் பேசாம போன..." என்று கேட்டான் ஆதித்யன்.

"நான் உங்களை எதிர்பார்த்ததற்கும், நான் நினைத்ததற்கும் ஒரு படி மேல போய்... வேஷ்டி, சட்டைல உங்களைப் பார்த்ததும் மெய்மறந்து அப்படியே நின்றுட்டேன்.. அதுக்கும் நீங்க எனக்கு பூவும் வச்சு, பொட்டும் வச்சோன எனக்கு எப்படி எடுத்துகிறதுனு ஒன்னுமே தெரியல, புரியல.. என்னோட நினைவுகள் எல்லாம் எங்கெங்கோ போயிருச்சு..." என்றாள் நந்தினி.

"எனக்கும் அது புரிஞ்சுது.. உனக்கு கொஞ்சம் பூ, இதெல்லாம் பிடிக்கும் என்று நினைச்சேன் அதான்.." என்று சொல்ல..

"இல்ல.. இதுக்கு நான் பூ, இதெல்லாம் வச்சுகிட்டது கிடையாது... அந்த உணர்வு எனக்கு ரொம்பப் பிடிச்சிருந்தது... " என்றாள் நந்தினி.

மேலும், "எனக்கு ஒரு ஆசை... " என்றாள் நந்தினி.

"என்ன..?" என்று கேட்டான் ஆதித்யன்.

"நான் நல்லா exam எழுதிட்டா, நான் கேட்டத வாங்கிதரேன்னு சொன்னீங்கல்ல...

என்ன பைக்ல உட்காறவச்சு கூட்டிட்டு போங்க.." என்றாள் நந்தினி.

வெள்ளை கொக்கு

ஆதித்யன் சிரித்துகொண்டே "சரி... கண்டிப்பா கூட்டிடு போறேன்..." என்றான்.

மேலும் ஆதித்யன், "ஆமா.. லீவு நாள்ல என்ன பண்ணப்போற...?" என்று கேட்டான் ஆதித்யன்.

"என் அக்கா, கம்யூட்டர் கிளாஸ் போகச் சொன்னாங்க... அதான் போகலாம்னு இருக்கேன்.." என்றாள் நந்தினி.

"அப்படியா... சரி சரி.. நேரமாச்சு நாளைக்கு பேசுவோம்" என்று கூறி ஃபோனை வைத்தான் ஆதித்யன்.

நந்தினியும் புன்னகையுடன் ஃபோனை வைத்தாள்.

இப்படியே தினமும் ஃபோனில் பேசுவது, மெசேஜ் மூலம் பேசுவது என ஒரு மாத காலம் ஓடியது.

நந்தினி கூறியது போல் exam ரிசல்ட் வரும் நாள் வந்தது. நந்தினி நல்ல மார்க் எடுத்து பாஸ் ஆகிட்டாள்.

இச்செய்தியை ஆதித்யனுக்கும் தெரியப்படுத்தினாள் நந்தினி. உடனே ஃபோனை எடுத்து ஆதித்யனுக்கு ஃபோன் செய்தாள்.

"நான் நீங்க சொன்ன மாதிரி நல்ல மார்க் எடுத்துட்டேன்..." என்று கூறினாள் நந்தினி.

"சூப்பர்... அப்புறம் மேற்கொண்டு என்ன படிக்க போற..." என்றான் ஆதித்யன்.

"என்ஜினீயரிங் படிக்கலாம்னு இருக்கேன்.." என்றாள் நந்தினி.

"அதுவும் நல்லது தான்..." என்றான் ஆதித்யன்.

"ஆமா... ரிசல்ட் வந்ததும், என்னைப் பார்க்க வரேன்னு சொன்னீங்க..?" என்றாள் நந்தினி.

"நானும் ஒரு வாரம் லீவு போட்டு வரலாம்னு இருந்தேன்... கம்பெனில லீவு கிடைக்கல, எப்படியும் இன்னும் ஒரு மாசம் ஆகும்..." என்றான் ஆதித்யன்.

"ஒரு மாசமா...?" என்று நந்தினி வார்த்தையை இழுத்தாள்.

"அதுசரி... நான் வர்ற வரைக்கும் அல்லது நான் ஃபோன் பேசாத நேரத்துல என்ன பண்ணுவ.." என்று கேட்டான் ஆதித்யன்.

"அது... அது.... " என்று பேச தயங்கினாள் நந்தினி.

"என்ன..? எதையும் மறைக்கிறாயா..?" என்றான் ஆதித்யன்.

"நான் சொன்ன கோவிக்க மாட்டீங்களே.." என்றாள் நந்தினி.

"அப்படி என்ன கூறப்போகிறாய்..? சொல்லு அதெல்லாம் கோபப்பட மாட்டேன்.." என்றான் ஆதித்யன்.

"அது.. நீங்க ஃபோன் பண்றப்ப, ஃபோனை ரெக்கார்ட்ல போட்டு, நீங்க பேசி முடிச்சதுக்கு அப்புறம் அதைத் திரும்பத் திரும்பக் கேட்பேன்..." என்றாள் நந்தினி.

இதைக் கேட்ட ஆதித்யன் சற்று கோபத்துடன், "என்ன ஃபோன் பேசும்போது ரெகார்ட் பண்ணுவியா...?, பேசி முடிச்சு

வச்சதுக்கு அப்புறம் எல்லாத்தையும் அழிக்க மாட்டியா..?" என்றான்.

" இப்போ எனக்கு ஸ்கூல்ல லேப்டாப் கொடுத்திருக்காங்க... அதுல போட்டுதான் கேட்பேன்... ஃபோன்ல இருக்குருத அழிச்சுடுவேன்.." என்றாள் நந்தினி.

"ஏன்..? உங்க அக்கா, உன்னோட லேப்டாப் உபயோகப்படுத்த மாட்டாங்களா..?" என்று கேட்டான் ஆதித்யன்.

"பார்த்தாலும், கண்டுபிடிக்க முடியாது... நிறைய ஃபோல்டர் ஓப்பன் பண்ணி.., உள்ள save பண்ணி வச்சிருக்கேன்.." என்றாள் நந்தினி.

ஆதித்யன் ஆச்சரியம் கலந்த புன்னகையுடன்,

"அது சரி... பாக்குறதுக்கு புள்ளப்பூச்சி மாதிரி இருந்துகிட்டு, பண்றதெல்லாம் வேற லெவல்ல பண்ணிகிட்டு இருக்க..." என்றான் ஆதித்யன்.

அதைக் கேட்டு நந்தினி, புன்னகைத்தாள்.

"இருக்கட்டும்.. இருக்கட்டும்... சரி நான் ஃபோனை வைக்கிறேன்.." என்றான் ஆதித்யன்.

"சரி" என்று கூறி இருவரும் ஃபோனை வைத்தனர்

நாட்கள் பல சென்றன...

ஆதித்யன் கம்பெனிக்குc செல்வது, லீவு நாட்களில் அண்ணனுடைய வீட்டுக்குச் செல்வது, அண்ணன்

அண்ணியுடன் சேர்ந்து வெளியில் செல்வது என்று நாட்கள் நகர்ந்தன.

ஒரு நாள் இரவு ஆதித்யன் தூங்கிக் கொண்டிருந்தான். அந்நேரம் திடீரென்று உடல் வியர்த்தது. ஒரு பெண்ணின் அழுகுரல் கேட்டது. சத்தம் கேட்டு எழுந்தான் ஆதித்யன்.

பிரம்மையாக இருக்குமோ என்று யோசித்துவிட்டு படுக்கச் சென்றான். அப்பொழுது தான் கவனித்தான், மேலிருந்த ஃபேன் ஓடவில்லை.

சரி என்று எழுந்து ஃபோனில் டார்ச் லைட் வைத்துக்கொண்டு, சுவிட்ச் தேடி.. ஆன் செய்தான். ஃபேன் ஓடவில்லை.

அப்பொழுதுதான் புரிந்தது, கரண்ட் இல்லை என்று.

அப்பொழுது மீண்டும் அதே போல் ஒரு பெண் அழும் சத்தம் கேட்டது.

ஆதித்யன் அந்த நொடி சற்று பயம் வர ஆரம்பித்தது.

ஃபோனில் உள்ள வெளிச்சத்தை வைத்து, சத்தம் கேட்ட திசையை நோக்கி பயந்தவாறே சென்றான் ஆதித்யன்.

பிறகு அந்த அழுகுரல் சத்தம் நின்றது...,

ஆதித்யன் வீட்டின் நடுவே நிற்க, பயம் அதிகமானது.

திடீரென்று ஒரு அறைக்குள் "தட தட" வென்று ஏதோ உருளும் சத்தம் கேட்டது. அதைக் கேட்டு ஆதித்யனுக்குத் தூக்கிவாரிப் போட்டது.

உடனே அந்த சத்தம் கேட்ட அறையை நோக்கி மெல்ல மெல்ல பயந்துகொண்டே சென்றான் ஆதித்யன்.

ஃபோனில் உள்ள வெளிச்சத்தை வைத்து, அந்த அறைக்கு அருகே சென்று, மெல்ல கதவைத் திறந்தான்.

உள்ளே இருப்பதைக் கண்டதும், பயத்தின் உச்சத்தை அடைந்தான் ஆதித்யன். பயத்தில் கையில் இருந்த ஃபோன் கீழே விழுந்தது.

ஆதித்யன் கண்டது, ஒரு பெண் சடலம் தூக்கில் தொங்கிக் கொண்டிருந்தது... சடலத்தின் முகம் தெரியவில்லை, கால்களை மட்டுமே அதிர்ச்சியுற்று நிற்க...

மீண்டும் அதே அழுகுரல் கேட்டது.. பயத்தின் உச்சத்தில், ஆதித்யன் வியர்த்த வியர்வையோடு சத்தம் வந்த திசையை நோக்க,

ஒரு பெண், வீட்டின் மூலையில் அமர்ந்து அழுதுகொண்டிருந்தாள். ஆதித்யனுக்கு கால்கள் நடுநடுங்க ஆரம்பித்தது.

அப்படியே திரும்பி பின்னால் தூக்கிலப்பட்ட பெண்ணைப் பார்க்க, அங்கு யாருமில்லை.

ஆதித்யன் அதிர்ச்சியுற்று, அங்கு அழுது கொண்டிருக்கும் பெண்ணின் பக்கம் திரும்ப..

அப்பெண், ஆதித்யனை நோக்கி பாய்ந்து வந்தாள்.

"அம்மா.." என்று அலறிக்கொண்டு தூக்கத்திலிருந்து எழுந்தான் ஆதித்யன்.

"அடச்சே... எல்லாம் கனவு..., என்ன இது இப்படியெல்லாம் கனவு வருது..." என்று எண்ணிக்கொண்டே எழுந்தான் ஆதித்யன்.

அன்று விடுமுறை நாள்,

வழக்கம்போல் தன் அண்ணனுடைய வீட்டுக்குச் சென்றான்.

ஆதித்யன், அண்ணன் முருகன் வீட்டிற்கு வர..

அண்ணன் வீட்டுக்கு வெளியில் நின்று ஃபோன் பேசிக்கொண்டு இருந்தார்.

தம்பி வருவதைக் கண்டு, வாடா என்று தலையை அசைத்தார்.

பிறகு குடிக்க தண்ணீர் வேண்டும்.. எடுத்துட்டு வா என்று சைகை மூலம் ஆதித்யனுக்கு சொன்னார்.

ஆதித்யனும் புரிந்துகொண்டு வீட்டிற்குள் சென்றான்.

வீட்டிற்குள் உள்ள ஹாலில், அண்ணி உட்கார்ந்து ஏதோ எழுதிக்கொண்டு இருந்தார்.

"என்ன அண்ணி..., கணக்கு வழக்கெல்லாம் பலமா இருக்கும் போல..." என்று கூறிக்கொண்டே கிட்சனுக்குள் சென்றான் ஆதித்யன்.

உள்ளே சென்றவன் சட்டென நின்றான்.

பார்த்தால், கிட்சனுக்குள் அண்ணி நின்று கொண்டிருந்தார்.

"அண்ணி...! நீங்க இங்க நிற்குறீங்க... அப்போ, ஹால்ல இருக்கிறது யாரு...?" என்றான் ஆதித்யன்.

"என்ன கொழுந்தனாரே.. சொல்றீங்க.. ஹால்ல யாரு இருக்கா..?" என்று கேட்டுக்கொண்டே அண்ணி வெளியில் வர, ஹால்ல யாரையும் காணவில்லை. பின்னாடியே ஆதித்யனும் வந்து பார்க்க யாரும் இல்லை..

"இல்ல அண்ணி.. இப்போ நான் வரும்போது பார்த்தேன்.." என்றான் ஆதித்யன்.

"அதான் இப்போ நீங்க பார்க்குறீங்களே.. யாரும் இல்லையே..." என்றார் அண்ணி. உடனே ஆதித்யனுக்கு நேற்று இரவு வந்த கனவு நினைவுக்கு வந்தது.

மணிமேகலையின் வருகை

ஆதித்யன் உறைந்து போய் நிற்க,

அதனைக் கண்டு "ஆதி.. ஆதி.." என்று கூப்பிட்டார். ஆதித்யன் நேற்று இரவு நடந்த நிகழ்வுவை நினைத்துக் கொண்டிருந்தான்.

"ஏங்க... இங்க வாங்க.. உங்க தம்பிய பாருங்க.." என்று அண்ணி கூப்பிட,

அண்ணன் வந்து பார்த்தார்.

"டேய்... ஆதி.. என்னடா ஆச்சு..?" என்று கூறி அவனை உழுப்பிவிட சுயநினைவுக்கு வந்தான் ஆதித்யன்.

"என்னடா ஆச்சு...?" என்று அண்ணன் கேட்க,

"அண்ணா.. நான் வீட்டுக்குள்ள வரும்போது இங்க ஒரு பொண்ணு உட்காந்துருந்துச்சு.., நான் அண்ணி என்று நினைத்துவிட்டு, கிட்சனுக்குள் போனேன்... ஆனால் அண்ணி அங்க இருந்தாங்க, அப்போ இங்க இருந்தது யாருனு வந்து பார்த்தா..! யாரையும் காணோம்.." என்று சற்று பயத்துடனே கூறினான் ஆதித்யன்.

"டேய்... இங்க உட்காந்திருந்தது மணிமேகலை.., உங்க அண்ணியோட தங்கச்சி.." என்றான் அண்ணன் முருகன்.

வெள்ளை கொக்கு

"தங்கச்சியா...?" என்று கூறிக்கொண்டே அண்ணியைப் பார்க்க,

அண்ணி, சிரிப்பு தாங்க முடியாமல்... கைகளால் வாயை மூடிக்கொண்டு சிரித்தார்.

"என்ன சிரிப்பு.. நான் என்னமோ ஏதோன்னு நினைச்சுட்டேன்.." என்றான் ஆதித்யன்.

"என்ன கொழுந்தனாரே.. கொஞ்சம் பயமுறுத்தலாம்னு நினைச்சேன்.. இப்படி பயப்படுறீங்க..." என்றார் அண்ணி.

"அப்போ.. எல்லாம் தெரிஞ்சுதான் நடிச்சுங்களா.." என்றான் ஆதித்யன்.

"சும்மா.. விளையாட்டுக்கு பண்ணேன்.., அது என் தங்கச்சி... பெயர் மணிமேகலை..." என்றார் அண்ணி.

"அப்படியா..." என்று கூறி பெருமூச்சு விட்டான் ஆதித்யன்.

"அது... என்ஜினீயரிங் படிக்கணுமா..., இங்க கவுன்சிலிங்க்கு வந்துருக்கு.." என்றார் அண்ணன்.

"ஓ.. சரி சரி... நல்லா பயமுறுத்துறீங்க..., இங்க இவ்ளோ பிரச்சனை நடந்துக்கிட்டு இருக்கு.. நான் தான் இங்க உட்காந்திருந்தேன்னு வந்து உங்க தங்கச்சி சொல்லவேண்டியது தானே.." என்றான் ஆதித்யன்.

"அவள் பசங்ககிட்ட பேசவேமாட்டாள்... பசங்கள பார்த்தாலே அவளுக்கு பயம்..." என்றார் அண்ணி.

இதை கேட்ட மறுகணம் ஆதித்யனுக்கு நந்தினியின் ஞாபகம் வந்தது.. அதே நினைவுடன், "ஆமா.. ஆமா.. இப்படியும் பொண்ணுங்கயெல்லாம் இருக்காங்க.." என்றான் ஆதித்யன்.

"என்னது..? அப்படி பொண்ணுங்க இருக்காங்களா..?, உங்களுக்கு எப்படி தெரியும்..? நீங்க சிங்கிள்னு, உங்க அண்ணே சொன்னாங்க.." என்றார் அண்ணி.

அப்பொழுது தான் அவனுக்குப் புரிந்தது, "ஆஹா.. நாம் உலரிவிட்டோமே.." என்று நினைத்துவிட்டு, "எப்படி சமாளிக்கலாம்..?" என்று எண்ணிக்கொண்டிருக்க...

அண்ணன், "தம்பி... என்ன இதெல்லாம்..?" என்றார்.

சட்டென யோசித்த ஆதித்யன், "அட இந்த பொன்னியின் செல்வன் நாவல்ல படிச்சதில்லயா..?" என்றான் ஆதித்யன்.

அண்ணனும், அண்ணியும் புரியாமல் நிற்க,

"அட... இந்த வானதி என்கிற பொண்ணு அப்படிதான... அருள்மொழிவர்மர காதலிக்கும், ஆனா அவரை நேர்ல பார்த்தா மயங்கி விழுந்திடும்.. அதை வச்சு சொன்னேன்.." என்றான் ஆதித்யன்.

சற்று யோசித்த அண்ணி, "ச்ச.. என்ன ஒரு புத்திசாலித்தனம்..." என்று கூறிவிட்டு, அண்ணன் முருகனைப் பார்த்து, "உங்க தம்பி.. வேறலெவெல்ல யோசிக்கிறாங்க.." என்று கூறினார்.

"சரி.. சரி.. போய் வேலைய பாருங்க... நேரமாச்சு சாப்பிடுவோம்.." என்றார் அண்ணன்.

பிறகு சற்று நேரத்தில், அனைவரும் சாப்பிட உட்கார்ந்தனர். மணிமேகலையை மட்டும் காணவில்லை, அதை கவனித்த ஆதித்யன்..

"அண்ணி... உங்க தங்கச்சியைக் கூப்பிடுங்க, ஒன்னா உட்கார்ந்து சாப்பிடுவோம்.." என்றான்.

அண்ணி, "அதான் சொன்னேனே கொழுந்தனாரே.." என்றார்.

"ஏங்க... பேசவேண்டாம்... வாயைத் திறந்து சாப்பிடலாம்ல.." என்றான் ஆதித்யன்.

அண்ணியும் புன்னகைத்துக் கொண்டே,

"மணிமேகலை..." என்றார்.

ஆதித்யன் அந்த அறையின் கதவை நோக்க,

"டக்.." என்ற சத்தத்துடன் கதவு மெல்ல திறந்தது.

மெல்லிய பாதங்களை எடுத்துவைத்து, காலில் கட்டியிருக்கும் கொழுசின் சத்தம் கூட வராமல், மெல்ல நடந்து வர, சூரிய ஒளி இல்லாத நேரத்தில் காணப்படும் சூரியகாந்தி பூ போல் தலையைக் குனிந்தவாறு வந்தாள் மணிமேகலை. வந்தவள் சற்று தள்ளி உட்கார்ந்தாள்.

அண்ணி, சொன்னது ஞாபகம் வர.. ஆதித்யன் அதைப் பெரிதாக எடுத்துக்கொள்ளவில்லை.

அந்நேரம் அண்ணன் முருகன் டீவியை ஆன் செய்தான்.

"அண்ணே நல்ல காமெடி வைங்க.." என்றான் ஆதித்யன்.

அண்ணனும் நல்ல காமெடி சேனல வச்சுட்டு, எல்லோரும் சாப்பிட ஆரம்பித்தனர்.

அந்நேரம் டீவியில் கவுண்டமணி, செந்தில் காமெடி ஓடியது.

அந்தக் காமெடியைப் பார்த்த ஆதித்யன், சட்டென மணிமேகலையைப் பார்த்தான்.

மணிமேகலை, தலை குனிந்தபடி இருந்தாள்.

அதை கவனித்த அண்ணி லேசாக சிரிக்க ஆரம்பித்தார்.

அதே நேரம் டீவியில் ஒரு காமெடி சீன் ஓடியது,

"மேகல என்னடா வெட்கமா..., பொத்திப் பொத்தி வளத்த புள்ள மேகல.. அதான் வெட்கம் விட்டு போகல.." என்று.

அதைக் கேட்ட அனைவரும் கல கலவென சிரிக்க ஆரம்பித்தனர். அண்ணன், அண்ணி உட்பட....

மணிமேகலைக்கும் சிரிப்பு வர, சட்டென சாப்பிட்ட தட்டுடன் எழுந்து.. ரூமிற்குள் சென்று, அவளும் சிரிக்க ஆரம்பித்தாள்.

ஆதித்யன், "அண்ணா... ஏன் இப்படி..?" என்றான்.

வெள்ளை கொக்கு

"அந்த பொண்ணு அப்படி தாண்டா... கல்யாணத்தப்ப கூட வீடியோல வந்து நிற்கவே இல்ல... நீ கல்யாணத்துக்கு வராததால உனக்கு தெரியல.." என்றார் அண்ணன்.

பிறகு அனைவரும் சாப்பிட்டு முடித்தபின், அண்ணன் ஹோட்டலுக்குக் கிளம்பி சென்றான்.

ஆதித்யனும், அண்ணியும் ஒன்றாக அமர்ந்து பேசிக்கொண்டு இருந்தனர்.

"அண்ணி... ஏன் மணிமேகலைக்கு பசங்கள புடிக்காது... எதுவும் பிரச்சனையா..?" என்றான் ஆதித்யன்.

"நாகர்கோயில் எங்க சொந்த ஊரு.., அப்பா சின்ன வயசுலயே இறந்துட்டாரு.. நானும், மணிமேகலையும் அம்மாவின் அரவணைப்பில் வளர்ந்தோம். அப்பா இறந்ததற்கு அப்புறம் தான் அவள் ஆண்கள்கிட்ட பேசுறதே இல்ல, ரொம்ப பயப்படுவா.." என்றார் அண்ணி.

"அப்படி என்ன பிரச்சனை...?" என்று கேட்டான் ஆதித்யன்.

"சின்ன வயசுல அப்பா இறந்ததற்குப் பிறகு, அவளுக்கு அப்பாவினுடைய ஒரு பாசம், அரவணைப்பு இதெல்லாம் கிடைக்கல...

என்ன தான் நானும், அம்மாவும் இருந்தாலும்..

ஒரு அப்பா, இல்ல அண்ணனோ, இல்ல தம்பியோ, இவங்ககிட்ட இருந்து கிடைக்குற பாசம் தனி...

அப்பா இல்லாததால, அவள் அந்த பாசத்தை.. எங்களோட சித்தப்பா மகன்கள், பெரியப்பா மகன்கள், இவங்ககிட்ட எதிர்பார்த்தாள் மணிமேகலை..

ஆனால் அவங்க யாருமே அவளை மதிக்கல, எங்களையும் மதிக்கல.. அந்த வெறுப்புலயே அவள் ஆண்களை வெறுக்க ஆரம்பிச்சுட்டா..

அதிலிருந்து ஆண்கள் பக்கமே போகமாட்டாள்.." என்றார் அண்ணி.

இதைக் கேட்ட ஆதித்யனுக்கு, மணிமேகலை மேல் ஒரு அக்கறை வந்தது. அவளின் மனக் கஷ்டத்தையும், மன ஏக்கத்தையும் புரிந்து கொண்டான் ஆதித்யன்.

"அப்போ.. யார்கிட்ட தான் பேசுவா.., யார்கிட்ட தான் பழகுவா.." என்று கேட்டான் ஆதித்யன்.

"அதிகபட்சம் எங்க அம்மாகிட்ட, என் கிட்ட பேசுவா.." என்றார் அண்ணி.

அதை கேட்டு ஆதித்யன் வருத்தப்பட, மேலும் அண்ணி "இன்னொரு விஷயமும் பண்ணுவா.." என்றார்.

"என்ன..?" என்று கேட்டான் ஆதித்யன்.

"ஒரு டைரி எடுத்து, அதுல அவள் பெயரையும், இன்னொரு ஒரு பெயரையும் எழுதி.. தான் ஒரு ஆணிடம் பேச நினைப்பதை கதையாக எழுதுவாள்.." என்றார் அண்ணி.

வெள்ளை கொக்கு

"புரியலையே..." என்றான் ஆதித்யன்.

"அதாவது, இப்போ நம்ம ரெண்டு பேரும் பேசிக்கிட்டு இருக்கோம்ல... அதே நிகழ்வுல, எனக்கு பதிலா மணிமேகலை இருந்தாள்,

இருவர் பெயரையும் எழுதி... ஒரு கதையாக நாம் பேசியதை டைரியில் எழுதியிருப்பாள்.." என்றார் அண்ணி.

"ஓஹோ.. அதான் அந்த பொண்ணு எப்பப் பார்த்தாலும், நோட்டும் கையுமா திரியுதா.." என்றான் ஆதித்யன்.

"ஆமாம்.." என்றார் அண்ணி.

"சரி சரி.. நேரமாச்சு, நான் ஹோட்டலுக்கு போறேன்.. அப்புறம் பேசுவோம்.." என்று கூறி அங்கிருந்து சென்றான் ஆதித்யன்.

ஹோட்டலுக்கு போற ஆதித்யன், நேரே போய் அண்ணனைப் பார்த்தான்.

"என்னடா..?" என்று கேட்டார் அண்ணன்.

"இல்லனா.. எனக்கு ஒரு பைக் வேணும்.." என்றான் ஆதித்யன்.

"என்னது..? பைக்கா..?" என்றார் அண்ணன்.

"ஆமா... வாங்கனும்னு ஆசையா இருக்கு.." என்றான் ஆதித்யன்.

"சரி.. இப்போ முடியாது..., கொஞ்ச நாள் போகட்டும்..சொல்றேன்.." என்றார் அண்ணன்.

அப்படியே இரண்டு, மூன்று நாட்கள் போக..

ஒரு நாள் ஆதித்யன் வேலை முடிந்து, வீட்டிற்குச் சென்று கொண்டிருந்தான். அந்நேரம் ஃபோன் அடித்தது.

யார் என்று எடுத்துப் பார்த்தான், அண்ணனிடம் இருந்து ஃபோன் வந்தது.

ஃபோனை எடுத்து பேசினான் ஆதித்யன்.

"தம்பி.. நாளைக்கு கம்பெனி லீவு போட்டு, வீட்டுக்கு வா.." என்றார் அண்ணன்.

"என்ன ஆச்சு..? ஏன் திடீர்னு..?" என்றான் ஆதித்யன்.

"சொல்றேன் வா.." என்று கூறி ஃபோனை வைத்தார் அண்ணன்.

ஆதித்யனும் எதுவும் பெரிதாக நினைத்து கொள்ளாமல், அண்ணனுடைய வீட்டிற்கு புறப்பட்டு சென்றான்.

ஆதித்யன் அண்ணனுடைய வீட்டிற்கு சென்றதும்..

"தம்பி.. எனக்கு சிங்கப்பூர்ல வேலை கிடச்சுருக்கு.." என்றார் அண்ணன்.

"என்னது.. சிங்கப்பூரா..?" என்றான் ஆதித்யன்.

"எப்போ கிளம்ப போறீங்க...?" என்றான் ஆதித்யன்.

"அதுக்கு இன்னும் பத்து, பதினைந்து நாட்கள் இருக்கு.. அதுக்கு இடைல நம்ம ஊர் திருவிழா வருதுல்ல, அதை முடிச்சிட்டு கிளம்புற மாதிரி இருக்கும்..." என்றார் அண்ணன்.

ஆதித்யனுக்கு ஒரு பக்கம் மகிழ்ச்சி இருக்க,

இன்னொரு பக்கம்.. "நமக்கு பைக் வாங்கி தரேன்னு சொன்னாங்க, அதைப் பற்றியே பேசமாற்றாங்க... நம்ம எப்ப பைக் வாங்குறது, அதுல நந்தினிய எப்ப கூட்டிட்டு போறது.." என்று மனதுக்குள் நினைத்துக்கொண்டு, அதை வெளிக்காட்டாமல் நின்று கொண்டிருக்க..

ஆதித்யனின் கணிப்பை ஒருவாறாக புரிந்துகொண்ட அண்ணன், "தம்பி... கவலைப்படாத, திருவிழாவுக்கு ஊருக்கு போகும் போது பைக் வாங்கிக்கலாம்.." என்றார் அண்ணன்.

இப்படி இருவரும் பேசிக்கொண்டிருக்கும் போது, அந்த இடத்திற்கு அண்ணி வந்தார்.

அண்ணியைப் பார்த்ததும், ஆதித்யனுக்கு அவருடைய தங்கச்சி ஞாபகம் வந்தது.

"ஆமா.. உங்க தங்கச்சிக்கு காலேஜ்ல சீட் கிடைச்சுருச்சா.." என்றான் ஆதித்யன்.

"இல்ல கொழுந்தனாரே..., அவளுக்கு சீட் கிடைக்கல.." என்றார் அண்ணி.

"அப்படினா.. அடுத்து என்ன பண்ணபோறாங்க.." என்று கேட்டான் ஆதித்யன்.

அண்ணன் குறுக்கிட்டு, "கவுன்சிலிங் இல்லனா என்ன.. நம்ம ஊரு ராஜ ராஜன் என்ஜினீயரிங் காலேஜ் இருக்கு.. அங்க எனக்கு தெரிஞ்சவங்க இருக்காங்க, அங்கேயே சேர்த்து விட்டுருவோம்.." என்றார்.

"அதெல்லாம் பசங்க இருக்கிற காலேஜ் அவளுக்கு செட் ஆகாது..." என்றார் அண்ணி.

"அண்ணி.. அப்படியெல்லாம் சொல்லாதீங்க., அது நான் படிச்ச காலேஜ்.. வீட்டுக்கு கொஞ்சம் பக்கம், அதெல்லாம் செட் ஆகிடும்.." என்றான் ஆதித்யன்.

"அதில்ல கொழுந்தனாரே... அவளுக்கு தான் பசங்கள புடிக்காது, ரொம்ப பயப்படுவா.." என்றார் அண்ணி.

அதைக் கேட்டதும் ஆதித்யன் அமைதியாகவே இருந்தான்.

உடனே அண்ணன், "அதெல்லாம் பார்த்துக்கலாம்.. எல்லாம் நம்ம ஊரு, ஏதாச்சும்னா ஆதித்யன் இருக்கான்.. அவன் பார்த்துப்பான்.. ஆதி, அந்த காலேஜ் சீனியர் தெரியும்ல.." என்றார் அண்ணன்.

ஆதித்யன், "ச்ச.. நம்ம அண்ணே நம்மள பத்தி எப்படி நினைச்சுகிட்டு இருக்கான்.." என்று நினைக்க,

வெள்ளை கொக்கு

"இதெல்லாம் வாய் வாதத்துக்கு நல்லா இருக்கும்.. போய் படிக்கப் போறது மணிமேகலை.." என்றார் அண்ணி.

"அதெல்லாம் சரி தான்.., இப்போ என்ன நாளைக்கேவா அந்த காலேஜ்ல சேர போறாங்க.. அதுக்கெல்லாம் இன்னும் நாள் இருக்கு.." என்றான் ஆதித்யன்.

இதையெல்லாம் வீட்டிற்குள் இருந்து, மணிமேகலை கேட்டபடி இருந்தாள்.

ஆதித்யன் தனக்கு ஆதரவாக பேசுவதையும் கேட்டாள் மணிமேகலை.

பிறகு அண்ணன், ஆதித்யனைத் தனியாக அழைத்து "தம்பி உன்னிடம் ஒரு முக்கியமான விஷயம் பேசவேண்டும்.." என்றார் அண்ணன்.

"சொல்லுங்க.." என்றான் ஆதித்யன்.

"தம்பி.. நான் சிங்கப்பூர் போனதும், வீட்டைப் பார்த்துக்கொள்ள யாரும் இருக்க மாட்டாங்க, அதனால நீயும், அப்பாவும் ஊரில் இருந்து பார்த்துக்கோங்க.." என்றார் அண்ணன்.

"அப்படினா.. இந்த ஹோட்டல்..?, நான் வேலை பாக்குற கம்பெனி..?" என்றான் ஆதித்யன்.

"ஹோட்டலை அப்பா பார்த்துகரட்டும், மேலும் நீ வேலையை விட்டுவிடு... ஊர்ல இருக்கிற நம்ம இடத்தில விவசாயம்

பாரு..., கூடவே கொஞ்சம் ஒத்தாசையாக இரு" என்றார் அண்ணன்.

ஆதித்யன் சிந்தித்தபடி இருந்தான்.

மேலும் அண்ணன், "அப்பா ஹோட்டலை இங்க பார்த்துக்கிட்டா, நீ ஊர்ல இருந்துகிட்டு நான் இங்க இருந்தா என்ன செய்வோனோ... இனிமேல் நீ அதை பண்ணு" என்றார் அண்ணன்.

ஆதித்யனும் "சரி" என்று ஒப்புக்கொண்டான்.

பிறகு "அண்ணா.. அப்படியென்றால் எப்போ நான் வேலைய விடுறது.." என்று கேட்டான் ஆதித்யன்.

"அநேகமாக நம்ம ஊர் திருவிழாக்கு போவோம்ல, அதுக்குப் பிறகு நம்ம சென்னை வரமாட்டோம்.." என்றார் அண்ணன்.

ஆதித்யனும் "சரி" என்று கூறிவிட்டு அங்கிருந்து இருவரும் சென்றனர்.

வழக்கம் போல் நந்தினியிடம் பேசினான் ஆதித்யன்.

இங்கு ஆதித்யன் அண்ணனுடன் பேசியது, ஊருக்கு வருவது, வேலையை விடுவது என எல்லாத்தையும் கூறினான் ஆதித்யன்.

ஆனால் பைக் வாங்கும் விஷயம் மட்டும், நந்தினியிடம் கூறவில்லை..

வெள்ளை கொக்கு

நந்தினியும், திருவிழாவிற்கு ஆதித்யன் வருவான் என்ற எதிர்பார்ப்பில் இருந்தாள்.

திருவிழாவும் வந்தது.

ஏற்கனவே திட்டமிட்டபடி, ஆதித்யன் சென்னையில் பார்த்த வேலையை விட்டுவிட்டு ஊருக்கு வந்தான்.

அதேபோல் அண்ணன், அண்ணி, மணிமேகலை மற்றும் ஆதித்யனின் அப்பா அனைவரும் ஊருக்கு வந்தனர்.

திருவிழா ஆரம்பித்தது..

சொந்தபந்தங்கள் அனைவரும் ஊருக்கு வந்தனர். மூன்று நாள் திருவிழா ரொம்ப ஜெகஜோதியாய் நடந்தது.

ஊருக்கு வந்த ஆதித்யனின் சொந்தங்கள் அனைவரிடமும் ஆதித்யன் ரொம்ப அன்புடனும், அக்கறையுடனும் நடந்து கொண்டான். அதை ஒரு ஓரமாக நின்று மணிமேகலை கவனித்து வந்தாள்.

கரகாட்டம், உரியாட்டம், தேர் இழுத்தல், மஞ்சள் நீராட்டுவிழா என கோலாகலமாக நடைபெற்றது திருவிழா. அதில் ஆண், பெண் என அனைவரும் கலந்துகொண்டு குதூகலமாய்க் கொண்டாடினர்.

இதையெல்லாம் மணிமேகலை வீட்டின் மாடியில் இருந்து கவனித்துக் கொண்டிருந்தாள்.

அப்போது ஆதித்யன், அவன் சொந்தங்கள், மாமன் மகள்கள் என அனைவரும் மஞ்சத் தண்ணியை ஒருவர் மீது ஒருவர் வீசிக்கொண்டு விளையாடினர்.

இவற்றையெல்லாம் வீட்டின் மாடியில் இருந்து மணிமேகலை ஒரு ஏக்கத்தோடு பார்த்துக்கொண்டிருந்தாள். அந்நேரம் மணிமேகலையின் அக்கா அங்கு வந்தார்.

"அங்க பாரு, எல்லோரும் எப்படி ஜாலியா விளையாடுறாங்க.. நீயும் தான் இருக்கியே..

ஆண், பெண் என எல்லோரும் ஒன்னா எவ்ளோ சந்தோசமா இருக்காங்க பாரு..

நீ ஏன் இப்படி இருக்க..." என்று சொல்லிவிட்டு அங்கிருந்து சென்றார் அக்கா.

அதைக் கேட்ட மணிமேகலைக்கு ரொம்பவே மனக்கஷ்டமாகிறது. அந்த சந்தோசம் நமக்கு கிடைக்க மாட்டேங்குதே... என்று ரொம்ப வருத்தப்பட்டாள் மணிமேகலை. அதே ஏக்கத்தோடு வெளியில் பார்க்க, திருவிழாவில் குதூகலமாய் இருக்கும் ஆதித்யன் மட்டும் தனியாகத் தெரிந்தான்.

இப்படியே திருவிழாவும் ஒருவழியாக முடிந்தது.

ஆதித்யன் அண்ணன் சொன்ன மாதிரி ஆதித்யனுக்கு ஒரு பைக் புதுசா வாங்குறாங்க.

வெள்ளை கொக்கு

காரைக்குடில, ஒரு ஷோ ரூம்க்கு போய் ஒரு நல்ல மாடல் பைக் பாக்குறாங்க, ஆதித்யனுக்கும் ரொம்ப புடிச்சிருக்கு., அதை புக் பண்ணி வாங்குறாங்க.

ஷோ ரூம்ல ஆதித்யன் மற்றும் அவங்க அப்பாவும் இருந்தார்கள்.

புது பைக் வாங்கிட்டு, அதுல நந்தினியை உட்கார வைத்து ஓட்ட வேண்டும் என்பது ஆதித்யனின் ஆசை.

ஆனால், இப்போ உடன் அப்பா இருக்காங்க..

என்னடா சொல்லி அவங்கள கழட்டிவிடுறது என்று நினைத்துக்கொண்டு இருந்தான் ஆதித்யன்.

அப்பாவும் அங்கிருந்து நகர்ந்த பாடில்லை.

அப்போது ஷோ ரூமில் வேலை பார்ப்பவன் ஒருவன் வந்து, ஆதித்யனிடம் "சார்.. நம்பர் ரெஜிஸ்டர் பண்ண கொஞ்ச நேரம் ஆகும், வெளில எங்கையும் போய்ட்டு வர்றதா இருந்தா வாங்க.." என்றான்.

ஆதித்யன், அதைக் கேட்டு அப்பாவிடம் வந்து சொன்னான்.

அப்பா உடனே, "அதெல்லாம் சரி பட்டு வராது.. நீயே வண்டிய எடுத்துக்கிட்டு வா... நான் பஸ்ல போறேன்.." என்று கூறிவிட்டு அப்பா அங்கிருந்து சென்றார்.

தற்செயலாக நடந்த விஷயம், அது தமக்கு சாதகமாக அமைந்தது என எண்ணிக்கொண்டான் ஆதித்யன்.

அப்பா சென்றதும், உடனே ஃபோனை எடுத்து நந்தினிக்கு ஃபோன் செய்தான்.

எடுத்து பேசிய நந்தினி, "நான் நீங்கள் சொன்னது போலவே, கம்யூட்டர் கிளாஸ்க்கு போவது போல கிளம்பி, வெளியே வந்துவிட்டேன்.. இப்போ எங்க வரணும்" என்றாள் நந்தினி.

" அங்கு பக்கத்தில் உள்ள கோயிலுக்கு வா.. நானும் அங்கு வந்துவிடுகிறேன்.." என்றான் ஆதித்யன்.

சிறிது நேரம் கழித்து, ஆதித்யன் இருந்த ஷோ ரூமில் இருந்து பைக் வந்தது.

முதன் முதலாக தனக்கென்று வாங்கிய பைக் அதை எடுத்துக்கொண்டு நந்தினியை வரச்சொன்ன கோயிலுக்கு சென்றான் ஆதித்யன்.

கோயிலுக்கு வெளியில் வண்டியை நிறுத்தி விட்டு, உள்ளே சென்று நந்தினிக்காக காத்திருந்தான் ஆதித்யன்.

பிறகு நந்தினியும் கோயிலுக்கு வர, வெளியில் புதிதாக மாலையுடன் நிற்கும் பைக் அவளுடைய கண்களில் பட்டது. அந்த பைக்கைப் பார்த்த நந்தினி, தன் மெல்லிய விரல்களால் அந்த பைக்கை வருடியபடி சென்றாள் நந்தினி.

நெருக்கம்

நந்தினி, ஆதித்யன் கூறிய கோயிலுக்கு வர, வெளியில் நிற்கும் பைக்கைப் பார்த்து, அதை தன் விரல்களால் வருடிக்கொண்டே செல்கையில்... ஆதித்யன் கூறியது ஞாபகம் வந்தது.

"சரி.. இன்றைக்கு நம்ம பைக்ல போகப்போறோம்.." எண்ணி, அன்றைக்கு ஆதித்யன் வந்த பைக்கைத் தேடினாள் நந்தினி.

அங்கு அந்த பைக் இல்ல,

"ஒருவேளை ஆதித்யன் இன்னும் வரலயோ.." என்று எண்ணிக்கொண்டு கோயிலுக்குள் சென்றாள் நந்தினி.

உள்ளே சென்று பார்க்கையில் அங்கு ஆதித்யன் இருந்தான்.

அவனைக் கண்டதும், இன்றைக்கு நாம் பைக்ல போகமாட்டோம் போல.. என்று நினைத்துக்கொண்டே ஆதித்யன் அருகில் சென்றாள் நந்தினி.

பிறகு இருவரும் கடவுளை வணங்கிவிட்டு வெளியில் வந்தனர்.

வரும்போது நந்தினி, "நீங்க பைக்ல வரலையா..?" என்றாள்.

"ஆமாம்.. பைக்ல வரல, பஸ்ல தான் வந்தேன்.." என்றான் ஆதித்யன்.

நந்தினிக்கு ஏமாற்றம் அதிகமானது.. முகமும் வாடியது.

அவ்வாறே கோயிலை விட்டு வெளியில் வந்தவுடன், அங்கிருந்த புதிய பைக்கின் அருகில் சென்று நின்றான்.

வாடிய முகத்துடன், தலையை குனிந்தவாறு வந்த நந்தினி.. ஆதித்யனைப் பார்த்து, "ஏன் நிற்குறீங்க..?" என்றாள்.

ஆதித்யன் உடனே பைக் சாவியைக் கொடுத்து, "இந்தா.. பைக்க ஸ்டார்ட் பண்ணு.." என்றான்.

நந்தினிக்கு ஒன்னும் புரியல... அப்படியே ஆச்சரியமாக ஆதித்யனைப் பார்க்க,

"இந்தா பிடி.... இது என்னுடைய பைக் தான்.." என்றான் ஆதித்யன்.

அந்தக் கணம் நந்தினிக்கு, அளவில்லா சந்தோசம்.. நாம் எதிர்பார்த்திருந்த விஷயம் நடைபெறாமல் இருந்து, எதிர்பார்க்காத நேரத்தில் கிடைத்ததும்.. அந்த ஆனந்ததிற்கு அளவே இல்லை.

அதே மகிழ்ச்சியுடன், மலர்ந்த முகத்துடன் அந்த சாவியை வாங்கினாள் நந்தினி.

சந்தோசத்தில் வார்த்தைகள் தடுமாற.. சைகையில், கைகளை அசைத்து.. "இந்த சாவியை எப்படி போடுவது" என்று கேட்டாள் நந்தினி.

ஆதித்யனும் சொல்லிக்கொடுக்க, அதேபோல் நந்தினி செய்தாள்.

சாவியைப் போட்டு வண்டியை ஸ்டார்ட் செய்ததும், ஆதித்யன் வண்டியில் ஏறி அமர்ந்தான். பிறகு நந்தினியையும் பின் சீட்டில் உட்காரச் சொன்னான் ஆதித்யன்.

நந்தினி தடுமாறியபடி நிற்க, ஆதித்யன் புரிந்துகொண்டு "உன் வலது காலை இந்த பெடல் மீது வைத்து, மறு கையால் வண்டியை பிடித்து ஏறி உட்காரு.." என்றான் ஆதித்யன்.

நந்தினி, ஆதித்யன் கூறியபடி முயற்ச்சி செய்ய.. சரியாக ஏறி உட்கார முடியவில்லை.

"உனக்கு சரியா வரலைன்னா, என் தோல்பட்டையைப் பிடிச்சுக்கோ.." என்றான் ஆதித்யன்.

நந்தினியும் அதேபோல் முயற்சி செய்ய, ஒரு வழியாக வண்டியில் ஏறி உட்கார்ந்தாள்.

பிறகு வண்டியை எடுத்துக்கொண்டு சென்றான் ஆதித்யன்.

ஆதித்யன், பைக்கை நெடுந்தூரம் ஓட்டிச்சென்றான். பின்னால் உட்கார்ந்திருந்த நந்தினிக்கு பைக்கில் செல்வது அளவில்லா இன்பாக இருந்தது.

பைக்கில் செல்லும் பொழுது கொளுத்தும் வெயிலில் கூட, எதிரே வீசும் காற்று.. பைக்கின் சத்தம், அதோடு சுற்றி இருக்கக் கூடிய இடங்களின் பின்னோக்கிய நகர்வுகள்..

இவையனைத்தும் நந்தினிக்கு புதிதாகவும் இருந்தது, காண்பதற்கு மகிழ்ச்சியாகவும் இருந்தது.

பைக்கில் செல்லும் போது ஏற்படும் பைக்கின் அதிர்வுகள் ஆதித்யனுக்கும், நந்தினிக்கும் இடையே ஒரு நெருக்கத்தை ஏற்படுத்தியது.

அந்த நெருக்கம் நந்தினிக்கு ஒரு உணர்வை ஏற்படுத்தியது. திடீரென அவள் முகம் மாறியது.

நெடுந்தூரம் சென்ற ஆதித்யன், பிறகு நந்தினியைக் கூட்டிவந்து இறக்கிவிட்டான்.

நந்தினி இறங்கும் பொழுது அவளிடம் ஏற்பட்டிருந்த மாற்றத்தை கவனித்தான் ஆதித்யன்.

"என்ன ஆச்சு..?, ஏன் முகம் வாடியிருக்கு..?" என்றான் ஆதித்யன்.

மெல்லிய குரலில் நந்தினி "ஒன்றுமில்லை.." என்று கூறிவிட்டு அங்கிருந்து சென்றாள்.

பிறகு ஆதித்யனும் வீட்டிற்கு வந்துவிட்டான்.

வீட்டிற்கு வந்த ஆதித்யன், நேரே வீட்டிற்குள் செல்ல.. அங்கு அண்ணனும், அண்ணியும் உதிரிப்பூக்களைக் கட்டிக்கொண்டு இருந்தனர்.

"ஏன் இவ்வளவு பூ...?" என்றான் ஆதித்யன்.

வெள்ளை கொக்கு

"நான் அப்பவே சொன்னேன், உங்க அண்ணே கேட்காம வாங்கிட்டாங்க.." என்றார் அண்ணி. அண்ணன் பேசாமல் இருக்க..,

"அதனால் என்ன..? உங்க தங்கச்சியை வச்சுக்க சொல்லவேண்டியது தானே..?" என்றான் ஆதித்யன்.

"நீங்க வேற கொழுந்தனாரே.. அவள் இதையெல்லாம் வச்சுக்க மாட்டா.." என்றார் அண்ணி.

"சரி... அதை இங்க கொடுங்க.." என்று சொல்லி கட்டிய பூக்களை எடுத்துக்கொண்டு நேரே வெளியில் சென்று அங்கிருந்த பைக்கில் கட்டிவிட்டான்.

அண்ணனும், அண்ணியும் வர, அங்கிருந்த பைக்கைக் கண்டு சந்தோஷமடைந்தனர்.

பிறகு அண்ணி வீட்டுக்குள் சென்றதும்... அண்ணன், ஆதித்யனை அழைத்து "தம்பி.. இனிமே நீ கொஞ்சம் பொருப்போட இருக்ககனும், இன்னும் ஐந்து நாள்ல நான் சிங்கப்பூர் போயிடுவேன்.. இனிமே நீ தான் என்னுடைய இடத்தில் இருந்து பார்த்துக்கணும்.. அப்பா, அம்மா எல்லோரையும் நல்லா பாத்துக்கோ, மேலும் உங்க அண்ணி, மணிமேகலை இவங்களுக்ெல்லாம் அவ்வளவா விவரம் பத்தாது... நீ அவங்ககூட இருந்து அவர்களைப் பொறுப்பா பார்த்துக்கோ.." என்று கூறினார் அண்ணன்.

அதைக் கேட்டு ஆதித்யனும், "கண்டிப்பா நான் நல்லா பாத்துப்பேன்.. அதைப் பற்றின கவலை உங்களுக்கு வேண்டாம்..." என்றான் ஆதித்யன்.

பிறகு இருவரும் கட்டித் தழுவிக்கொண்டு வீட்டிற்குள் சென்றனர்.

அன்றிரவு வழக்கம்போல் ஆதித்யன், நந்தினி இருவரும் ஃபோனில் பேசிக்கொண்டனர்.

ஃபோனை எடுத்த நந்தினி, கொஞ்சம் மெல்லிய குரலிலே பேசினாள்.

"ஏன்..? என்ன ஆச்சு..? ரொம்ப மெதுவா பேசுற..? வீட்டுல எதுவும் பிரச்சனையா..?" என்று கேட்டான் ஆதித்யன்.

"இல்ல.. அதெல்லாம் ஒன்றுமில்லை.." என்றாள் நந்தினி.

"இல்ல.. நீ எதையோ மறைக்கிற.. காலைல பைக்ல ஏறும் போது இருந்த சந்தோசம், பைக்ல இருந்து இறங்கும் போது இல்லை.. நான் அப்பவே கேட்டேன், நீ எதுவும் சொல்லாமல் போயிட்ட.. சொல்லு என்ன பிரச்சனை..?" என்றான் ஆதித்யன்.

"இல்ல எதுவும் பிரச்சனை இல்லை.." என்றாள் நந்தினி.

"இப்போ நீ சொல்ல போறியா..? இல்லையா..?" என்று ஆதித்யன் சற்று குரலை உயர்த்தி பேச..

"இல்ல.. அதை எப்படி சொல்றதுன்னு தெரியல.." என்றாள் நந்தினி.

"பரவாயில்ல.. இவ்ளோதூரம் சொல்லிட்ட.., அப்படியே மீதத்தையும் சொல்லிரு.." என்றான் ஆதித்யன்.

"இன்றைக்கு உங்க கூட பைக்ல போனது தான், என்னோட வாழ்க்கைல நான் மறக்கமுடியாத நாள்... என்னோட வாழ்க்கைல நான் ரொம்பவும் சந்தோசமா இருந்த நாள் இது... மேலும் என்னோட வாழ்க்கைல அப்படி ஒரு சந்தோசத்தை யாரும் எனக்கு கொடுக்கல..

இந்த சந்தோசம் எப்படி உங்களால, எனக்கு கிடைச்சதோ.. அதே மாதிரி இந்த சந்தோசம் என்னோட வாழ்க்கை முழுதும் கிடைக்கணும்..

அது கிடைக்குமா.." என்றாள் நந்தினி.

இதைக் கேட்டதும் ஆதித்யனுக்கு என்ன சொல்வதென்று தெரியவில்லை. சிறிது நேரம் அமைதியாகவே இருந்தான்.

நந்தினியும் இவ்வாறு கூறிவிட்டு அமைதியாய் இருந்தாள்.

பிறகு ஆதித்யன் பேசத்தொடங்கினான்.

"நந்தினி, எனக்கும் அதை எப்படி சொல்றதுன்னு தெரியல.. அதை நீ எப்படி எடுத்துப்பண்ணு எனக்குத் தெரியல.." என்றான்.

"நான் என்னோட மனசுல இருந்ததை சொல்லிட்டேன்.. அது கிடைக்குமா கிடைகாதான்னு நீங்கதான் சொல்லனும்.." என்றாள் நந்தினி.

"இங்க பாரு நந்தினி, என்னோட வாழ்க்கைல.. உன்னை மாதிரி ஒரு பெண்ணை நான் பார்த்ததில்லை, உன்னோட அந்த அறியாமை எனக்குப் புதிதாக தெரிஞ்சது... இந்த உலகத்துல இப்படியெல்லாம் ஒரு பெண் இருக்க முடியாமானு ஆச்சரியமாக இருந்தது.. அதை நான் நேரில் பார்த்த பிறகே புரிஞ்சிக்கிட்டேன்.

எனவே என்னால முடிஞ்ச சந்தோசத்தை உனக்கு கொடுக்கணும்னு நினைச்சேன். அதையும் கொடுத்துட்டேன்..

மேலும் நீ சின்ன பொண்ணு.., இனிமே தான் உன்னுடைய வாழ்க்கைல நிறைய விஷயங்களைப் பார்க்கப் போற.. அதனால் உன்னுடைய இந்த அறியாமையை நான் போக்கணும்னு நினைச்சேன்.." என்றான் ஆதித்யன்.

இதைக் கேட்ட நந்தினி,

"நீங்க சொல்றது எனக்கு புரியுது.. ஆனால், எனக்குக் கிடைச்ச இந்த சந்தோஷம், வாழ்க்கை முழுக்க கிடைக்கணும்னு நினைச்சது தப்பா..?" என்றாள் நந்தினி.

"நான் அப்படி சொல்லல.., எப்பவுமே, யாருக்குமே கிடைக்கிற சந்தோஷமும், துக்கமும் நிரந்தரமில்லை.. நம்ம மனசு நிறைய விஷயங்களை ஆசைப்படும், அது எல்லாமே நிறைவேறாது.. அப்படிப்பட்ட நிலைமைல நீ இருந்த, அதை என்னால் முடிந்தவரை உனக்குக் கொடுத்துருக்கேன். இனிமேல் நீ மேற்கொண்டு காலேஜுக்கு போய் படிக்கப் போற, இனிமேல் தான் உன் வாழ்க்கைல பாக்குறதுக்கு நிறைய இருக்கு.. " என்றான் ஆதித்யன்.

"நான் எவ்வளவு நாட்கள் ஆனாலும் சரி, எங்கு போனாலும் சரி.. என்னுடைய குணம் மாறாது.., அதேபோல் என்னுடைய ஆசையும் மாறாது.." என்றாள் நந்தினி.

"சரி... நீ இதெல்லாம் போட்டு குழப்பிகாத, அடுத்து என்ன பண்ணனும்னு யோசி... நீ எப்பவும் பேசுற மாதிரியே என்னிடம் பேசு.." என்றான் ஆதித்யன்.

"நான் முன் சொன்னது போல தான், என்னுடைய மனம் எப்பவும், எங்கேயும், யாருக்காகவும் மாறாது.. இதற்கு பதில், நான் காலேஜ் முடிந்தபிறகு தான் நீங்க சொல்லுவீங்க அப்படினா... நான் காத்திருப்பேன்.." என்றாள் நந்தினி.

அதைக்கேட்ட ஆதித்யன், "சரி.. நீ அடுத்து என்ன பண்ணப்போற என்பதை யோசி.. நான் நாளைக்கு பேசுறேன்.." என்று கூறி ஃபோனை வைத்தான் ஆதித்யன்.

அதை கேட்டு நந்தினியும் ஃபோனை வைத்தாள்.

பிறகு ஆதித்யன், நந்தினி சொன்னதன் நினைவாகவே இருந்தான்.

அந்நேரம் ஆதித்யனின் சித்தப்பா மகன் ராஜா, அங்கு வந்தான்.

ஆதித்யன், சோகத்துடன் "வாடா தம்பி, எப்படி இருக்க..?" என்று கேட்டான்.

"நல்லாயிருக்கேன் அண்ணா.. என்ன ஆச்சு..? ஏன் சோகமா இருக்கீங்க..?" என்று கேட்டான் ஆதித்யன்.

"உனக்கு தெரியும்ல, காரைக்குடில நந்தினி.." என்று ஆதித்யன் சொல்ல,

"ஆமா.. தெரியும், அன்றைக்குக் கூட நம்ம போனோமே..." என்றான் ராஜா.

"ம்ம்.. அந்த பொண்ணு இப்போ பேசுச்சு என்கிட்ட.." என்று ஆதித்யன் சொல்லி, நந்தினி கூறிய அனைத்தையும் சொன்னான்.

"உங்களுக்கு தான் அந்த பொண்ணு மேல பிரியம் இருக்குல்ல... அப்புறம் என்ன..?" என்று ராஜா கேட்க,

"இல்லடா.. அந்த பொண்ணுக்கு வெளி உலகம் தெரியாது. மேலும் நல்லது எது, கெட்டது எது என்று தெரியாது... அவளுக்கு நாம செய்றது சரியா, தப்பான்னு அந்த பொண்ணு உணரணும்... அதுக்கப்புறம் சொன்னா ஓகே.." என்றான் ஆதித்யன்.

"இதுவரைக்கும் நடந்ததை வச்சு அந்த பொண்ணுக்குத் தெரியாதா, இவ்ளோதூரம் நீங்க செய்ய போனதுனால தான அந்தப் பொண்ணுக்கு தோனிருக்கு.." என்றான் ராஜா.

"நீ சொல்றது சரி தான்... நான் அவளைப் புடிக்காம இத்தன விஷயங்களை நான் பண்ணல, அந்தப் பொண்ண எனக்கும் பிடிக்கும்.. ஆனால், இப்போ அதுக்கான நேரம் இல்ல, அவள் இன்னும் தெரிஞ்சுக்க வேண்டிய விஷயம் நிறைய இருக்கு..." என்றான் ஆதித்யன்.

"ம்ம்.. நீங்க சொல்றதும் சரிதான்.., ரொம்ப அதையே யோசிக்காதீங்க, எல்லாம் நல்லபடியா நடக்கும்... நான் வர்றேன்.." என்று சொல்லிவிட்டு அங்கிருந்து சென்றான் ராஜா.

ஆதித்யனுக்கும் இப்போ கொஞ்சம் நிம்மதியாக இருந்தது.

அடுத்த நாள்...

ஆதித்யன், வெளியில் சென்றுவிட்டு வீட்டுக்குள் வர.. வீடே அமைதியாக இருந்தது. "என்ன ஆச்சு.." என்ற நினைப்புடன் வந்த ஆதித்யன், வீட்டுக்குள் இருந்த அண்ணனையும், அண்ணியையும் பார்த்தான்.

"என்ன ஆச்சு..?, ஏன் வீடே அமைதியாக இருக்கு.." என்றான் ஆதித்யன்.

"மணிமேகலைக்கு காலேஜ்ல சீட்டு கிடைச்சுருச்சு..." என்றார் அண்ணி.

"நல்ல விஷயம் தானே.. அதுக்கு ஏன் நடக்க கூடாதது, நடந்த மாதிரி உட்காந்துருக்கீங்க.." என்றான் ஆதித்யன்.

"அதுக்காக இல்ல கொழுந்தனாரே... இவள் அந்த காலேஜ்க்கு போவாளா என்று தெரியல.." என்றார் அண்ணி.

"எந்த காலேஜ்..?" என்று கேட்டான் ஆதித்யன்.

"நீ படிச்ச காலேஜ் தான், ராஜ ராஜன் என்ஜினீயரிங் காலேஜ்..." என்றார் அண்ணன்.

"அண்ணி... அதெல்லாம் செட் ஆகிரும், கவலைய விடுங்க.. எதாவது பிரச்சனை வந்தா, என்கிட்ட சொல்லுங்க.. நான் பார்த்துக்குறேன்" என்றான் ஆதித்யன்.

இதை அங்கிருந்த அறைக்குள் நின்ற மணிமேகலையும் கேட்டுக்கொண்டிருந்தாள்.

ஆதித்யன் சொன்னதைக் கேட்டதும்,

மணிமேகலைக்கு கொஞ்சம் ஆறுதல் கிடைத்தது, மேலும் அவனுடைய அந்த அனுகூலம் எல்லாத்தையும் அறிந்து, மணிமேகலைக்கு சற்று தைரியமும் வந்தது.

பிறகு ஆதித்யனின் அண்ணன் சிங்கப்பூர் செல்லும் நாளும் வந்தது.

அண்ணன், சிங்கப்பூர் செல்லும் முன் ஆதித்யனிடம் "நான் சொன்னதை நினைவில் வைத்துக்கொள்... எல்லோரையும் கவனமா பார்த்துக்கோ..." என்று சொல்லிவிட்டு அண்ணனும் சிங்கப்பூர் சென்றார்.

ஆதித்யனுக்கு சற்று பொறுப்பும் அதிகமானது.

"நம் அண்ணன் கூறியது போல், அனைவரையும் நல்ல படியாக பார்த்துக்கொள்ள வேண்டும்.. நம்மால் அவர்களுக்கு எதுவும் தவறாக நேர்ந்துவிட கூடாது.." என்பதில் கவனமாக இருந்தான் ஆதித்யன்.

மணிமேகலைக்கு பிறந்தநாள் வந்தது.

வெள்ளை கொக்கு

அந்த நாள் ஆதித்யன், தன் ஃபோனில் வாட்ஸ் அப் ஸ்டேடஸ் வைத்திருந்தான். அதனைக் காரைக்குடியில் இருந்த நந்தினியும் பார்த்தாள்.

அன்றிரவு வழக்கம்போல் இருவரும் பேசுகையில், நந்தினி "யாருக்கு இன்று பிறந்தநாள்.." என்று கேட்டாள்.

"நானே உன்னிடம் சொல்லலாம் என்று இருந்தேன்.. அது என் அண்ணியின் தங்கச்சி, பெயர் மணிமேகலை.. அது ஒரு அப்பாவிப் பொண்ணு, கிட்டதட்ட உன்னை மாதிரிதான்..

ஆண்களிடம் பேசாது, ரொம்ப பயந்த சுபாவம்.." என்று ஆதித்யன், மணிமேகலையைப் பற்றி நடந்த அனைத்து நிகழ்வுகளையும் கூறினான்.

அனைத்தையும் பொறுமையாக கேட்ட நந்தினி,

"ஓஹோ.. அப்படியா... சரி, சரி.." என்று கேட்டுக்கொண்டாள் நந்தினி. என்னதான் சரி சரி என்று கூறினாலும், நந்தினியின் மனதுக்குள் "நமக்கு சொந்தமான ஒரு இடத்தில, அந்த இடத்தைப் பூர்த்திசெய்ய ஒரு ஆள் இருக்கு.." என்கிற எண்ணம் நந்தினியின் மனதுக்குள் தோன்றியது.

"சரி... நீ என்ஜினீயரிங் படிக்க போறேன்னு சொன்ன, நீ கவுன்சிலிங் போலயா..." என்று கேட்டான் ஆதித்யன்.

"இல்ல.. எங்க அக்கா, என்ஜினீயரிங் வேண்டாம்னு சொல்லிட்டாங்க... அதனால பக்கத்துல அழகப்பா

யுனிவர்சிட்டில பிகாம் படிக்க போறேன்.." என்று கூறினாள் நந்தினி.

"ஓ... அப்படியா... ஓகே தான்... சரி நாளைக்கு பேசுவோம்" என்று கூறி ஃபோனை வைத்தான் ஆதித்யன்.

இந்தப் பக்கம் நந்தினியும் ஃபோனை வைத்தாள்.

காலேஜ் திறக்கும் நாளும் வந்தது...,

நந்தினி அழகப்பா யுனிவர்சிட்டிக்கும், மணிமேகலை ராஜராஜன் என்ஜினீயரிங் காலேஜுக்கும் சென்றனர்.

மூன்று நாட்கள் கழித்து,

ஆதித்யனின் அம்மா, ஆதித்யனுக்கு ஃபோன் செய்தார்.

ஆதித்யன் எடுத்து பேச,

"டேய்.. ஆதித்யா.. சீக்கிரம் வீட்டுக்கு வா..., உங்க அண்ணி, மணிமேகலையைப் போட்டு அடிக்கிறா.." என்று அம்மா கூற,

ஆதித்யன், வேகமாக வீட்டிற்கு வந்தான்.

வந்து பார்க்கையில் மணிமேகலை ஒரு ஓரத்தில் அமர்ந்து அழுதுகொண்டிருந்தாள். இந்தப் பக்கம் அண்ணி, கிட்சனில் பாத்திரங்களைப் போட்டுக் கோபத்தில் உருட்டிக்கொண்டிருந்தார். ஆதித்யன் வந்ததை மணிமேகலை கவனிக்காமல், தலையைக் குனிந்தவாறு அழுதுகொண்டிருந்தாள்.

நேரே சென்ற ஆதித்யன், அண்ணியிடம் "அண்ணி.. என்ன ஆச்சு..?" என்று கேட்டான்.

"இங்க பாருங்க, இவள் காலேஜுக்குப் போகமாட்டாளாம்..., இதுக்கு தான் அப்பவே சொன்னேன்.. இந்த காலேஜ் செட் ஆகாதுன்னு.. நீங்களே பாருங்க..." என்று அண்ணி சொல்ல,

ஆதித்யனுக்கு யாரைச் சமாதானப்படுத்துவது என்று தெரியவில்லை.

"உங்க அண்ணே, அவ்ளோ செலவு பண்ணி காலேஜ்ல சேர்த்துவிட்டா.. இவள் காலேஜுக்குப் போகமாட்டாளாம்... இப்போ நான் உங்க அண்ணனுக்கு என்ன பதில் சொல்றது.." என்று அண்ணி கோபமாகக் கூற,

ஆதித்யன் முதலில் அழுகின்ற மணிமேகலையைப் பார்த்து சமாதானம் செய்வோம் என்று நினைத்து, அழுது கொண்டிருந்த மணிமேகலை அருகில் சென்று அமர்ந்தான்.

ஆதித்யன், அருகில் வந்து அமர்ந்தது கூட தெரியாமல் மணிமேகலை அழுது கொண்டிருந்தாள்.

அப்படியிருக்க, ஆதித்யன் "சரி.. என்ன பிரச்சினையாக இருந்தாலும் பரவாயில்ல, என்னிடம் சொல்லு.. அழுதா இதுக்கு முடிவு வராது, எதுவாக இருந்தாலும் மனம்விட்டுப் பேசு... நாங்க எல்லோரும் இருக்கோம், கவலைப்படாத, நாளைக்கு காலேஜுக்கு நானே கொண்டுவந்து விடுறேன்... எந்தப் பிரச்சனையாக இருந்தாலும் நான் பார்த்துக்குறேன்.. பயப்படாம தைரியமா இரு" என்று ஆதித்யன் கூறி, அருகில்

இருந்த ஒரு துண்டை எடுத்து.. அழுது கொண்டிருந்த மணிமேகலையின் கையில் வைத்துவிட்டு அங்கிருந்து சென்றான் ஆதித்யன்.

ஆதித்யன் சென்று ஒரு சிறிது நேரம் கழித்து, மணிமேகலை எழுந்து தன் கையில் இருக்கும் துண்டை உணர்ந்தாள்.

அப்பொழுது தான் அவள் நினைவுக்கு வந்தது, ஆதித்யன் தன் அருகில் வந்து அமர்ந்து கூறிய வார்த்தைகள் அனைத்தும்.

அந்தக் கணம் ஒரு ஆண் வந்து சமாதானப்படுத்தினால் இவ்வாறுதான் இருக்குமோ என்று மணிமேகலைக்குத் தோன்றியது... அதையே சிந்தித்துக்கொண்டிருக்க முன்னர் காலேஜ்ல சேரும் முன் ஆதித்யன் கூறிய வார்த்தைகள் நினைவுக்கு வந்தது. "நான் இருக்கிறேன், பார்த்துக்கொள்வேன்.." என்று ஆதித்யன் கூறியது மணிமேகலைக்கு நினைவுக்கு வந்தது. அப்பொழுது தான் அவள் உணர்ந்தாள், "அவன் வெறும் வாய் வார்த்தையாக சொல்லல, உள் மனசுல இருந்து தான் சொல்லிருக்காங்க.." என்று.

மணிமேகலையின் பயம்

மறுநாள் ஆதித்யன் கூறியது, மணிமேகலையைக் காலேஜ்க்கு அழைத்துச் செல்ல தயாரானான்.

மணிமேகலையும் சற்று தைரியத்தை வரவழைத்துக்கொண்டு காலேஜ்க்கு செல்லத் தயாராகி வெளியில் வந்தாள்.

ஆதித்யன் பைக்கில் காத்திருக்க,

மணிமேகலை மனதிற்குள் "திக்.. திக்.." என்றது, அதே பரபரப்புடன் வந்து மெல்ல பைக்கில் ஏறி உட்கார்ந்தாள்.

ஆதித்யன் பைக்கை எடுத்துக்கொண்டு செல்ல, மணிமேகலை கண்களை இறுக்கி மூடிக்கொண்டாள்.

பைக் வேகமாக போய்க் கொண்டிருக்க, லேசாக கண்களைத் திறந்து பார்த்தாள் மணிமேகலை.

எதிர்க் காற்று வீச, கண்களைச் சிமிட்டிக்கொண்டே கண்களை மெல்லத் திறந்தாள். பைக்கில் போய்க்கொண்டிருப்பதை நினைத்து, மனதுக்குள் சில புதிய உணர்வு தோன்றியது.

அதே உணர்வுகளுடன் காலேஜை நெருங்க மணிமேகலைக்குச் சற்று பயம் வர ஆரம்பித்தது.

ஆதித்யன், காலேஜுக்கு உள்ளே சென்று இறக்கிவிட்டான். அங்குள்ள அனைவரும் அதை கவனித்தனர்.

மணிமேகலை மெல்ல, கொஞ்சம் பயத்துடனே இறங்கி நடந்து சென்றாள்.

அங்கு நின்ற அனைவரும் மணிமேகலையை மட்டுமே பார்க்க, அவளுக்கு பயம் சற்று அதிகமாகவே இருந்தது.

அதே பயத்துடன் திரும்பி ஆதித்யனைப் பார்க்க,

"நீ தைரியமாக போ.. நான் பார்த்துக்குறேன்.." என்று கண்களை அசைத்துக் காட்ட, மணிமேகலை அதை கவனித்தவாறு சென்றாள்.

பிறகு கிளாஸ்க்கு சென்று அமர்ந்தாள். சுற்றி இருந்தவர்கள் கூட, அவளைப் பற்றியே பேசிக் கொண்டிருந்தனர்.

"அவள் நம்ம காலேஜ் சீனியர கூட்டிடு வந்துருக்கா.." என்றெல்லாம் பேசிக்கொண்டனர் உடன் இருந்தவர்கள்.

இவ்வாறு நடப்பது மணிமேகலைக்கு ரொம்ப சங்கட்டமான சூழ்நிலையை ஏற்படுத்தியது.

பிறகு ஒரு வழியாக கிளாஸ் நடக்க ஆரம்பித்தது.

மதிய உணவு இடைவேளையும் வந்தது.

வெள்ளை கொக்கு

மணிமேகலை சாப்பிடாமல் கிளாஸ்க்குள்ளேயே இருந்தாள். வெளியில் சென்றாள் எதுவும் பிரச்சனை ஆகும் என்ற பயத்தில் இருந்தாள்.

அந்நேரம் அவள் திடுக்கிடும்படி, அந்த காலேஜ் சீனியர் பசங்க சத்தம் போட்டுக்கொண்டே வந்தனர்.

அதைக் கேட்டு மணிமேகலைக்கு பயம் அதிகமானது.

மணிமேகலை இருந்த கிளாஸ்க்குள் அந்த சீனியர் பசங்க வந்தனர்.

அதில் ஒருவன், "என்ன கூட ஆள கூட்டிடு வந்துருக்கியாமே... எங்க அந்த ஆளு, நான் பார்க்கணுமே.." என்று கிண்டல் செய்ய ஆரம்பித்தனர்.

மணிமேகலை பயத்தில் அழ ஆரம்பித்தாள்.

"என்ன அழுதா.. விட்ருவோமா.. " என்றான் ஒருவன்.

"மச்சான்.. அவள பெஞ்ச் மேல நிற்கச் சொல்லு.." என்றான் இன்னொருவன்.

"ஏய்.. பெஞ்ச் மேல ஏறி, உக்கிப் போடு.." என்றான் மற்றொருவன்.

இப்படி பேசிக்கொண்டிருக்க,

"மச்சான்.. அவளுக்கு உக்கிப் போட தெரியாது.. எப்படி போடுறதுனு சொல்லிக்கொடு.." என்று ஒருவன் கூற,

அங்கிருந்த சீனியர் பசங்க, "யார்றா அது.." என்று திரும்பி பார்த்தனர்...

ஆதித்யன், அங்கிருந்த மேஜையின் அமர்ந்தவாறு உட்காந்திருந்தான். அதனைக் கண்ட சீனியரில் ஒருவன் மெல்லிய குரலில், "மச்சான்.. இது நம்ம சீனியர்றா.." என்றான்.

உடனே அங்கிருந்த பசங்க சற்று பயத்துடன் விலகி நிற்க, ஆதித்யன் அங்கிருந்த மணிமேகலையைப் பார்த்து "என்ன சாப்பிட வராம இங்கேயே உட்காந்துட்ட...." என்று சொல்லி அருகில் இருந்த சாப்பாட்டை கொடுத்தான்.

அதனைக் கண்டு மணிமேகலை மிரண்டு போய் உட்காந்திருக்க,

"என்ன ஆச்சு..?" என்று திரும்பி அங்கிருந்த பசங்களைப் பார்த்து, "என்னப்பா..? எதுவும் பிரச்சனையா..?" என்று கேட்க,

"இல்லநண்ணா.. அதெல்லாம் ஒன்னுமில்ல.." என்றான் அங்கிருந்த சீனியரில் ஒருவன்.

ஆதித்யன், மணிமேகலையை ஒருமுறை, பிறகு அங்கிருந்த சீனியர் பசங்களை ஒருமுறை மாற்றி மாற்றி பார்த்துவிட்டு,

"பின்ன எதுக்கு அமைதியா இருக்கீங்க..., இந்தப் பொண்ணு உங்க ஃப்ரெண்ட் தான, சாப்பிட சொல்லுங்க..." என்றான் ஆதித்யன்.

உடனே அங்கிருந்த சீனியரில் ஒருவன், "யம்மா.. தங்கச்சி... சாப்பிடுமா..." என்றான்.

இன்னொருவன் முன் வந்து, "நாங்களும் சாப்பிட சொல்ல தான் வந்தோம்.. அதுக்குள்ள நீங்க வந்துட்டீங்க.." என்றான்.

அதைக் கேட்ட ஆதித்யன், அந்த சீனியர் பசங்களில் ஒருவன் தோல் மீது கைவைத்து,

"தம்பி... நீங்களெல்லாம் காலேஜ் சீனியர்.. அப்படித்தானே.." என்றான்.

அங்கிருந்த சீனியர் பசங்க, தலையைச் சொரிந்தவாரு, சிரித்துக்கொண்டே "ஆமாங்கணா..." என்றனர்.

"யாருகிட்ட ராகிங் பண்ணனும், யாருகிட்ட பண்ணக்கூடாதுனு தெரியவேண்டாம்..." என்று ஆதித்யன் சொல்ல,

இதைக் கேட்ட சீனியர் பசங்க,

"அண்ணா.. சாரிண்ணா.." என்று கூறிவிட்டு, அப்படியே திரும்பி "சாரி.. தங்கச்சி.." என்று சொல்லிவிட்டு அங்கிருந்து கிளம்பினர்.

இதையெல்லாம் கண்ட மணிமேகலை இன்னும் அதிர்ச்சியில் இருந்து மீளாமல் இருந்தாள்.

ஆதித்யன், மணிமேகலை அருகில் வந்து "பாக்குறதுக்கு ரொம்ப நல்ல பசங்களா இருக்காங்க.. இவங்களைப் பார்த்தா

பயந்துகிட்டு, காலேஜ் போகமாட்டேனு சொன்ன.." என்றான் ஆதித்யன்.

இங்கு நடந்ததை எல்லாம் நினைத்து மணிமேகலை உறைந்து போயிருக்க,

"சரி.. சரி.. நேரமாச்சு... சீக்கிரம் சாப்பிடு.., நான் கிளம்புறேன்... சாயங்காலம் நானே வந்து கூட்டிட்டு போறேன்.." என்று சொல்லிவிட்டு அங்கிருந்து சென்றான் ஆதித்யன்.

மணிமேகலை இன்னும் அந்த அதிர்ச்சியில் இருந்து மீளாமல் ஆதித்யன் சென்றதைப் பார்த்தவண்ணம் இருந்தாள்.

பிறகு அந்த காலேஜ் முழுதும், மணிமேகலை, ஆதித்யன் பற்றிய பேச்சு தான் ஓடிக்கொண்டிருந்தது. இந்த நிகழ்வையெல்லாம் வைத்து மணிமேகலை மனதில், ஆதித்யன் பற்றிய சிந்தனைகள் அதிகம் ஓடியது. ஏற்கனவே மணிமேகலை எழுதிக்கொண்டிருந்த டைரியில், ஒரு ஆணுடன் பேசினால் இப்படித்தான் இருக்கும் என்ற கற்பனை உருவத்திற்கு, ஆதித்யனின் தோற்றம் கொஞ்சம் கொஞ்சமாக வர ஆரம்பித்தது.

பிறகு ஆதித்யன் கூறியது போல் சாயங்காலம் காலேஜ் வெளியில் ஆதித்யன் காத்துக்கொண்டிருந்தான். மணிமேகலை வெளியில் வர ஆரம்பித்தாள். அப்போது மணிமேகலை, வெளியில் பைக்குடன் காத்துக்கொண்டிருந்த ஆதித்யனை பார்க்க, ஒரு புதிய உணர்வு தோன்றியது. அதே உணர்வுடன் வந்து பைக்கில் ஏறி உட்கார்ந்தாள் மணிமேகலை.

வெள்ளை கொக்கு

காலையில் கண்ட மணிமேகலைக்கும், இப்பொழுது காணும் மணிமேகலைக்கும் சிறு வித்தியாசம் தோன்றியது.

இம்முறை ஆதித்யன் பைக்கை எடுத்து செல்ல,

மணிமேகலைக்கு, ஆதித்யன் உடன் இருப்பதால் துளியளவும் பயமில்லாமல் இருந்தாள்.

மணிமேகலையின் இந்த செயலைக் கண்டு ஆதித்யன், "அவ்வளவுதான்.. நம்ம எப்பவுமே பிரச்சனையைச் சந்திக்கபோறோம் என்று நினைத்து தான் பயம் இருக்கும்.. ஆனால் அதை எப்படி சந்திச்சோம் என்பதற்கு அப்புறம் பயம் இருப்பதில்லை.. அதனால் ஒரு விஷயத்தை எப்படிக் கையாலுறோம் என்பது தான் முக்கியம்.." என்றான் ஆதித்யன்.

மேலும் ஆதித்யன், "நீ எதையும் நினைத்து பயப்படாத, நீ எங்க வீட்டுப் பொண்ணு... உனக்கு பின்னாடி நான் இருப்பேன்.. தைரியமா இரு.." என்று நம்பிக்கை கூற,

மணிமேகலைக்கு ஏற்பட்டிருந்த அந்த உணர்வு அதிகமானது.

பிறகு வீட்டிற்கு வந்த மணிமேகலை, நேரே வீட்டிற்குள் சென்று அவளுடைய அந்த டைரியை எடுத்து, முன்னர் நினைத்தது போலவே அந்த கற்பனையான ஆண் உருவத்திற்கு, கரிகாலக் கண்ணன் என பெயர் சூட்டினாள்.

வெளியில் நின்ற ஆதித்யனிடம்,

"என்ன ஆச்சு.." என்று அண்ணி கேட்க...

"அதெல்லாம் ஒன்னும் பிரச்சனை இல்லை.. வழக்கம்போல காலேஜ் போக சொல்லுங்க.." என்றான் ஆதித்யன்.

"சரி" என்று கூறிவிட்டு அண்ணி வீட்டிற்குள் செல்ல, ஆதித்யன் அவன் வீட்டுக்குச் சென்றான்.

பிறகு அன்று மாலை நேரம் ஆதித்யன், அண்ணியின் வீட்டுக்கு வர, நேரே வீட்டுக்குள் சென்று ஃப்ரிட்ஜில் இருந்த தண்ணியைக் குடித்துக் கொண்டிருந்தான்.

அப்போது திடீரென்று ஒரு குரல் "அத்தான்..." என்று கேட்டது.

கேட்ட அடுத்த நொடி, குடித்த தண்ணீரைப் புரையேரியபடி வெளியே துப்பினான் ஆதித்யன்..

"யாரது பேசுனது.." என்று சுற்றி முற்றி பார்த்தான்.

யாரும் கண்ணுக்கு புலப்படவில்லை. பிறகு ஆதித்யன் தண்ணியைக் குடிக்கப் போக,

"ம்ம்..ம்.." என்று தொண்டையைக் கணைத்து "அத்தான்.." என்று சத்தம் கேட்டது.

மீண்டும் ஆதித்யன் திடுக்கிட்டு சுற்றி முற்றி பார்க்க, எதிரே இருந்த கதவின் இடுக்கு வழியே மணிமேகலை நின்றுகொண்டிருந்தாள்.

அதைப் பார்த்துவிட்டு, "மணிமேகலை.. நீயா பேசுனது..." என்றான் ஆதித்யன்.

மீண்டும் அதேபோல் மணிமேகலை "ம்.. ம்.." என்று தொண்டையைக் கணைக்க,

"உனக்கு பேச தெரியுமா...?, இப்பொழுது உன் குரலைக் கேக்குறேன்.." என்றான் ஆதித்யன்.

"ரொம்ப தேங்க்ஸ்.. இன்றைக்கு நடந்த விஷயத்திற்கு.." என்று மணிமேகலை கூறினாள்.

"அதெல்லாம் பரவாயில்லை.. பயப்படாம எதுவா இருந்தாலும் நேருக்கு நேர் சந்திச்சு பழகு.. பயம் போயிடும்.., நாளையில் இருந்து வழக்கம்போல் காலேஜுக்குப் போ.." என்று சொல்லிவிட்டு அங்கிருந்து சென்றான் ஆதித்யன்.

அன்றிரவு வழக்கம்போல் நந்தினியும், ஆதித்யனும் ஃபோனில் பேசினர்.

"ஏன் இன்றைக்கு முழுதும் ஆன்லைன் வரவே இல்ல.." என்று நந்தினி கேட்க,

ஆதித்யன், இன்று நடந்த அனைத்து விஷயங்களையும் சொன்னான்.

இதைக் கேட்ட நந்தினிக்கு, ஒரு விதமான பொறாமை வர ஆரம்பித்தது. அதே உணர்வுடன் "நீங்க ஏன் இதெல்லாம் செய்றீங்க ..?" என்று நந்தினி கேட்க,

"அப்படியெல்லாம் சொல்லாத, என் அண்ணன் இருந்து செய்ய வேண்டிய வேலையை, நான் செஞ்சுக்கிட்டு இருக்கேன்..

இந்த மாதிரியான விஷயங்களில் அவர்களுக்கு உதவி செய்ய யாருமில்லை.. அதான்.." என்று ஆதித்யன்.

நந்தினி, சற்று பொறாமை இருந்தாலும், அதை வெளிக்காட்டாமல் "சரி" என்று ஒப்புக்கொண்டாள்.

பிறகு "நந்தினி.. உனக்கு காலேஜ் எப்படி போகுது.." என்றான் ஆதித்யன்.

"ம்ம்.. நல்லா போய்கிட்டு இருக்கு.." என்றாள் நந்தினி.

"ப்ரெண்ட்ஸ் எல்லாம் ஓகே தான.." என்றான் ஆதித்யன்.

"ம்ம்.. எல்லா. ஓகே தான்.." என்றாள் நந்தினி.

"சரி நான் முன்னாடியே கேட்கணும்னு இருந்தேன்.., எனக்கு உன் ப்ரெண்ட்ஸ் நம்பர் வேணும்..., ஒருவேளை உன்கிட்ட பேசமுடியல அப்படினா, நான் அவங்ககிட்ட பேசி கேட்டுப்பேன்ல.. அதுக்குதான்.." என்றான் ஆதித்யன்.

நந்தினி, கொஞ்சம் யோசிக்க...

"ரொம்ப யோசிக்காத, உன்னோட நெருங்கிய ஃப்ரெண்ட் யாரும் இருந்தா.. அவங்ககிட்ட நம்மள பத்தி சொல்லி வச்சுக்கோ.. ஏதாவது ஒரு தருணத்தில் அவங்க உபயோகமா இருப்பாங்க.." என்று ஆதித்யன் சொல்ல,

"சரி... சுமதி என்று ஒருத்தி இருக்கா.., அவகிட்ட சொல்லிட்டு நான் நம்பர் வாங்கித்தரேன்..." என்று சொன்னாள் நந்தினி.

அதேபோல் சுமதியிடம் பேசி, அவளுடைய நம்பரையும் வாங்கி கொடுத்தாள் நந்தினி.

பிறகு ஒரு நாள் மணிமேகலை காலேஜ் முடிந்து வீட்டிற்கு செல்லவிருக்கும் பஸ்ஸை விட்டுவிட்டாள். என்ன செய்வதென்று தெரியாமல், அவளுடைய அக்காவிற்கு ஃபோன் பண்ணி சொன்னாள்.

"சரி... அங்கேயே இரு, நான் ஆதித்யனுக்கு ஃபோன் பண்ணி சொல்றேன்.." என்று கூறிவிட்டு, பிறகு சற்று யோசித்துவிட்டு "நீயே ஃபோன் பண்ணி சொல்லு.., நான் பேசிக்கிறேன்.." என்றார் அக்கா.

"நான் சொல்லவா..!" என்று மணிமேகலை வார்த்தையை இழுத்தாள்.

"என் ஃபோன்ல பேலன்ஸ் இல்லடி... அதான் நீயே ஃபோன் பண்ணி சொல்லு, ஒன்னும் பிரச்சனை இல்ல.. ஆதித்யன் வருவாரு.." என்றார் அக்கா.

பிறகு யோசித்தவாரே மணிமேகலை, ஆதித்யனுக்கு ஃபோன் பண்ணி சொல்ல..

ஆதித்யன், மணிமேகலை இருக்கும் இடத்திற்கு வந்தான். அதனை அங்கிருந்த மணிமேகலை கூட படிக்கிறவங்க, அனைவரும் பார்த்தனர்.

ஆதித்யன், வந்து மணிமேகலை முன் நிற்க..

"உன் அத்தான் வந்துட்டாருடி.. போ.." என்று அருகில் நின்ற ப்ரெண்ட்ஸ் சொல்ல,

மணிமேகலைக்கு கொஞ்சம் தயக்கம் கலந்த வெட்கத்தோடு ஆதித்யன் அருகில் சென்றாள்.

ஆதித்யன், அதை எதையும் பெரிதாக எடுத்துக்காமல் இருந்தான். மணிமேகலை பைக்கில் ஏறி உட்கார, பைக்கை எடுத்துக் கொண்டு சென்றான் ஆதித்யன்.

நேரே அவளுடைய வீட்டில் விட்டுவிட்டு, அங்கிருந்து அவனுடைய வீட்டிற்கு சென்றான்.

மணிமேகலைக்கு இன்று நடந்த நிகழ்வு, காலேஜ்ல நடந்தது, அவளுடைய ஃப்ரெண்ட்ஸ் பேசுனது எல்லாம் மணிமேகலைக்கு ஒரு வித்தியாசமான உணர்வைத் தூண்டியது.

உடனே அவளுடைய டைரியை எடுத்து எழுத ஆரம்பித்தாள்.

இடையிடையே அவளுடைய சிந்தனையில் ஆதித்யன் முகம், நடந்த நிகழ்வுகள் வந்து வந்து சென்றன.

இதன் விளைவாக மணிமேகலை, வாரத்தில் ஒருமுறை, அல்லது இரண்டு முறை வேண்டுமென்றே பஸ்சை விட்டுவிட்டு ஆதித்யனுக்கு ஃபோன் பண்ணி வரச்சொல்வது என செய்ய ஆரம்பித்தாள்.

இந்தப் பக்கம் நந்தினி, ஆதித்யனிடம் தினமும் பேசினாலும்.. ஆதித்யன் அடிக்கடி தாமதமாக பேசுவது, பேசுகையில்

இடையிடையே மணிமேகலை பற்றி பேசுவது என இருப்பது கொஞ்சம் வருத்தமாகவே இருந்தது.

ஆனால் ஆதித்யனோ தன் குடும்பத்தின் நிலைமையை யோசித்து செயல்பட்டான்.

ஒரு கட்டத்தில் மணிமேகலை, தன் அக்காவின் ஃபோனை எடுத்து ஆதித்யனுக்கு மெசேஜ் செய்து பேச ஆரம்பித்தாள்.

ஆனால், ஆதித்யன் தன் அண்ணிதான் பேசுகிறார் என்று நினைத்து பேசத்தொடங்கினான்.

மணிமேகலை, தன் அக்காவின் ஃபோனில் இருந்து மெசேஜ் செய்து.. ஆதித்யன் எங்கு இருக்கிறான், என்ன செய்கிறான், எங்கு போகிறான் என்பதையெல்லாம் தெரிந்துகொள்ள ஆரம்பித்தாள்.

இந்தப் பக்கம் நந்தினி, ஆதித்யனை நினைத்து மனதில் ஒரு பக்கம் கவலைவர ஆரம்பித்தது. ஒழுங்காக சாப்பிடாமல் இருப்பது, காலேஜுக்குப் போகாமல் இருப்பது என இருந்தாள்.

மணிமேகலையின் ஓவியம்

ஒரு நாள் மணிமேகலை, வழக்கம்போல் தன் அக்காவின் ஃபோனில் இருந்து ஆதித்யனுக்கு மெசேஜ் செய்தாள்.

"உங்களோட ஃபோட்டோ இருந்தா அனுப்புங்க.." என்று மெசேஜ் அனுப்பினாள் மணிமேகலை.

தன்னிடம் அண்ணி தான் பேசுறாங்க என்று நினைத்து, ஆதித்யன் "எதுக்கு கேக்குறீங்க..?" என்றான்.

"இல்ல.. நீங்க சிங்கிள் தான, எங்க பக்கட்டு எதுவும் பொண்ணு இருக்கானு பார்க்க தான்.." என்று மெசேஜ் அனுப்பினாள் மணிமேகலை.

"சரி, தன்னுடைய அண்ணிதான கேக்குறாங்க" என்று நினைத்து ஆதித்யன் ஃபோட்டோ ஒன்றை அனுப்பினான்.

இது போன்று தினமும் தன் அக்காவின் ஃபோனில் இருந்து மணிமேகலை மெசேஜ் செய்தவண்ணம் இருந்தாள். தன் அக்காவிற்கு தெரிந்துவிடக் கூடாது என்பதற்காக, தன் அக்காவின் ஃபோனில் இருந்து முக்கியமான ஃபோட்டோ போன்றவற்றை மட்டும் தன்னுடைய ஃபோனுக்கு மாற்றிவிட்டு, மற்றபடி அனுப்பிய எல்லா மெசேஜையும் அழித்துவிட்டாள் மணிமேகலை.

அக்காவும், தங்கச்சி எதோ ஃபோன் நோண்டிகிட்டு இருக்கா.. என்று நினைத்து எதுவும் கேட்காமல் இருந்தாள்.

இவையெதுவும் தெரியாமல், ஆதித்யன் தன் அண்ணியிடம் பேசுகிறோம் என்று நினைத்துக்கொண்டான். அதேபோல் தினமும் நந்தினியிடம் பேசுவதையும் வழக்கமாக வைத்துக்கொண்டான்.

இப்படியே போய்கொண்டிருக்க,

ஒரு நாள் காலேஜ்ல மணிமேகலை, ஆதித்யன் அனுப்பிய போட்டோவை வைத்து வரைந்து கொண்டிருந்தாள்.

அவள் பக்கத்தில் இருந்த மணிமேகலையின் ஃப்ரெண்ட் ஒருத்தி, அவள் வரைந்து கொண்டிருந்த படத்தில் லேசாக கிருக்கிவிட்டாள்.

அதனைக் கண்ட மணிமேகலைக்குக் கோபம் அதிகமாக வந்தது. சட்டென யோசிக்காமல் தன் ஃப்ரெண்டை "பளார்.." என ஒரு அரைவிட்டாள் மணிமேகலை.

அருகில் இருந்த மற்ற ஃப்ரெண்ட்ஸ்களும் ஆச்சரியத்துடன் பார்த்தனர்.

அந்த நொடி அடிவாங்கிய ஃப்ரெண்ட் கன்னத்தில் கை வைத்தபடி பார்த்துக்கொண்டிருக்க, சட்டென அதே கோபத்துடன் மணிமேகலை அங்கிருந்து கிளம்பி வெளியே சென்றாள்.

வெளியே சென்ற மணிமேகலை, ஒரு கட்டையில் அமர்ந்து, நடந்ததை எண்ணி வருந்தினாள்.

"நாம் இவ்வாறு நடந்து கொண்டோம்..,

நமக்கு ஏன் ஆதித்யனின் நினைவு அதிகமாக தோன்றுது...., அதனால நம்ம கவனம் ரொம்ப சிதறுதே.."என்று எண்ணினாள் மணிமேகலை.

பிறகு அன்று காலேஜ் முடிந்து, பஸ்க்காக நின்றுகொண்டிருந்தாள் மணிமேகலை.

அந்நேரம் மணிமேகலையிடம் அடிவாங்கிய ஃப்ரெண்ட் மற்றும் இன்னொரு ஃப்ரெண்ட் இருவரும் அங்கு வந்தனர்.

"என்னடி உன் ஆளோட ஃபோட்டோவ கிருக்குனதுக்கு இவள அடிசிட்டியாமே.." என்றாள் ஒருவள்.

மணிமேகலை கோபத்துடன், "ஆமா.. அதுக்கு என்ன இப்போ..." என்று மிரட்டினாள்.

"வேணாம் விட்டுடு, இவளோட ஆளு நம்ம காலேஜ் சீனியர்.. அப்புறம் பிரச்சனை ஆகிடும்.." என்று கூறினாள் அடிவாங்கிய ஃப்ரெண்ட்.

"நீ சொல்றதும் சரி தான், நமக்கு எதுக்கு வம்பு.. அவளுக்கு எதாவது பிரச்சினைனா அவரு வருவாரு, நமக்கு யார் வருவா.." என்று மற்றொருவளும் பேசிக்கொண்டே அங்கிருந்து சென்றனர்.

பிறகு ஆதித்யனின் பாதிப்பு, மணிமேகலைக்குக் கொஞ்சம் கொஞ்சமாக அதிகரித்தது.

காலேஜ் முழுதும், மணிமேகலையையும், ஆதித்யனையும் பற்றி அதிகமாக பேசினார்.

மணிமேகலை, ஆதித்யனைப் பற்றி அங்கிருந்த சீனியர் பசங்களிடம் விசாரிக்க ஆரம்பித்தாள்.

முன்னர் மணிமேகலையிடம் ராகிங் செய்த அந்த சீனியர் பசங்களைச் சந்தித்தாள் மணிமேகலை.

அந்த பசங்க, மணிமேகலையைப் பார்த்ததும் "என்னமா.. எதுவும் பிரச்சனையா..? யாரும், எதுவும் வம்பிலுத்தாங்களா..?" என்றெல்லாம் கேட்டனர் சீனியர் பசங்க..

"அதெல்லாம் ஒன்னுமில்லைணா... அவரைப் பத்தி கொஞ்சம் தெரிஞ்சுக்கணும்.." என்றாள் மணிமேகலை.

"எவர பத்தி தெரிஞ்சுக்கணும்..?" என்றனர் சீனியர் பசங்க.

"அதான்.. ஆதித்யன்.." என்றாள் மணிமேகலை.

உடனே சீனியர் பசங்களில் ஒருவன் முன்வந்து ஆதித்யனைப் பற்றி சொல்ல ஆரம்பித்தான்.

"நாங்க ஃபர்ஸ்ட் வருஷம் படிக்கும் போது, அவரு ஃபைனல் வருஷம் படிச்சிட்டு இருந்தாரு.., அவங்க படிக்கைல மூணு கேங் இருந்துச்சு.." என்றான் சீனியர் பசங்களில் ஒருவன்.

"மூணு கேங்கா..?" என்று மணிமேகலை கேட்க,

"ஆமாம்., மூணு கேங்.. சேரர்கள், சோழர்கள், பாண்டியர்கள்.." என்றான் சீனியர் பசங்களில் ஒருவன்.

"இவரு எந்த கேங்..?" என்றாள் மணிமேகலை.

"அவரு சோழர்கள் கேங்.., எப்பவும் அவங்களுக்கிடையே   பிரச்சனை நடக்கும்.." என்றான் சீனியர் பசங்களில் ஒருவன்.

"அப்படி எதை வச்சு பிரச்சனை நடக்கும்.."   என்றாள் மணிமேகலை.

உடனே மெல்லிய குரலில், "அது ஒரு டீச்சரை வச்சு..." என்றனர் சீனியர் பசங்க.

அதைக் கேட்ட, மணிமேகலையின் புருவங்கள் உயர்ந்தது. ஆச்சரியத்துடன் சீனியர் பசங்களைப் பார்க்க,

"ஆமாம்.. கம்யூட்டர் டிபார்ட்மெண்ட்ல செல்லம் என்று ஒரு மிஸ் இருந்தாங்க... அவங்கமேல இந்த மூணு கேங்க்கும் ஒரு கண்ணு.. அதனாலேயே அவங்களுக்குள்ள நிறைய பிரச்சனை வரும்.." என்றனர் சீனியர் பசங்க.

இதைக் கேட்ட மணிமேகலைக்கு சிரிப்பதா, ஆச்சரியப்படுவதா என புரியாமல் இருந்தது.

சிரிப்பை அடக்கிக்கொண்டு, மேலும் அவர்கள் பேசுவதைக் கேட்டாள் மணிமேகலை.

"அடிக்கடி அந்த டீச்சரை வச்சு பிரச்சனை நடந்திருக்கு..., அப்புறம் ஒரு கட்டத்துல அந்த டீச்சர் வேலையை விட்டுட்டு போய்ட்டாங்க..." என்றனர் சீனியர் பசங்க.

இவ்வாறு ஆதித்யன் பற்றிய செய்திகள் எல்லாத்தையும் சேகரிக்க ஆரம்பித்தாள் மணிமேகலை.

அடிக்கடி, சில நாட்கள் பஸ்சை மிஸ் பன்னதாக கூறி ஆதித்யனை வரச்சொல்லும் போதெல்லாம் மணிமேகலையை, ஆதித்யனின் பெயரைச் சொல்லி கிண்டல் செய்தனர்.

அப்படி பேசுவதை, மணிமேகலையும் விரும்ப ஆரம்பித்தாள்.

ஆனால், ஆதித்யனுக்கோ இதுபற்றி எதுவும் தெரியாமலே இருந்தது.

அப்படி ஒருநாள் மணிமேகலை, ஆதித்யனுக்கு தன் அக்காவின் ஃபோனில் இருந்து மெசேஜ் அனுப்ப, தன் அண்ணி தான் பேசுவதாக நினைத்து..

அருகில் வரவிருக்கும் ஒரு கல்யாண நிகழ்ச்சிக்கு வருவதாக கூறினான். ஆனால், இந்தப் பக்கம் மெசேஜைப் படித்தது மணிமேகலை.

ஆதித்யன் கூறியது போல், அன்றைக்கு அந்த கல்யாண நிகழ்ச்சி வந்தது.

ஆதித்யன், தன் அண்ணியிடம் தெரிவித்ததாக நினைத்து அண்ணியின் வீட்டிற்கு வர..

வெளியில் நின்ற அண்ணி, "என்ன கொழுந்தனாரே... திடீர்னு வந்திருக்கீங்க, அதுவும் காலைலயே.." என்று கேட்க..

"அதான் மெசேஜ் பண்ணேனே... " என்றான் ஆதித்யன்.

"மெசேஜ் பண்ணிங்களா.." என்று அண்ணி யோசிக்க,

வீட்டிற்குள் இருந்து மணிமேகலை, "ஆமா.. அக்கா, அவரு மெசேஜ் பண்ணாரு.. நான் தான் சொல்ல மறந்துட்டேன்.." என்றாள் மணிமேகலை.

அக்காவிற்கு, லேசாக சந்தேகம் வந்தது. இருப்பினும் அதைப் பெரிதாக எடுத்துக்கொள்ளாமல் இருந்தார்.

ஆதித்யனுக்கு எதுவும் புரியாமல் இருந்தான்.

பிறகு, "சரி உள்ள வாங்க, சாப்பிட்டு போலாம்.." என்றார் அண்ணி.

"இல்ல அண்ணி, பரவாயில்ல.. நான் மட்டும் கல்யாணத்துக்கு போய்ட்டு வர்றேன்.. இன்னொரு நாள் சாப்பிட வர்றேன்.." என்று சொல்லிவிட்டு அங்கிருந்து சென்றான் ஆதித்யன்.

அண்ணி, ஆதித்யன் சொன்னதையும், ஆதித்யன் சென்ற பாதையையும் பார்த்தபடி நின்றார்.

பிறகு ஒரு நாள், ஆதித்யன் மதிய வேளை சாப்பிட அண்ணியின் வீட்டிற்கு வந்தான்.

அண்ணியும், ஆதித்யனை உட்காரவைத்து சாப்பாடு பரிமாற ஆரம்பித்தாள்.

அப்போது அண்ணி, "ஏங்க கொழுந்தனாரே.. நீங்க மேற்படிப்புக்கு ஏதாவது ட்ரை பண்ணலாம்ல..." என்றார்.

அருகில் இருந்த மணிமேகலை, "அதெப்படி.. செல்லம் மிஸ் இல்லாத காலேஜ்ல அவங்க படிக்கமாட்டாங்க.." என்றாள்.

அதைக் கேட்ட ஆதித்யனுக்கு சட்டென புரையேர,

அண்ணி, மணிமேகலையை வியந்து பார்த்தார்.

மேலும் "அக்கா, இவங்கள காலேஜ் முழுக்க சோழர்கள் கேங்னு தான் கூப்பிடுவாங்கலாம்.." என்றாள் மணிமேகலை.

"நம்ம தங்கச்சியா இப்படி பேசுறது.." என்று அண்ணி நினைத்துக்கொண்டே, "என்னது சோழர்கள் கேங்கா..?" என்றார் அண்ணி.

ஆதித்யன், மெல்லவும் முடியாமல், சொல்லவும் முடியாமல் திணற..

"என்ன கொழுந்தனாரே.., நீங்க சிங்கிள்னு சொன்னீங்க..." என்றார் அண்ணி.

"அக்கா, பொதுவா சாதாரண பசங்க அப்படினா பொண்ணுங்கள சைட் அடிப்பாங்க.. இவரு அல்ட்ரா லெஜன்ட்ஸ்..., நேரா டீச்சரதான் சைட் அடிப்பாங்க.." என்றாள் மணிமேகலை.

அதைக் கேட்ட ஆதித்யனுக்கு ஒரே ஆச்சரியம், "என்னது இந்த பொண்ணு நம்மள பத்தி இப்படி புட்டுப் புட்டு வைக்குது.., இனிமே ஒரு நிமிஷம் இங்க இருந்தோம்... நம்மள வச்சு செஞ்சுருவாங்க.. உடனே கிளம்ப வேண்டியது தான்.." என்று நினைத்துக்கொண்டு, ஆதித்யன் துண்டக் காணோம், துணியக் காணோம்னு அங்கிருந்து ஓட ஆரம்பித்தான்.

அக்காவிற்கு, ஆச்சரியம் கலந்த சந்தேகம்..

"இவ்வளவு நாள், ஒழுங்காக பேசாத நம்ம தங்கச்சி என்ன இப்படி பேசுறா.." என்று நினைத்துக்கொண்டார்.

ஆதித்யன், மணிமேகலை தன்னைப் பற்றித் தெரிந்துகொண்டதை நினைத்து பெரிதும் கவலைப்படவில்லை.

"ஏற்கனவே நாம் அந்த காலேஜ்ல படிச்சுருக்கோம், அதனால நம்மள பத்தி அந்த பொண்ணுக்கு நிறைய விஷயங்கள் தெரிஞ்சிருக்கு.." என்று நினைத்துக்கொண்டான் ஆதித்யன்.

இவையெல்லாம் ஒரு பக்கம் இருக்க, தினமும் நந்தினி, ஆதித்யனிடம் பேசிக்கொண்டாள்.

பிறகு அந்த வருடம் அண்ணியின் சொந்த ஊரில் திருவிழா வந்தது...

அதனால் அனைவரும் அந்த திருவிழாவுக்கு சென்றிருந்தனர்.

அண்ணியின் ஊர் ஒரு சிறு கிராமம், கிராமத்து வழக்கப்படி அந்த ஊர் திருவிழா நடந்தது. கரகாட்டம், ஒயிலாட்டம், பால் குடம் என திருவிழாவும் நல்ல கலகலப்புடன் நடந்தது.

வெள்ளை கொக்கு

அந்த ஊர் திருவிழா வழக்கப்படி, பெண் கொடுத்தோர் அனைவரும் தன் சொந்த பந்தங்களோடு திருவிழாவில் கலந்து கொள்ளவேண்டும்.

ஆதித்யனும் அதில் கலந்து கொண்டான்.

அன்று இரவு சொந்தபந்தங்கள் அனைவரும் ஒன்றாக சாப்பிட அமர்ந்தனர்.

ஆதித்யனின் அண்ணி, அண்ணியின் அம்மா எல்லோரும் சாப்பாடைப் பரிமாற ஆரம்பித்தனர்.

ஆதித்யனும் அமர்ந்து சாப்பிட்டுக் கொண்டிருந்தான். அந்நேரம் "கிர்.. கிர்.." என்று ஃபோன் மெசேஜ் வந்த வண்ணம் இருந்தது.

ஆதித்யன் சாப்பிட்டுக் கொண்டே ஃபோனை எடுத்துப் பார்க்க, நந்தினியிடம் இருந்து மெசேஜ் வந்திருந்தது.

அந்நேரம் அண்ணியின் அம்மா அங்கு வர, ஆதித்யன் இலையில் சாப்பாடு குறைவாக இருந்தது.

உடனே "நல்லா சாப்பிடுங்க தம்பி.." என்று சொல்லி அண்ணியின் அம்மா, ஆதித்யனுக்கு சாப்பாடை எடுத்து வைத்து முறையாக கவனித்தார்.

ஆதித்யன், "வேண்டாம்.. வேண்டாம்.." என்று சொல்ல,

அருகில் இருந்தவர்களில் ஒருவர், "என்னம்மா.. பையனை ரொம்ப கவனிக்குறீங்க.. தம்பி யாரு.." என்றார்.

அதுக்கு இன்னொருவர் "இவருதான் மாப்பிள்ளையோட தம்பி.." என்றார்.

"அப்படினா மணிமேகலையை கட்டிக்கப் போறவருனு சொல்லுங்க..." என்றார் இன்னொருவர்.

இதைக்கேட்டதும் ஆதித்யனுக்கு புரையேரியது.

அக்கம் பக்கம் திரும்பிப் பார்க்க, எல்லோரும் சொந்தக்காரர்களாக இருந்தனர்.

எல்லோரும் அதைக் கண்டு சிரிக்க ஆரம்பித்தனர். அதைக் கண்ட ஆதித்யனுக்கு அங்கு இருக்க ஒரே சங்கூச்சமா இருந்தது. உடனே அண்ணியின் அம்மா, தண்ணீரைக் கொடுக்க..

"இல்ல.. இல்ல.. வேண்டாம்.." என்று சொல்லிவிட்டு அங்கிருந்து எழுந்து வேகமாக வெளியில் வந்தான்.

அவசர அவசரமாக ஃபோனை எடுத்து பார்த்தான்.

"ஃபோன் பண்ணுங்க.." என்று நந்தினி மெசேஜ் அனுப்பியிருந்தாள்.

உடனே ஆதித்யன், ஃபோன் செய்து பேசினான்.

"ஏன் வர வர ஃபோன் பண்ண மாட்றீங்க.." என்று கேட்டாள் நந்தினி.

"இல்ல.. இங்க கொஞ்சம் வேலையா இருந்தேன்..." என்றான் ஆதித்யன்.

"அப்படியென்ன வேலை..." என்றாள் நந்தினி.

"எங்க அண்ணி ஊர்ல திருவிழா.. அதான்.." என்றான் ஆதித்யன்.

"தெரியும்.. நீங்க எப்பக் கேட்டாலும், அண்ணி வீட்ல வேலை இருக்கு, அந்த பொண்ணு மணிமேகலையைக் கூப்பிட போனேன்.. இதையே காரணமா சொல்லுங்க.." என்று கோபமாகப் பேசினாள் நந்தினி.

"இல்ல புரிஞ்சுக்கோ... என்னோட நிலைமையைச் சொன்ன பிறகும், ஏன் இப்படிப் பேசுற.." என்றான் ஆதித்யன்.

அதைக் கேட்டு நந்தினி கொஞ்சம் அமைதியாக,

ஆதித்யன் ஃபோன் "பீம்.. பீம்.." என்றது.

ஃபோனைப் பார்த்தான் ஆதித்யன். ஃபோனில் சார்ஜ் இல்லை.

"கொஞ்சம் இரு.. ஃபோன்ல சார்ஜ் இல்ல.. கொஞ்ச நேரம் கழிச்சு கூப்பிடுறேன்.." என்றான் ஆதித்யன்.

"எனக்குத் தெரியும் இப்படித்தான் எதாவது சொல்லுவிங்கனு..." என்றாள் நந்தினி.

"நிஜமாவே ஃபோன்ல சார்ஜ் இல்ல.. கொஞ்சம் நேரம் கழிச்சு பேசுறேன்.." என்று சொல்லிவிட்டு ஃபோனை வைத்தான் ஆதித்யன்.

சார்ஜ் போடுவதற்காக, சார்ஜர் கேட்க அண்ணியைத் தேடினான்.

அங்கிருந்த அண்ணியின் அம்மா, "என்ன மாப்பிள்ளை...?" என்று கேட்க

"ஃபோன்ல சார்ஜ் இல்ல, சார்ஜர் வேணும்.. அதான் அண்ணியைத் தேடுறேன்.." என்றான் ஆதித்யன்.

"உங்க அண்ணி கொஞ்சம் வேலையா இருக்காங்க... அந்தபக்கட்டு மணிமேகலை நிற்பாள், அவகிட்ட கேளுங்க.." என்று சொல்லிவிட்டு அங்கிருந்து சென்றார் அண்ணியின் அம்மா.

மணிமேகலை, ஆதித்யன் நினைவாக வீட்டிற்கு பின்னே இருக்கும் கிணற்றடியில் நின்று கொண்டிருந்தாள்.

இருளில், பௌர்ணமி வெளிச்சத்தில் கிணறு தெரிய.. அவற்றிற்குப் பின்னால், கரும் பச்சை நிறத்தில் மரங்கள் அசைந்தாட.... குளிரிய காற்று வீசியது. அந்த அமைதியான காற்றின் சூழலை ரசித்துக்கொண்டே மணிமேகலை நின்று கொண்டிருந்தாள்.

வீட்டின் பின் பக்கம் வந்து பார்த்த ஆதித்யன், இருளில் தூரத்தில் இருந்த கிணற்றின் அருகே யாரோ நின்றது போல் தெரிந்தது.

அப்படியே கொஞ்சம் அருகில் செல்ல, அது மணிமேகலை என்று தெரிந்து கொண்டான்.

வெள்ளை கொக்கு

"உள்ள இவ்ளோ பிரச்சனை நடந்துக்கிட்டு இருக்கு, இங்க குளிர் காற்று வாங்கிகிட்டு இருக்கியா.. இரு இதோ வர்றேன்" என்று நினைத்துக்கொண்டு,

மெல்ல சத்தமில்லாமல் மணிமேகலை அருகே சென்றான் ஆதித்யன்.

கிட்ட சென்று, "ஊ...." என்று சற்று பலமாக கத்த,

திடுக்கிட்டு பயந்த மணிமேகலை, சட்டென திரும்பி அருகில் நின்ற ஆதித்யனை கட்டி அணைத்துக்கொண்டாள்.

இறுக்கி கட்டியபடி இருந்த மணிமேகலைக்கு நெஞ்சுக்குள் "திக்.. திக்.." என்றது.

அதனைச் சற்றும் எதிர்பார்க்காத ஆதித்யனும் உறைந்து போய் நிற்க, மணிமேகலையும் அதிர்ச்சியில் உறைந்து போய் நின்றுகொண்டிருந்தாள் அந்நேரம் வானத்தில் வானவேடிக்கைகள் ஆரம்பித்தன.

அந்த வெடி சத்தம் கேட்டு, இருவரும் சுயநினைவை அடைந்தனர். உடனே இருவரும் சட்டென விலகிக்கொண்டனர்.

பிறகு, "சாரி... என் ஃபோன்ல சார்ஜ் இல்ல, சார்ஜர் வாங்களாம்னு வந்தேன்.. நீ இங்க தனியா நிற்கவும், கொஞ்சம் பயமுறுத்தலாம்னு நினைச்சேன்.." என்றான் ஆதித்யன்.

மணிமேகலை, இன்னும் அந்த அதிர்ச்சியில் மீளாமல்... ஆதித்யனைப் பார்த்தவண்ணம் இருந்தாள்.

இந்த நிலைமையை மாற்ற, ஆதித்யன் "சரி.. நீ ஏன் இங்க வந்து நிற்கிற..? இங்கிருந்து கூப்பிட்டா, வீட்ல உள்ளவங்களுக்குக் கேட்காது போலயே.. இவ்ளோ தொலைவுல இருக்கு.." என்றான்.

அதற்கும் மணிமேகலை பதில் சொல்லாமல் இருக்க,ஆதித்யன் அருகில் இருந்த கிணற்றை எட்டி பார்த்தான்.

"அடேங்கப்பா... என்ன ஒரே இருட்டா இருக்கு, எவ்ளோ ஆழம் இருக்கும்..?" என்றான் ஆதித்யன்.

மணிமேகலை, "உள்ள தள்ளிவிடுறேன்.. போய்ப் பாருங்க.." என்றாள்.

"எனக்கு ஒன்னும் பிரச்சனை இல்ல, எனக்கு நீச்சல் தெரியும், உனக்கு நீச்சல் தெரியுமா..?" என்றான் ஆதித்யன்.

"எனக்கு தெரியாது.." என்றாள் மணிமேகலை.

உடனே ஆதித்யன், "அய்யோ.. வந்த வேலையை மறந்துட்டேன்... வந்து சார்ஜர் எடுத்து கொடு.." என்றான் ஆதித்யன்.

"சரி.. போங்க வர்றேன்.." என்று சொல்லி மணிமேகலை வந்து ஃபோன் சார்ஜர் எடுத்து கொடுத்தாள்.

பிறகு மணிமேகலை அங்கிருந்து சென்றதும், ஆதித்யன் ஃபோனைச் சார்ஜ் போட்டு, நந்தினிக்கு ஃபோன் செய்தான்.

வெள்ளை கொக்கு

நந்தினி ஃபோனை எடுத்து பேச, "நிஜமாவே ஃபோன்ல சார்ஜ் இல்ல.. அதான் கட் பண்ணிட்டேன்.." என்றான் ஆதித்யன்.

"சரி.. சரி... " என்று நந்தினி கேட்டுக்கொள்ள,

இந்த பக்கம் அனைவரும் திருவிழாவுக்கு செல்லத் தயாராகினர்.

அண்ணி, ஆதித்யனை அழைத்தார்.

"சரி..எல்லோரும் திருவிழாக்குக் கிளம்பிட்டாங்க, நான் நாளைக்கு பேசுறேன்.." என்று சொல்லி ஃபோனை வைத்தான்.

ஆனால், நந்தினியோ "தன்னைக் கொஞ்சம் கொஞ்சமாக ஆதித்யன் வெறுக்க ஆரம்பிக்கிறாங்களோ.." என்று நினைத்துக்கொண்டாள்.

ஃபோனில் சார்ஜ் இல்லாததால், ஆதித்யன் ஃபோனை வீட்டிலேயே வைத்துவிட்டு திருவிழாவிற்கு சென்றான்.

அந்த ஊர் கிராமத்து வழக்கப்படி கோலாகலமாக திருவிழா நடந்தது. கரகாட்டம், ஒயிலாட்டம், பால் குடம் என திருவிழாவும் நல்ல கலகலப்புடன் நடந்துவந்தது.

அன்றிரவு அந்த திருவிழாவில் விடிய விடிய நாடகம், கலை நிகழ்ச்சிகள் என நடந்தது.

அன்று இரவு ஆதித்யன், தன் அண்ணியின் குடும்பத்துடன் தங்க வேண்டிய நிலை வந்தது.

அப்படியிருக்க, அன்றிரவு கலை நிகழ்ச்சிகள் நடக்க ஆரம்பித்தது.

ஆதித்யன், ஒரு பெரிய ஜமுக்காளத்தை எடுத்து விரித்து.. "எல்லோரும் உட்காருங்க.." என்றான்.

அண்ணி, மணிமேகலை, பக்கத்து வீட்டில் உள்ள ஆனந்தி அக்கா எல்லோரும் ஒன்றாக அமர்ந்து, அந்த கலை நிகழ்ச்சிகளைப் பார்த்து வந்தனர்.

கொஞ்ச நேரம் சென்றதும்..., மணிமேகலையின் அக்காவிற்கு சற்று அசதியாக இருந்தது.

உடனே மணிமேகலையை அழைத்தார்.

"மணி.. காலைல இருந்து வீடு வீடா போய் விருந்து சாப்பிட்டு வந்ததுல ரொம்ப அசதியாக இருக்கு, விடியக் காலைல பூக்குழி இறங்கனும்.. நீ போய் காப்பு கட்டிட்டு வா.." என்றார்.

"அதெல்லாம் முடியாது, அங்க பாரு எவ்ளோ கூட்டமா இருக்குனு.." என்று மணிமேகலை கூறினாள்.

"சொன்னா புரிஞ்சுக்கடி.... போய்ட்டு வா.. போ.." என்றார் அக்கா.

"அப்படின்னா, நான் மட்டும் போக மாட்டேன்.. கூட வேற யாரையாவது வரச்சொல்லு.." என்றாள் மணிமேகலை.

வெள்ளை கொக்கு

"என்னடா இது தொல்லையா போச்சு.." என்று அக்கா நினைத்துக்கொண்டே இந்த பக்கம் திரும்ப, ஆதித்யன் அமர்ந்திருந்தான்..

"கொழுந்தனாரே... கொழுந்தனாரே.." என்று கூப்பிட்டார் அண்ணி.

உடனே சட்டென திரும்பிய ஆதித்யன் "என்ன அண்ணி.. சொல்லுங்க.." என்றான்.

"இவளுக்குக் காப்பு கட்டணும்.. கொஞ்சம் கூட்டிட்டுப் போறீங்களா.. எனக்கு கொஞ்சம் அசதியா இருக்கு.. அதான்.." என்றார் அண்ணி.

"சரி அண்ணி.. இதிலென்ன இருக்கு, நான் கூட்டிட்டுப் போறேன்.." என்றான் ஆதித்யன்.

அதைக் கேட்டதும் மணிமேகலைக்கு ஒரே ஆனந்தமாக இருந்தது.

தான் நினைத்தது போலவே நடக்கிறது என்று மணிமேகலை நினைத்துக்கொண்டு,

ஆதித்யனும், மணிமேகலையும் சென்றனர்.

அங்கு கோயிலில் கூட்டம் அலைமோதியது.

ஆட்கள் வரிசையில் நின்று சாமி கும்பிட்டனர்.

இவர்களும் அந்த வரிசையில் போய் நின்றனர்.

மணிமேகலை, ஆதித்யன் பக்கத்தில் நின்று கொண்டாள்.

ஆதித்யன் கண்களை மூடி கடவுளைப் பிரார்த்திக்க ஆரம்பித்தான்.

மணிமேகலை, ஆதித்யன் முகத்தையே பார்த்தபடி நின்றுகொண்டிருந்தாள்.

சட்டென கண்களை விழித்து பார்த்த ஆதித்யன், மணிமேகலை பார்ப்பதை கண்டு..

தன் கைகளால் சைகை செய்து, கடவுளை வணங்க சொன்னான்.

உடனே மணிமேகலையும் கண்களை மூடி கடவுளை வணங்க ஆரம்பித்தாள்.

அந்நேரம் அய்யர் வர, ஆதித்யன் மட்டும் விபூதியை எடுத்துக்கொண்டான்.

ஆனால் மணிமேகலை கண்களை மூடியபடி இருந்ததால், அய்யர் திரும்பி சென்றுவிட்டார்.

ஆதித்யன் தனக்கு விபூதியை வைத்த பிறகு மணிமேகலையைப் பார்க்க,

சில மாதங்களுக்கு முன், நந்தினியை இதே போல் கோயிலில் கண்களை மூடி வணங்கியது ஞாபகம் வந்தது.

மணிமேகலையின் முகம், ஆதித்யனுக்கு நந்தினியின் முகமாக தோன்றியது. அன்று நடந்த நிகழ்வுகளும் ஞாபகம் வர.. ஆதித்யன்,

அதேபோல் கையில் இருந்த விபூதியை எடுத்து அருகில் நின்ற மணிமேகலையின் நெற்றியில் வைத்தான்.

அக்கணம் உடல் சிலிர்த்து, கண்களை விழித்த மணிமேகலை எதிரில் நின்ற ஆதித்யனை பார்த்தாள், மெய்மறந்து நின்றாள்.

அந்நேரம் அங்கிருந்த கூட்டநெரிசல் காரணமாக ஒருவர், ஆதித்யனை இடித்து செல்ல.. சுயநினைவை அடைந்தான் ஆதித்யன்.

மெய்மறந்து நின்று கொண்டிருந்த மணிமேகலையைப் பார்த்து, "சரி சீக்கிரம் வா போவோம்.." என்று சொல்லி அங்கிருந்து சென்றான் ஆதித்யன்.

மணிமேகலையும், ஆதித்யனைப் பார்த்தவண்ணம் சென்றாள். அதே கூட்ட நெரிசலில் அங்கிருந்து காப்பையும் வாங்கி, மணிமேகலையிடம் கொடுத்தான் ஆதித்யன்.

மணிமேகலை அதை வாங்கிக்கொண்டு தன் ஒற்றைக் கையால், மறு கையில் கட்டத் திணறினாள்.

கூட்ட நெரிசலையும், மணிமேகலை காப்பைக் கட்டதடுமாறுவதையும் கண்ட ஆதித்யன்..

வேகமாக சென்று, மணிமேகலையின் கையைப் பிடித்து கட்டிவிட்டான் ஆதித்யன்.

அந்த கணமும் மணிமேகலை, ஆதித்யனை மெய்மறந்து பார்த்துக்கொண்டிருந்தாள்.

பிறகு அங்கிருந்து இருவரும் வெளியில் வந்தனர்.

மணிமேகலை ஆசைப்பட்டது போல் அனைத்து நிகழ்வுகளும் நடக்க, ஆதித்யனுடன் இந்த சூழலை நீட்டிக்க திட்டமிட்டாள். அதனால்

வேண்டுமென்றே நிறைய கடைகள் ஆதித்யனைக் கூட்டிக்கொண்டு ஏறி, இறங்கினாள் மணிமேகலை.

ஒவ்வொரு கடையிலும் அது சரியில்லை, இது சரியில்லை என்று தட்டிகளித்துக் கொண்டே சென்றாள்.

இறுதியாக மணிமேகலை, தனக்கு வேண்டிய வளையல், கொலுசு என அனைத்தையும் வாங்கிகொண்டாள். ஆதித்யனும் தன் வீட்டுக்கு தேவையான பொருட்கள் கொஞ்சம் வாங்கிக்கொண்டான்.

பிறகு ஆதித்யன், மணிமேகலையைக் கூட்டிக்கொண்டு சுற்றியதில் ரொம்பவே அசந்துபோனான்.

அப்படியே கலை நிகழ்ச்சிகள் நடக்கும் இடத்திற்கு இருவரும் வந்தனர்.

அங்கிருந்த அண்ணி, அண்ணியின் அம்மா என அனைவரும் வீட்டிற்கு சென்றனர்.

ஆதித்யன், இன்று முழுதும் மணிமேகலையுடன் இருந்தது அவளுக்கு ரொம்பப் பிடித்திருந்தது.

மணிமேகலையின் மனதில், ஆதித்யனின் நினைவுகள் ஆழமாக பதிய ஆரம்பித்தது.

இது போல் நினைவுகள் வரும் பட்சத்தில், மணிமேகலை தன் டைரியை எடுத்து வைத்துக்கொண்டு எழுத ஆரம்பித்தாள்.

இந்தப் பக்கம் நந்தினி மனதில் ஆதித்யனை நினைத்துக்கொண்டு இருந்தாலும், கொஞ்ச நாட்களாக ஆதித்யன் பேச தாமதிப்பதும், அதிகமாக அண்ணனுடைய குடும்பத்தோடு உரையாடுவதும், குறிப்பாக மணிமேகலையுடன் நேரத்தைக் கழிப்பதும், நந்தினிக்குச் சற்று பிடிக்காமல் இருந்தது.

நந்தினியின் ஏக்கம்

அடுத்த நாள்..

மணிமேகலை, ஆதித்யன் வாங்கிக்கொடுத்த வளையல், கொலுசு போன்ற அனைத்தையும் அணிந்து கொண்டு காலேஜுக்குச் சென்றாள்.

காலேஜ்ல உள்ள எல்லோரும் மணிமேகலையை வழக்கத்திற்கு மாறாக, சற்று வித்தியாசமாக பார்த்தனர்.

மணிமேகலையின் ப்ரெண்ட்ஸ் வந்து,

"என்னடி... வளையல், லிப்ஸ்டிக், கொலுசு என ஜொலிக்கிற.." என்றனர்.

"ஆமாம், இதெல்லாம் என்னோட அத்தான் வாங்கி கொடுத்தது.. அதான் போட்டிருக்கேன்.." என்றாள் மணிமேகலை.

"அது சரி.. அடிக்கடி உன்னை பைக்ல வந்து கூட்டிட்டு போகும் போதே நினைச்சோம்டி..." என்றனர் ப்ரெண்ட்ஸ்.

அதைக் கேட்டு மணிமேகலை சற்று வெட்கமடைந்தாள்.

மேலும் ஃப்ரெண்ட்ஸ், "சரி.. எப்போ கல்யாணம்.." என்றனர்.

உடனே மணிமேகலைக்கு அங்கு நிற்கவே சங்கூச்சமாக இருந்தது. வெட்கத்தில் "போங்கடி.." என்று சொல்லிவிட்டு அங்கிருந்து ஓடிச்சென்றாள் மணிமேகலை.

காலேஜ் முழுதும் ஆதித்யன், மணிமேகலை பற்றிய விஷயங்கள் காட்டுத் தீ போல் பரவின. மணிமேகலை நினைத்தது போல் மிக சந்தோசமாய் அந்த நாள் நகர்ந்தது.

அதே நேரம் இந்த பக்கம் ஆதித்யன், நந்தினிக்கு ஃபோன் செய்தான்.

நந்தினி சோகத்துடன், "ஹலோ.." என்றாள்.

"ஏன்.. என்ன ஆச்சு..? ஏன் சோகமா பேசுற, உடம்புக்கு எதுவும் சரியில்லையா..?" என்று கேட்டான் ஆதித்யன்.

"அது சரி, என்னை ஞாபகம் வச்சிருக்கீங்களா.." என்றாள் நந்தினி.

"ஏன் இப்படி பேசுற...?" என்றான் ஆதித்யன்.

"பின்ன.. நேற்று ஃபோன் பிரச்சனைனு என்கிட்ட பேசல, எப்ப ஃபோன் பண்ணாலும் அந்த மணிமேகலை கூட இருக்கேன்னு சொல்றீங்க.." என்றாள் நந்தினி.

"நீ நினைக்கிற மாதிரி இல்ல.. அது எங்க அண்ணியோட தங்கச்சி அவ்வளவு தான்.." என்றான் ஆதித்யன்.

"ம்ம்.. நம்பிட்டேன்..." என்றாள் நந்தினி.

"நான் உன்கிட்ட முக்கியமான விஷயம் பேசணும்னு நினைச்சேன்.. நீ என்னடானா வேண்டா வெறுப்பா பேசுற..." என்றான் ஆதித்யன்.

"ஆமா.. நான் தான் வேண்டா வெறுப்பா பேசுறேன்.." என்றாள் நந்தினி.

"நாளைக்கு நான் காரைக்குடி வருவேன்... என்னோட பைக் சர்வீஸ் விட, நீயும் கொஞ்சம் காலேஜ்க்கு லீவு போடு.. எங்கயாவது போகலாம்.." என்றான் ஆதித்யன்.

ஆதித்யன் சொன்ன பிறகு தான், நந்தினிக்குக் கொஞ்சம் முன்னிருந்த எதிர்பார்ப்பு வந்தது.

உடனே நந்தினி, "அப்படியா.. சரி, நாளைக்கு நானும் காலேஜ்க்கு லீவு போடுறேன்.." என்றாள் நந்தினி.

"சரி, இன்றைக்கு நைட் எங்க போலாம்னு ஃபோன் பண்ணி சொல்றேன்.." என்று சொல்லிவிட்டு ஃபோனை வைத்தான் ஆதித்யன்.

"சரி" என்று நந்தினியும் ஃபோனை வைத்தாள்.

அன்றிரவு ஆதித்யன் ஃபோனில் சொன்னது போல், எங்கு செல்லலாம் என்பதற்காக நந்தினிக்கு ஃபோன் செய்தான்.

அதேநேரம் மணிமேகலை, ஆதித்யன் வீட்டுக்குள் வந்து.. ஆதித்யனின் அம்மாவை தேடிக்கொண்டிருந்தாள்.

அப்போது ஆதித்யன் வெளியில் நின்று ஃபோன் பேசுவதை கவனித்தாள் மணிமேகலை.

ஆதித்யன், எப்பொழுதும் நந்தினியோடு பேசும் போது, ஒரு பையனிடம் பேசுவது போலவே பேசுவான்.

அவ்வாறு ஆதித்யன், நந்தினியிடம் பேசும் போது மணிமேகலை கவனித்தாள்.

ஃபோனை எடுத்த நந்தினி, "இப்போதான் உங்களை நினைச்சேன்.. உடனே ஃபோன் பண்ணிடீங்க.." என்றாள்.

"சரி.. நான் நாளைக்கு நேரா காரைக்குடி வந்து பைக்கை சர்வீஸ்ல விட்டுருவேன்.. அங்க பக்கத்துல பாண்டியன் தியேட்டர் இருக்கு.. அங்க போவோம்..." என்றான் ஆதித்யன்.

"ம்ம் சரி, நான் எத்தன மணிக்கு வரணும்.." என்றாள் நந்தினி.

"மேட்னி ஷோ.. சரியா 12 மணிக்கு வந்துரு.." என்றான் ஆதித்யன்.

"ம்ம் சரி.." என்று சொல்லி ஃபோனை வைத்தாள் நந்தினி.

இதையெல்லாம் கேட்ட மணிமேகலை,

"அப்போ நாளைக்கு அத்தான் காரைக்குடிக்கு போய் படம் பார்க்க போறாரு.. அதுவும் அவரு ஃப்ரெண்ட் கூட...." என்று நினைத்துக்கொண்டு, வந்த வேலையை மறந்து, வேகமாக அவளுடைய வீட்டுக்கு சென்றாள் மணிமேகலை.

நேரே வீட்டுக்குள் சென்ற மணிமேகலை,

"என்ன செய்யலாம், நம்மளும் கூட போனால் நல்லாயிருக்கும்..." என்றெல்லாம் நினைத்து யோசிச்சு கொண்டிருக்க...

சட்டென அவள் ஃப்ரெண்ட் ஞாபகம் வந்தது,

உடனே ஃபோனை எடுத்து ஃப்ரெண்ட்க்கு ஃபோன் செய்தாள்.

இந்த பக்கம் ஃபோனை எடுத்த மணிமேகலையின் ஃப்ரெண்ட், "என்னடி.. இந்த நேரத்துல ஃபோன் பண்ணிருக்க.." என்றாள்.

"ஏய்.. செல்வி, எனக்கு ஒரு உதவி பண்ணுடி.." என்றாள் மணிமேகலை.

"என்ன..?" என்று கேட்டாள் செல்வி.

"நானும், என் அத்தானும் படத்துக்குப் போகனும், காரைக்குடில.. வீட்ல சொன்னா விடமாட்டாங்க, எதாச்சும் ஐடியா இருந்தா சொல்லுடி.." என்றாள் மணிமேகலை.

"அதுக்கு ஏன், எனக்கு ஃபோன் பண்ண.." என்றாள் செல்வி.

"இல்ல.. நீதான் உன் ஆளோட அடிக்கடி வெளில போவில்ல.., அதான் உன்கிட்ட ஐடியா கேக்கலாம்னு.." என்றாள் மணிமேகலை.

செல்வி சற்று யோசித்துவிட்டு, "சரி.. என் ஃப்ரெண்டா வேற போய்ட்ட....சொல்றேன் கேளு.." என்றாள் செல்வி.

உடனே மணிமேகலையும் கேட்க ஆர்வமானாள்.

"காரைக்குடில இருக்கிற என்னோட ஃப்ரெண்ட் வீட்டுக்கு போகணும், அவகிட்ட என்னோட ரெகார்ட் நோட் இருக்கு, நாளைக்கு அவள் ஊருக்கு போறா... அதனால நான் போய் வாங்கிட்டு வரணும் என்று சொல்லு" என்றாள் செல்வி.

"சரி..இப்போவே சொல்லிடுறேன்.." என்றாள் மணிமேகலை.

"இப்போவே சொன்னினா, நைட் சாப்பாட்டுக்கு வைக்கிற தோசையோட, ரெண்டு பூசையும் கிடைக்கும்" என்றாள் செல்வி.

"என்னடி சொல்ற.." என்றாள் மணிமேகலை.

"ஏய்.. நாளைக்குக் காலைல சொல்லு... நான் மறந்துட்டேன், இப்போதான் ஞாபகம் வந்ததுன்னு சொல்லு.. அப்பாதான் அவங்க உன்ன வெளில அனுப்புவாங்க.." என்றாள் செல்வி.

"சரி.. சரி... புரிஞ்சுருச்சு..." என்று சொல்லி மணிமேகலை ஃபோனை வைத்தாள்.

அடுத்த நாள் காலை, ஆதித்யன் காரைக்குடிக்குச் செல்ல தயாரானான்.

இந்த பக்கம் மணிமேகலை,

நேற்று போட்ட திட்டப்படி தன் அக்காவை அழைத்தாள்.

"அக்கா.. அக்கா..." என்று கத்தி கூப்பிட்டாள்.

"என்னடி.. ஏன் கத்துற, வர்றேன் இரு.." என்றார் அக்கா.

பிறகு அக்கா வந்தவுடன்,

"அக்கா.., என்னோட ரெகார்ட் நோட் என் ஃப்ரெண்ட் கிட்ட இருக்கு, அவள் இன்னைக்கு வெளியூர் போறா.. அப்புறம் என்னால வாங்க முடியாது" என்றாள் மணிமேகலை.

"சரி.. போய் வாங்கிட்டு வா..." என்றார் அக்கா.

"அக்கா... அவ வீடு காரைக்குடியில் இருக்கு.." என்றாள் மணிமேகலை.

"என்ன திடீர்னு சொல்ற, நீ மட்டும் காரைக்குடி போய்ட்டு வந்துருவியா..?" என்றார் அக்கா.

"இல்ல..." என்று மெல்லிய குரலில் வார்த்தையை இழுத்தாள் மணிமேகலை.

"என்ன.. குரல் உள்வாங்குது.." என்றார் அக்கா.

மெல்லிய குரலில், "அத்தானைக் கூட துணைக்கு வரச்சொல்லுங்க.." என்றாள் மணிமேகலை.

"அது சரி.. இதெல்லாம் திடீர்னு எப்படி சொல்றது, இந்த மாதிரி விஷயம் எல்லாம் முன்னாடியே சொல்லனும்.. எல்லா விஷயத்துக்கும் அவரையே கூப்பிட முடியாது..". என்று கொஞ்சம் சத்தம் போட்டார் அக்கா.

மணிமேகலைக்கு உடனே சங்கடம் ஏற்பட்டது.

"அய்யய்யோ அத்தான் நம்முடன் வரமாட்டாரோ." என்று ஒரு கணம் எண்ணினாள்.

"கொஞ்சம் கேட்டு பாருக்கா.. ரொம்ப முக்கியம், நாளைக்குக் கொடுக்கலைனா பிரச்சனை" என்றாள் மணிமேகலை.

அக்காவும் வேறு வழியில்லாமல், ஆதித்யனிடம் கேட்கலாம் என்று எண்ணி வீட்டுக்கு வெளியில் வந்தார்.

ஆதித்யனின் அம்மா, அவர் வீட்டின் வாசலில் நின்று கொண்டிருந்தார்.

"அத்தை... கொஞ்சம் ஆதிய கூப்பிடுங்களேன்.." என்றார் அண்ணி.

உடனே ஆதித்யனின் அம்மா, "தம்பி... ஆதி..." என்றார்.

ஆதித்யனும் வெளியில் வர, அண்ணியைப் பார்த்தான்.

"கொழுந்தனாரே... ஒரு உதவி.." என்றார் அண்ணி.

"சொல்லுங்க அண்ணி.. என்ன உதவின்னு கேக்குறீங்க ..." என்றான் ஆதித்யன்.

"இல்ல.. எல்லாத்துக்கும் உங்ககிட்ட கேட்க கொஞ்சம் கஷ்டமா இருக்கு.." என்றார் அண்ணி.

"அதெல்லாம் ஒரு கஷ்டமும் இல்லை.. சொல்லுங்க.." என்றான் ஆதித்யன்.

"மணிமேகலை, காரைக்குடி வர போகணுமா.. கொஞ்சம் கூட்டிடு போறீங்களா.." என்றார் அண்ணி.

இதைக் கேட்டதும், "அய்யய்யோ... நாம நந்தினியைப் பார்க்க காரைக்குடி போறோம்.. இது என்ன சிக்கல் இப்படி வந்து நிற்குது..,

இது தெரிஞ்சிருந்தா இதுக்கு முன்னாடி இந்த டயலாக் எல்லாம் பேசிருக்க மாட்டேனே.." என்று நினைத்தான் ஆதித்யன்.

மேற்கொண்டு ஆதித்யன் அமைதியாக, யோசித்தபடி இருந்தான்.

"என்ன கொழுந்தனாரே... வேற எதாவது முக்கிய வேலை இருக்கா.." என்று அண்ணி கேட்க,

ஆதித்யனின் அம்மா குறுக்கிட்டு, "அதெல்லாம் ஒன்னுமில்ல... இவனே பைக்க சர்வீஸ் விட காரைக்குடி தான் கிளம்பிக்கிட்டு இருக்கான்.." என்றார்.

சட்டென ஆதித்யன் திரும்பி அம்மாவை ஒரு பார்வை பார்த்தான்.

அவனால் எதுவும் சொல்ல இயலவில்லை.

"அப்ப ரொம்ப நல்லதா போச்சு... மணிமேகலையைக் கூட்டிடு போறீங்களா.." என்றார் அண்ணி.

ஆதித்யனும் வேறு வழியில்லாமல் ஒப்புக்கொண்டான்.

இச்செய்தி தெரிந்தவுடன் மணிமேகலை, அளவில்லா சந்தோசம் கொண்டாள்.

ஆனால், ஆதித்யனோ "நம்ம தலைல என்ன எழுதிருக்கோ, அதுதான் நடக்கும்... இதை எப்படி நந்தினிகிட்ட சொல்வதென்று தெரியலையே.." என்று யோசித்த வண்ணம் இருந்தான்.

பிறகு ஆதித்யன் ஃபோனை எடுத்து, நந்தினிக்கு ஃபோன் செய்தான்.

இங்கு நடந்த அத்தனை விஷயத்தையும் எடுத்து கூறினான் ஆதித்யன்.

"எனக்கு அப்பவே தெரியும்... இந்த மாதிரி எதாவது சொல்லுவீங்கனு.." என்று லேசாக அழுகுரலில் பேசினாள் நந்தினி.

இதைக் கேட்டதும் ரொம்ப மனம் நொந்து போனான் ஆதித்யன்.

"நான் வேணும்னு பண்ணல, சொல்றத கொஞ்சம் புரிஞ்சுக்க.. இன்னைக்கில்லனா என்ன, இன்னொரு நாள் கண்டிப்பா நான் உன்ன வந்து நேர்ல பார்த்து எல்லா விவரத்தையும் சொல்றேன்.." என்றான் ஆதித்யன்.

"இல்ல.. இப்படிதான் சொல்லுவீங்க, அப்புறம் அங்க போனேன், இங்க போனேன்னு சொல்லி என்ன கொஞ்சம் கொஞ்சமா தவிர்க்குறீங்க.." என்றாள் நந்தினி.

"நான் ஃபோன்ல பேசுறதால உனக்கு புரிய மாட்டேங்குது... நான் நேர்ல சந்திச்சு சொல்றேன்... இப்ப கூட நான் காரைக்குடிக்கு வரும்போது உன்னைப் பார்க்க முடியும்.. ஆனால் தப்பித் தவறி என் கூட வர்ற பொண்ணு பார்த்துட்டா பெரிய பிரச்சனை... சொன்னா புரிஞ்சுக்க..." என்று ரொம்ப கெஞ்சியபடி கூறினான் ஆதித்யன்.

"அப்போ அந்த பொண்ணுகிட்ட மட்டும் சொல்லவேண்டியது தானே... நீங்க என்ன பார்க்க வர்றத..." என்றாள் நந்தினி.

"இல்ல.. அந்த பொண்ணுக்கு தெரிஞ்சா, பிறகு எல்லோருக்கும் தெரியவரும்.. அப்புறம் சிங்கப்பூர்ல இருக்கிற எங்க அண்ணனுக்கும் தெரியவரும்.. அப்புறம் பெரிய பிரச்சனை ஆகும்.." என்றான் ஆதித்யன்.

"இல்ல.. நீங்க வேண்டுமென்றே என்ன தவிர்க்குறீங்க..." என்று கூறினாள் நந்தினி.

"நான் சொல்றத கொஞ்சம் புரிஞ்சுக்க.. இன்னொரு நாள், உன்ன நேர்ல பார்த்து சொல்றேன்... என்னோட நிலைமையைப் புருஞ்சுக்க..." என்று சொல்லி ஃபோனை வைத்தான் ஆதித்யன்.

நந்தினியோ, நடந்த நிகழ்வுகளை எண்ணி, மனக்கஷ்டத்துடன் ஃபோனை வைத்தாள்.

ஆதித்யனுக்கும் கிட்டதட்ட அதே மனநிலை தான். "நமக்கு மட்டும் ஏன் இப்படி நடக்குது.. இன்னைக்குனு பார்த்தா இந்த

பொண்ணுக்கு காரைக்குடி போகணும்..." என்று பலவாறு சிந்தித்துக்கொண்டே கிளம்பினான் ஆதித்யன்.

இந்தப் பக்கம் மணிமேகலையோ ரொம்ப சந்தோசத்தில் துள்ளி குதித்து வெளியே வந்தாள்.

அதைப் பார்த்த ஆதித்யன், "உனக்கென்ன பிரச்சனை, எனக்கு தான் பிரச்சனை..." என்று மனதிற்குள் நினைச்சுகிட்டு பைக்கை எடுத்தான்.

மணிமேகலையும் வந்து பைக்கில் ஏறினாள்.

ஆதித்யன் பைக்கை எடுத்துக்கொண்டு சென்றான்.

அப்படி பைக்கில் போய்க்கொண்டிருக்க,

"அத்தான்.. நீங்க காலேஜ் படிக்கைல, இந்த மாதிரி லீவு போட்டுருக்கீங்களா..?" என்றாள் மணிமேகலை.

ஆதித்யன், சோகம் கலந்த வெறுப்புடன் பார்க்க

"என்ன இப்படி பாக்குறீங்க.., நான் இப்பதான் இந்த மாதிரி லீவு போடுறேன்.. ரொம்ப ஜாலியா இருக்கு.." என்றாள் மணிமேகலை.

ஆதித்யனுக்கு எதுவும் சொல்ல விருப்பமில்லை, அமைதியாகவே வந்தான்.

"அத்தான்.. காரைக்குடி செட்டிநாடு ஹோட்டல்ல சாப்பிடனும்னு ரொம்ப நாள் ஆசை.. எனக்கு எதாவது வாங்கி தர்றீங்களா.." என்றாள் மணிமேகலை.

ஆதித்யனும் என்ன சொல்வதென்று தெரியாமல், "சரி.. வாங்கித்தரேன்.." என்றான்.

பைக் ரொம்ப நேரம் போனதுனால என்ஜின் ரொம்ப சூடானது. அதனால பைக்கைப் போகிற வழியில் ஒரு டீக்கடைக்கிட்ட நிறுத்தினான்.

இருவரும் இறங்கி அங்கு டீ கடைக்குச் சென்றனர்.

"உனக்கு டீ வேணுமா..?" என்று கேட்டான் ஆதித்யன்.

"இல்ல.. வேணாம்.." என்றாள் மணிமேகலை.

சரி என்று கூறிவிட்டு ஆதித்யன், கடைக்காரரிடம் "அண்ணா ஒரு டீ.." என்றான்.

பிறகு ஆதித்யன் டீயை வாங்கிக்கொண்டு, அங்கிருந்த பைக்கின் மீது சாய்ந்து நின்று, டீ குடிக்க ஆரம்பித்தான்.

மணிமேகலை பைக்கின் அருகே வந்து,

அவளுடைய ஃபோனை எடுத்து, கேமராவை ஓபன் செய்து.. ஃபோனை முகத்திற்கு நேராக உயர்த்தி.. "அத்தான்... போஸ் கொடுங்க.. செல்ஃபி..." என்றாள்.

ஆதித்யன் லேசா திரும்பிப் பார்க்க, மணிமேகலை ஃபோட்டோ எடுத்துக்கொண்டாள்.

அப்போது அந்த டீக்கடையில் சிலர் சிகரெட் பிடித்துக் கொண்டு நின்றனர்.

அதைப் பார்த்த மணிமேகலை, ஆதித்யனைப் பார்த்து "நீங்க சிகரெட் பிடிபிங்களா..?" என்றாள் மணிமேகலை.

ஏற்கனவே ஆதித்யன், நந்தினியின் நினைவாக இருக்க.. மேற்கொண்டு மணிமேகலை இதை ஞாபகப் படுத்த...

முன்னர் நந்தினி சொன்னது, ஆதித்யனுக்கு நினைவுகளாக வந்து போனது.

அதை நினைத்து ஆதித்யன் மிகுந்த சங்கடம் கொண்டு, மணிமேகலை சொன்னதிற்கு பதில் எதுவும் சொல்லாமல் சென்றான் ஆதித்யன்.

அக்கணம் மணிமேகலைக்குச் சற்று ஏமாற்றமாக இருந்தது.

அதே சோகத்துடன் ஆதித்யன் பைக்கை எடுக்க,

மணிமேகலை அருகில் வந்து.. "உங்களுக்கு எதுவும் பிரச்சனை என்றால் சொல்லுங்க.. நான் இங்கிருந்து நடந்தோ, இல்ல பஸ்ஸ புடிச்சோ போய்க்கிறேன்..." என்றாள்.

உடனே சட்டென ஆதித்யன், மணிமேகலையைப் பார்த்து "அதெல்லாம் ஒன்றுமில்லை.. வா.." என்று சொல்லி பைக்கில் ஏற்றிக் கொண்டான்.

பிறகு மணிமேகலையும் ஏறிக்கொள்ள, பைக்கை எடுத்துக்கொண்டு சென்றான் ஆதித்யன்.

காரைக்குடியில், மணிமேகலை சொன்ன இடமும் வந்தது.

ஆதித்யன், மணிமேகலையை இறக்கிவிட்டுவிட்டு "உனக்கு எப்போ வேலை முடியும்.." என்றான் ஆதித்யன்.

"எனக்கு ஒரு அரைமணி நேரம் ஆகும்.." என்றாள் மணிமேகலை.

"சரி.. பக்கத்துல தான் பைக்கை சர்வீஸ் விடனும்.. விட்டுட்டு வர்றேன்.. நீ போய் உன்னோட ஃப்ரெண்ட பார்த்துட்டு வந்துரு.." என்றான் ஆதித்யன்.

சரி என்று கூறிவிட்டு மணிமேகலை அங்கிருந்து சென்றாள். ஆதித்யனும் அங்கிருந்து சென்றான்.

சென்ற மணிமேகலை, தன் கையில் வைத்திருந்த பேக்கை திறந்து பார்த்தாள். உள்ளே ஒரு நோட்டு இருந்தது... பிறகு கொஞ்ச தூரம் போவது போல் சென்றுவிட்டு, கொஞ்ச நேரம் கழித்து மீண்டும் ஆதித்யன் இறக்கிவிட்ட இடத்தில் வந்து நின்றாள் மணிமேகலை.

கொஞ்ச நேரம் கழித்து ஆதித்யன், அங்கு நடந்து வந்தான்.

"என்ன அத்தான்.. நடந்து வர்றீங்க.." என்றாள் மணிமேகலை.

"ஆமா.. பைக்க சர்வீஸ் விட்டாச்சு.. இனிமே சாயங்காலம் தான் கிடைக்கும்.." என்றான் ஆதித்யன்.

"ஓஹோ.. அப்படியா.." என்றாள் மணிமேகலை.

"சரி.. நீ போன வேலை என்ன ஆச்சு.." என்றான் ஆதித்யன்.

"நோட்டை வாங்கிட்டேன்.." என்று சொல்லி ஏற்கனவே பேக்கில் இருந்த நோட்டை காட்டினாள் மணிமேகலை.

"சரி.. சரி..அதெல்லாம் இருக்கட்டும்.. வேற என்ன பண்ணப் போற.." என்றான் ஆதித்யன்.

"எனக்கு எதுவும் வேலையில்லை.. நீங்க பைக் வர்ற வரைக்கும் என்ன பண்ணப் போறீங்க.." என்று கேட்டாள் மணிமேகலை.

"சரி.. அது இருக்கட்டும்.. நீ கேட்ட மாதிரி இங்க ஒரு செட்டிநாடு ஹோட்டல் இருக்கு.. வா போய் சாப்பிடுவோம்.." என்று சொல்லி மணிமேகலையைக் கூட்டிச்சென்றான் ஆதித்யன்.

இருவரும் அங்கிருந்த செட்டிநாடு ஹோட்டலுக்குச் சென்று சாப்பிட்டனர்.

அப்பொழுதும் கூட மணிமேகலை ஃபோனை எடுத்து, ஆதித்யனோடு ஃபோட்டோ எடுத்து கொண்டாள்.

பிறகு மணிமேகலை, ஆதித்யனைப் பார்த்து

"அத்தான்.. எனக்கு ஒரு ஆசை.." என்றாள்.

ஆதித்யன், "அதான் செட்டிநாடு ஹோட்டல்ல தான சாப்பிடுறோம்.." என்றான்.

"அது இல்ல.. என்ன ஒரு சினிமாவுக்கு கூட்டிட்டுப் போறீங்களா.." என்றாள் மணிமேகலை.

ஆதித்யனுக்கும், மணிமேகலை கேட்ட பிறகு அதை மறுக்கத் தோணவில்லை.

வேறுவழியில்லை கூட்டிட்டு போவோம் என்ற முடிவுக்கு வந்தான் ஆதித்யன்.

"சரி... சாப்பிட்டு முடித்த பிறகு போவோம்.." என்று கூறினான் ஆதித்யன்.

அதைக் கேட்டதும் மணிமேகலைக்கு எல்லையில்லா சந்தோசம். அங்கிருந்து எழுந்து ஆடலாம் போல் இருந்தது மணிமேகலைக்கு...

அந்த அளவிற்கு சந்தோசமாய் இருந்தாள் மணிமேகலை.

ஆனால், ஆதித்யனுக்கோ வருத்தம்.. "நாம் நந்தினியைக் கூட்டிட்டு போகலாம்னு பார்த்தா.. விதி எங்கெங்கையோ புகுந்து, எப்படி எப்படியோ விளையாடுது என் வாழ்க்கைல.." என்றெல்லாம் மனதுக்குள் நினைத்துக் கொண்டான் ஆதித்யன்.

பிறகு இருவரும் அருகில் இருந்த பாண்டியன் தியேட்டருக்குப் படம் பார்க்க சென்றனர்.

அங்கு "ராஜா ராணி" படம் ஓடியது.

இருவரும் தியேட்டருக்குள் சென்று பக்கத்துப் பக்கத்து சீட்டில் உட்கார்ந்தனர்.

வெள்ளை கொக்கு

படமும் ஓட ஆரம்பித்தது... அந்நேரம் நந்தினியிடம் இருந்து மெசேஜ் வந்தது. ஆதித்யன் லேசாக ஃபோனை எடுத்து பார்த்துவிட்டு, உள்ளே வைத்துக்கொண்டான். அருகில் மணிமேகலை இருப்பதால், ஃபோனைப் பார்த்தால் தெரிந்துவிடுமோ என்று எண்ணி பார்க்காமல் இருந்தான்.

ஆனால், நந்தினியிடம் இருந்து தொடர்ந்து ஃபோன், மெசேஜ் என வந்த வண்ணம் இருந்தது. ஆனால் மணிமேகலை உடன் இருப்பதால், ஆதித்யன் அதற்கு பதில் கூறாமல் இருந்தான்.

படத்தின் இடைவேளையில் ஃபோனை எடுத்து

"நான் கொஞ்சம் வேலையாக இருக்கேன்.. அப்புறம் ஃபோன் பண்றேன்.." என்று மெசேஜ் அனுப்பினான் ஆதித்யன்.

அதற்கு நந்தினி, கோபத்துடன் இருக்கும் ஸ்மைலி ஒன்றை அனுப்பினாள்.

ஆதித்யன் அதற்கு பதில் எதுவும் அனுப்பாமல் இருந்தான்.

பிறகு ஒரு வழியாக படமும் முடிந்தது...

இருவரும் தியேட்டரில் இருந்து வெளியில் வர,

மணிமேகலையை அங்கேயே நிற்க வைத்துவிட்டு, சர்வீஸ் விட்ட பைக்கை எடுத்து வந்தான் ஆதித்யன்.

ஆதித்யனுக்கு யோசனையெல்லாம் நந்தினியைப் பற்றியே இருந்தது.

பிறகு இருவரும் பைக்கில் வீட்டிற்கு சென்று கொண்டிருந்தனர்.

அப்படி செல்லும் போது மணிமேகலை,

"அத்தான்.. ராஜா ராணி படம் ரொம்ப நல்லாயிருந்ததுல்ல.." என்றாள்.

"ம்ம்.." என்றான் ஆதித்யன்.

"அதுல உங்களுக்கு எந்த கேரக்டர் ரொம்ப பிடிச்சது.." என்று கேட்டாள் மணிமேகலை.

"இது ரொம்ப முக்கியம்.." என்று மனதுக்குள் நினைத்துக்கொண்டு,

"எனக்கு நயன்தாரா கேரக்டர் பிடிக்கும்.." என்றான் ஆதித்யன்.

"ஆனால் எனக்கு நஸ்ரியா கேரக்டர் ரொம்ப பிடிச்சது..." என்றாள் மணிமேகலை.

"ஓஹோ.. அப்படியா.." என்றான் ஆதித்யன்.

"ஆமா.. அந்த படத்துல கேரக்டர் எல்லாம், இன்னொரு கேரக்டர்க்காக, அவங்களோட கேரக்டர மாத்திகிட்டாங்க... ஆனால் நஸ்ரியா மட்டும் அவள் சாகிற வரைக்கும், அவள் அவளாகவே இருந்தாள்... அது எனக்கு ரொம்ப பிடிச்சது..." என்றாள் மணிமேகலை.

ஆதித்யன், மணிமேகலை சொன்னதைக் கேட்டு கொஞ்சம் ஆச்சரியம் கொண்டான்.

"இந்தப் பொண்ணு இந்த அளவுக்கு பேசுது... இதுக்கு இப்படி இருந்ததில்லை..., இந்தப் பொண்ணுக்கு இப்படிப்பட்ட மாற்றம் வரக் காரணம் என்ன.." என்று மனதிற்குள் சற்று யோசித்த வண்ணம் இருந்தான் ஆதித்யன்.

அப்படியே ஒரு வழியாக வீடும் வந்தது.

மணிமேகலை ஒரு பக்கம் மனநிறைவோடு வீடு திரும்பினாள்.

ஆதித்யன் மனக்குழப்பத்தோடு வீடு திரும்பினான்.

ஆனால் நந்தினி, மனக்கஷ்டத்தில் இருந்தாள்.

ஆதித்யனின் தத்தளிப்பு

அன்றிரவு மணிமேகலையை இறக்கிவிட்ட ஆதித்யன், சற்று மனக்குழப்பத்துடன் வீட்டுக்குச் சென்றான்.

வீட்டிற்குச் சென்ற பிறகு, தன்னுடைய ஃபோனை எடுத்து நந்தினிக்கு ஃபோன் செய்தான்.

நந்தினி ஃபோன எடுக்கல.. இரண்டு, மூன்று தடவை ட்ரை பண்ணிப் பார்க்கிறான் ஆதித்யன். ஆனால் நந்தினி, ஃபோனை எடுத்த பாடில்லை. பிறகு நாலாவது முறை பண்ணும் போது, நந்தினி ஃபோனை எடுத்தாள்.

நந்தினியின் அழுகுரல் மட்டுமே கேட்டது.

அதைக் கேட்ட ஆதித்யனுக்கு ரொம்ப மனக்கஷ்டமாக இருந்தது.

"ஏன் அழுகுற..." என்றான் ஆதித்யன்.

"இல்ல.. உங்களுக்கு என்கிட்ட பேச பிடிக்கல.., அதனால என்னைத் தவிர்க்குறீங்க.." என்றாள் நந்தினி.

"அப்படியெல்லாம் இல்ல.., அப்படி இருந்தால் நான் ஏன் உனக்கு ஃபோன் பண்ணனும்.." என்றான் ஆதித்யன்.

"அப்போ.. முதல்ல நான் மெசேஜ் பண்ணப்ப, ஃபோன் பண்ணப்ப.. ஏன் பதில் சொல்லல.." என்று அழுதபடியே கூறினாள் நந்தினி.

"அப்போ நான் பதில் சொல்ற நிலைமைல இல்ல.." என்றான் ஆதித்யன்.

உடனே நந்தினி, கண்களைத் துடைத்துக் கொண்டு "அப்போ.. இப்ப நீங்க பதில் சொல்ற நிலைமைல இருக்கீங்க.. அப்படின்னா, முன்னாடி நான் காலேஜ் போகப் போறப்ப கேட்டதுக்கு இப்ப பதில் சொல்லுங்க.." என்றாள் நந்தினி.

"என்ன பதில் சொல்லணும்.." என்றான் ஆதித்யன்.

"நான் உங்ககூட லைஃப் லாங் வரணும்னு சொன்னதுக்கு, காலேஜ் முடிந்ததும் பதில் சொல்றேனு சொன்னீங்கல்ல... அந்த பதில இப்போ சொல்லுங்க.." என்றாள் நந்தினி.

"இதோ பாரு நந்தினி, இப்போ நான் என்ன சொன்னாலும், புரிஞ்சுகிற நிலைமைல நீ இல்ல..." என்று ஆதித்யன் சொல்லிக்கொண்டிருக்க, ஆதித்யன் ஃபோனுக்கு ஒரு மெசேஜ் வந்தது.

அப்படியே யார் என்று பார்க்க, மணிமேகலையிடம் இருந்து "அத்தான்.." மெசேஜ் வந்தது.

உடனே அடுத்தபடியாக, "இன்னைக்கு வெளில கூட்டிட்டு போனதுக்கு தாங்க்ஸ்.." என்று மெசேஜ் செய்தாள் மணிமேகலை.

அதை ஆதித்யன் பார்த்தபடி இருக்க, நந்தினி ஃபோனில் "அதான்.. நான் சொன்ன மாதிரி, என்னை நீங்க தவிர்க்குறீங்க.." என்றாள்.

ஒரு பக்கம் மணிமேகலையிடம் இருந்து மெசேஜ், இந்தப் பக்கம் நந்தினி...

ஆதித்யன், எந்தப் பக்கம் பதில் சொல்வது எனத் தத்தளிக்க..

நந்தினி மீண்டும் அழ ஆரம்பித்தாள்.

உடனே ஆதித்யன், "அழாத.." என்று சொல்ல,

நந்தினி கேட்டபாடில்லை.

"சரி.. எனக்கும் உன் கூட லைஃப் லாங் வரணும்னு ஆசையா இருக்கு..." என்று ஆதித்யன் கூற,

நந்தினி, "இல்ல.. நான் இவ்வளவு தூரம் வற்புறுத்துறதுனால சொல்றீங்க..." என்றாள் நந்தினி.

இதைக் கேட்ட ஆதித்யன் கோபத்தில், "அதுக்குதான் உன்னை நேர்ல சந்திச்சு சொல்றேன் என்றேன்... அதுக்குள்ள நீ அடம்பிடிக்கிற..." என்று சொல்ல

நந்தினி மேலும் அழ ஆரம்பித்தாள்.

பிறகு ஆதித்யன் தன்மையான குரலில்,

"நான் உன்னை நேர்ல சந்திச்சு எல்லா விஷயத்தையும் சொல்றேன்.. கொஞ்சம் என்னோட நிலைமையில் இருந்து யோசி..

இதைப் பற்றி மட்டும் நினைச்சு உடம்ப கெடுத்துக்காத.. நல்லா சாப்பிட்டு தூங்கு.. நாளைக்கு பேசுறேன்.." என்று சொல்லி ஃபோனை வைத்தான் ஆதித்யன்.

பிறகு நந்தினி மனவலிகளுடன் ஃபோனை வைத்தாள்.

ஃபோனை வைத்த ஆதித்யன், மணிமேகலை அனுப்பியிருந்த மெசேஜை பார்த்தான்.

"இன்னைக்கு வெளில கூட்டிட்டு போனதுக்கும், தியேட்டருக்கு கூட்டிட்டு போனதுக்கும் தேங்ஸ்.." என்று மெசேஜ் அனுப்பியிருந்தாள் மணிமேகலை.

ஆதித்யன், இருந்த கவலையில் அதைப் பெரிதாக எடுத்துக்கொள்ளவில்லை...

அதற்கு பதிலும் அனுப்பவில்லை.

ஆதித்யன், நந்தினியுடன் பேசியதை மட்டுமே எண்ணி கவலையுடன் இருந்தான்.

மறுநாள் மணிமேகலை வழக்கம்போல் காலேஜுக்குக் கிளம்பிச் சென்றாள்.

மணிமேகலை கிளாஸ்க்குள்ள நுழைந்ததும், அவளுடைய ஃப்ரெண்ட்ஸ் எல்லோரும் கத்துனாங்க...

மணிமேகலைக்கு ஒன்னும் புரியல, அப்புறம் அங்கு செல்வி இருக்கிறத பார்த்தாள் மணிமேகலை.

அப்போ தான் அவளுக்குத் தோன்றியது, நேற்று நாம், ஆதியுடன் சென்றதை இவங்க கிட்ட சொல்லிட்டாள் போல என்று நினைத்துக்கொண்டாள் மணிமேகலை.

உடனே மணிமேகலைக்குக் கொஞ்சம் வெட்கமாக இருந்தது... தலையை குனிந்தபடி கிளாஸ்ல வந்து உட்கார்ந்தாள் மணிமேகலை.

உடனே அருகில் இருந்த ப்ரெண்ட்ஸ், மணிமேகலையிடம் "என்னடி.. நேற்று லீவு.., அத்தானோட டூயட்டா.." என்றனர்.

மணிமேகலைக்கு வார்த்தைகளே வரவில்லை.

உடனே நேற்று ஆதித்யனுடன் எடுத்த ஃபோட்டோ எல்லாத்தையும் தன் ஃப்ரெண்ட்ஸ் கிட்டக் காட்டினாள் மணிமேகலை.

அதைப் பார்த்த ஃப்ரெண்ட்ஸ், "ஏய்.. சூப்பர்டி.. நேத்து என்கிட்ட பேசுனது வச்சு, நீ போயிருக்க மாட்ட என்று நினைச்சேன்.. ஆனால், நீ கேடி.. ஒன்னா சேர்ந்து, தியேட்டர்க்கெல்லாம் போயிருக்க..." என்று கூறினாள் செல்வி.

மணிமேகலைக்கு ஒரே புன்னகையாக இருந்தது.

பிறகு மணிமேகலை, ஆதித்யன் பற்றிய செய்திகள் காலேஜ் முழுதும் தெரிய வந்தன.

வெள்ளை கொக்கு

இந்தப் பக்கம் ஆதித்யன், காலை எழுந்ததில் இருந்து நந்தினி ஞாபகமாகவே இருந்தான்.

அப்படியிருக்க, அந்நேரம் அண்ணி வீட்டுக்குள் வந்தார்.

அண்ணி திடீரென்று வீட்டுக்குள் வந்ததும், சட்டென எழுந்து நின்றான் ஆதித்யன்.

"என்ன ஆச்சு அண்ணி.. ?" என்று கேட்டான் ஆதித்யன்.

"என் ஃபோனைக் காணோம்.. வீட்டுக்குள்ள எங்க வச்சேனு தெரியல.. உங்க ஃபோனைக் கொஞ்சம் கொடுக்குறீங்களா..?, என் ஃபோனுக்கு ட்ரை பண்ணி பார்க்கிறேன்.." என்றார் அண்ணி.

"இந்தாங்க.." என்று சொல்லி, ஆதித்யன் ஃபோனைக் கொடுத்தான்.

அண்ணியும், ஆதித்யனின் ஃபோனை வாங்கிக்கொண்டு அங்கிருந்து சென்றார்.

நேரே அவர் வீட்டுக்குள் சென்று ஃபோன் செய்து பார்த்தார்.

ஃபோன் சைலண்ட்ல சரியா கண்டுபிடிக்க முடியல...

கொஞ்ச நேரம் தேடி, ஒரு வழியா கண்டு புடிசற்றாங்க அண்ணி.

ஃபோனை கையில் எடுத்ததும், ஆதித்யன் ஃபோனை கட் செய்தார் அண்ணி.

அப்பொழுது தான் ஒரு விஷயத்தைக் கண்டார் அண்ணி.

ஆதித்யன் ஃபோனில் இருந்து நிறைய மெசேஜ் அவங்களோட ஃபோனுக்கு வந்திருந்தது. அதை ஒன்றன் பின் ஒன்றாக பார்க்கிறார் அண்ணி. நிறைய மெசேஜ் வந்துருக்கு.

உடனே அண்ணி, அவருடைய ஃபோனை எடுத்து பார்த்தார். நிறைய மெசேஜைலக் காணோம்.

அண்ணிக்கு ஒரே குழப்பம்...

"என்னடா இது ஆதியோட ஃபோன்ல இருந்து நிறைய மெசேஜ் எனக்கு வந்துருக்கு, ஆனால் என் ஃபோனை எடுத்து பார்த்தால் ஒண்ணுமே இல்ல.." என்று யோசித்தார் அண்ணி.

அப்பொழுது சில ஞாபகங்கள் அண்ணியின் நினைவில் தோன்றியது.

மணிமேகலை, தன்னுடைய ஃபோனை அடிக்கடி உபயோகப்படுத்தியது... அன்றொரு நாள் ஆதி எனக்கு அனுப்பிய மெசேஜை, மணிமேகலை பார்த்ததாகக் கூறியது... " எல்லாம் நினைவுக்கு வந்தது.

மீண்டும் ஆதித்யன் ஃபோனை எடுத்து, ஆரம்பத்தில் இருந்து பார்த்தார் அண்ணி.

நிறைய மெசேஜ், ஃபோட்டோ எல்லாம் அனுப்பப்பட்டிருந்தது.

அதைக் கண்டு அண்ணிக்கு பயங்கர அதிர்ச்சியாக இருந்தது. ஒரு கணம் என்ன செய்வதென்றே தெரியவில்லை..

பதட்டம் அதிகமானது.

உடனே ஆதித்யன் ஃபோனில் இருந்து ஒரு சில மெசேஜ்களை ஸ்கிரீன் ஷாட் எடுத்து, தன்னுடைய மாற்றிக்கொண்டார் அண்ணி.

பிறகு நேரே ஆதித்யன் வீட்டிற்குச் சென்றார் அண்ணி.

ஆதித்யன் அப்போது குளியல் அறையில் இருந்தான்.

அதனால் அங்கிருந்த ஒரு மேஜையின் மீது ஃபோனை வைத்துவிட்டு, அங்கிருந்து வேகமாக சென்றார் அண்ணி.

வீட்டிற்கு வந்த அண்ணி, அவருடைய அறைக்குச் சென்று கட்டிலில் உட்கார்ந்தார்.

அண்ணிக்குப் பல யோசனைகள் வந்து வந்து போனது.

ஊருக்கு செல்லும் முன் ஆதித்யன் அண்ணன் கூறியது நினைவுக்கு வந்தது.., "ஆதித்யன் விளையாட்டு பையன், ஒரு சில விஷயங்களை ஆழ்ந்து சிந்திக்க மாட்டான்... அவன் எதாவது தவறு செய்தால், அதை பெரிசுபடித்தாத.." என்று அண்ணன் கூறிய வார்த்தைகள் அண்ணிக்கு நினைவில் வந்து வந்து போனது.

"இதில் யார் முதலில் ஆரம்பித்தது.. ஆதித்யனா..? மணிமேகலையா..? என்றெல்லாம் சிந்தனைகள் வந்து வந்து போனது. ஒரு வேளை எல்லாவிஷயத்திற்கும் நாம் ஆதித்யனை

எதிர்பார்த்தது தவறோ.., அவ்வாறு எதிர்பார்த்ததால், இந்த மாதிரி நடக்க நாம் காரணமாக இருந்துவிட்டோமோ.., இனி ஆதித்யனின் அண்ணனிற்கு என்ன பதில் சொல்வேன்.., அக்கம் பக்கம் வெளியில் தெரிந்தால் எப்படித் தலை காட்டுவது..

வெளியுலகம் அக்கா, தங்கை இருவரும் ஒரே குடும்பத்தை வளைத்து போட்டுவிட்டார்கள்.. என்றெல்லாம் பேசும்...., இப்போ நான் என்ன செய்வது..?, யாரைக் கேட்பது..?" என்றெல்லாம் பல சிந்தனைகளில் இருந்தார் அண்ணி.

இவ்வாறு சிந்தித்ததில் அண்ணிக்குத் தலையே சுற்றியது.

கற்பனை ஓவியம் கலைந்தது

அண்ணி அவருடைய வீட்டில் மணிமேகலை, ஆதித்யன் பற்றிய ஆழ்ந்த சிந்தனையில் இருந்தார்.

மாலைப் பொழுதும் ஆனது..

இது பற்றி எதுவுமே தெரியாமல், காலேஜ்ல ஃப்ரெண்ட்ஸ் சொன்னது மற்றும் ஆதித்யன் மீதான ஈர்ப்பு போன்ற நினைவுகளோடு, மிக ஆனந்தமாய் வீட்டுக்கு வந்தாள் மணிமேகலை.

வீட்டுக்குள் வந்த மணிமேகலை, அக்கா சோகத்தோடு வீட்டுக்குள் உட்காந்திருப்பதைப் பார்த்தாள்.

"என்னக்கா ஆச்சு.." என்று மணிமேகலை கேட்க,

அக்கா, மணிமேகலையைத் தலை நிமிர்ந்து பார்த்தார்.

இதுவரை உடன் இருந்த அக்காவை, இப்படி ஒரு முகபாவனையைப் பார்த்திராத மணிமேகலை, சற்று பயந்தே போனாள்.

அக்கா, எழுந்து வந்து தன் கையில் வைத்திருந்த ஃபோனை எடுத்து, மணிமேகலை முகத்தின் முன் நீட்டினார்.

அதில், மணிமேகலை தன் அக்காவின் ஃபோனில் இருந்து ஆதித்யனுக்கு அனுப்பிய மெசேஜ், அதேபோல் ஆதித்யன் அனுப்பியது எல்லாம் ஸ்கிரீன் ஷாட் எடுத்து இருந்தது.

அதைக் கண்டு மிரண்டு போனாள் மணிமேகலை.

"என்னடி இது...?" என்று கோபத்துடன் அக்கா கேட்க,

மணிமேகலை கதி கலங்கிப் போனாள்.

மணிமேகலைக்கு கண்கள் லேசாக கலங்க ஆரம்பித்தது, வார்த்தைகள் வர தயங்கின...

"ஏன்டி.. என் புருஷன் சிங்கப்பூர்ல இருக்காரு, அப்பா நம்ம கூட இருந்தா என்னென்ன விஷயங்கள் செய்து கொடுக்கணுமோ, எல்லா விஷயத்தையும் அவர் தம்பி ஆதித்யன் மூலமா நமக்கு செஞ்சு கொடுக்குறாங்க.. அதுக்கு இதுதான் நன்றிக்கடனா..." என்று அக்கா கேட்க,

மணிமேகலை பயந்து பின்னோக்கி மெதுவாக நகர்ந்தாள்.

"நீ செய்த காரியம் சரியா.. தப்பான்னு யோசிச்சு பார்த்தியா.., மேலும் இந்த விஷயம் வெளில தெரிஞ்சா என்ன நடக்கும்னு தெரியுமா..." என்று அக்கா சொல்லி, மணிமேகலையை ஓங்கி கண்ணத்தில் ஒரு அரை விட்டார்.

மணிமேகலை தான் செய்த செயலையும், அக்கா பேசிய வார்த்தைகளையும் எண்ணி அழ ஆரம்பித்தாள்.

"இதை பற்றி ஆதித்யன் என்ன நினைப்பாரு..., நம்மளோட தேவைக்காக அவரை உபயோகப் படுத்திக்கிட்டோம்னு நினைக்க மாட்டாங்க.." என்றார் அக்கா.

மேலும், "இந்த வெளி உலகம் என்ன பேசும், அக்காவும், தங்கச்சியும் ஒன்னா சேர்ந்து இந்த குடும்பத்தை வளைச்சு போட்டுட்டாங்கனு பேசாமாட்டாங்க..." என்று அக்கா கூறி,

மணிமேகலையை அடிக்க ஆரம்பித்தார்.

மணிமேகலை பதில் எதுவும் சொல்ல முடியாமலும், அடியின் வலி தாங்க முடியாமலும் கதறி அழுதாள்.

இந்த சத்தம் கேட்டு பக்கத்திலிருந்த ஆதித்யன், தன் அண்ணி வீட்டுக்கு ஓடிவந்தான்.

அண்ணி, மணிமேகலையைப் போட்டு அடிப்பதைப் பார்த்து.., வேகமாக ஓடிச்சென்று அண்ணியைத் தடுத்தான்.

"அண்ணி.. என்ன பண்றீங்க.. நிறுத்துங்க.. ஏன் அடிக்குறீங்க.." என்று கேட்டுக்கொண்டே அண்ணியைத் தடுத்தான் ஆதித்யன்.

கோபத்தில் இருந்த அண்ணி, சட்டென அடிப்பதை நிறுத்திவிட்டு, ஆதித்யனைப் பார்த்து நடந்த விஷயங்களைக் கூறினார்.

அண்ணி சொன்னதைக் கேட்டதும், ஆதித்யன் தடுப்பதற்காக பிடித்திருந்த தன் அண்ணியின் கையை விட்டுவிட்டு, அப்படியே இரண்டடி பின் வைத்து, அவனுக்குப் பின்னால்

அழுது கொண்டிருந்த மணிமேகலையை ஏறெடுத்து கூட பார்க்காமல், தலை குனிந்தபடி அங்கிருந்து நடந்து சென்றான்.

அதைக் கண்ட அண்ணி, "நாம் தான் தவறு செய்துவிட்டோமோ.., ஆதித்யனின் இந்த நிலைமைக்கு நாமும் ஒரு காரணமோ.. நம் தேவைக்காக உதவி செய்தவரை இந்த நிலைமைக்குத் தள்ளிவிட நாமும் ஒரு காரணமோ என்று மனதளவில் ரொம்பவே வருந்தினார் அண்ணி.

அதே வருத்தத்துடன் மணிமேகலையைப் பார்க்க, மணிமேகலை அங்கிருந்து எழுந்து.., அழுதபடி அவளுடைய அறைக்கு ஓடினாள்.

அக்காவிற்கு யாரிடம் சென்று சொல்வது, யாரைக் குறை சொல்வது, யாரைச் சமாதானப்படுத்துவது என்று ஒன்றும் புரியாமல் நின்றார்.

அங்கிருந்து வெளியில் வந்த ஆதித்யன், நேரே பைக்கை எடுத்தான். தன் வீட்டிலிருந்து சற்று தொலைவில் உள்ள காட்டுக்கு வேகமாக பைக்கை ஓட்டிச் சென்றான் ஆதித்யன். அப்படிப் போய்க்கொண்டிருக்கையில் ஆதித்யன் மனதில் ஏற்கனவே நந்தினி பற்றிய சிந்தனைகளை நினைத்து கொண்டிருக்க, மேலும் இப்படி ஒரு நிகழ்வு நடந்ததால்.. அவனுடைய மனம் சுக்கு நூறாகியது.

"நமக்கு ஏன் இந்த சோதனை.. நாம் என்ன செய்தோம்.., தன் அண்ணனின் இடத்தில் இருந்து என்ன செய்யவேண்டுமா அதைத்தானே செய்தோம்.. நமக்கு ஏன் இப்படி நடக்கிறது.

தன் அண்ணன் கூறியது போல் நான் விளையாட்டுத்தனம் மிகுந்தவனாகவே இருக்கிறேன். அந்த விளையாட்டுத்தனத்தால் இப்படி ஒரு இக்கட்டான சூழ்நிலைக்கு வருவேன் என்று கொஞ்சம் கூட எதிர் பார்க்க வில்லை.." என்று மிகவும் மனம் நொந்து போனான் ஆதித்யன்.

இந்தப் பக்கம் அக்கா, மணிமேகலையைத் திட்டி...

"நீ நம்ம ஊருக்கு போ... இங்கிருந்தா எல்லோருக்கும் பிரச்சனை.." என்றார் அக்கா.

அதைக் கேட்டு மணிமேகலை அமைதியாய் இருக்க,

"நீ நம்ம அம்மா வீட்டிலிருந்தே காலேஜ் போ, போகாம இரு அது எனக்குத் தேவையில்லை... நம்மளை நம்பி நமக்கு உதவி செய்தவங்களுக்கு ரொம்ப நல்ல விதத்துல நீ நன்றி செலுத்திட.... பண்ண வரைக்கும் போதும்..." என்று சொல்லி அக்கா, மணிமேகலையைத் தன் அம்மா வீட்டிற்குச் செல்லக் கிளப்பினார்.

மணிமேகலையும் அழுதுகொண்டே பதில் எதுவும் சொல்ல முடியாமல் கிளம்பினாள்.

அக்கா, வீட்டுக்கு வெளியே வந்து பக்கத்தில் உள்ள ஆதித்யன் வீட்டிற்கு சென்றார்.

ஆதித்யனைச் சுற்றி முற்றி தேடிப்பார்த்தார் அண்ணி, வீட்டில் இல்லை.

அங்கிருந்த ஆதித்யனின் அம்மாவிடம் "அத்தை.., ஆதி எங்க..?" என்றார்.

"தெரியல மா.. வெளில பைக் நிற்குதான்னு பாரு.." என்றார் ஆதித்யனின் அம்மா.

"வெளில பைக் இல்ல அத்தை.." என்றார் அண்ணி.

"அப்படினா எங்காவது வெளில போயிருப்பான்.. எதாவது பிரச்சனையா..? ஏன் இவ்வளவு பதட்டமா இருக்க.." என்றார் ஆதித்யனின் அம்மா.

"அதெல்லாம் ஒன்னுமில்ல அத்தை... நான் ஃபோன் பண்ணிப் பார்க்கிறேன்.." என்று சொல்லிவிட்டு அங்கிருந்து வேகமாக வெளியில் வந்தார் அண்ணி.

"நம்மால் அவர் ஏன் கஷ்டப்பட வேண்டும்.. பிரச்சனை எதுவாக இருந்தாலும் நாமும் ஒரு காரணம்.. நாமே முன் வந்து மன்னிப்பு கேட்பது நல்லது.." என்று அண்ணி நினைத்து, ஆதித்யனுக்கு ஃபோன் செய்தார்.

ஆதித்யன், சோகத்தில் மூழ்கி... ஒரு காட்டின் நடுவில் உள்ள சிறு மலை குன்றின் மேல் அமர்ந்து, ஆழ்ந்த சிந்தனையில் இருந்தான்.

ஃபோன் அடிக்க, ஆதித்யன் எடுக்கவில்லை.

மீண்டும் அண்ணி ஃபோன் செய்தார், அப்பொழுதும் அவன் எடுக்கவில்லை.

இரண்டு, மூன்று முறை ஃபோன் செய்து பார்த்தார் அண்ணி. ஆதித்யன் எடுத்தபாடில்லை. பிறகு நந்தினியும் ஃபோன் செய்தாள், ஆதித்யன் எடுக்கவில்லை, தன் அம்மா வீட்டிற்கு சென்று மணிமேகலையும் ஃபோன் செய்தாள், ஆதித்யன் எடுக்கவில்லை.

பிறகு இரவு நேரமும் ஆனது, மணிமேகலையைத் தன் அம்மா வீடான அந்த கிராமத்திற்கு அனுப்பி வைத்துவிட்டு, வீட்டின் வாசலில் ஆதித்யனுக்காக காத்திருந்தார் அண்ணி.ஆதித்யன் வரவில்லை..

சிங்கப்பூரில் இருந்து பேசிய அண்ணனிடம் கூட இந்த பிரச்சினையை அண்ணி சொல்லவில்லை.

இரவு பத்து மணிக்கு மேல் ஆனது, அடிக்கடி வீட்டுக்கு வெளியே வந்து.. ஆதித்யன் பைக் இருக்கிறதா..?, இல்லையா..? என்றெல்லாம் பார்த்துக்கொண்டார் அண்ணி.

ஆதித்யன் வரவேயில்லை.

ஆதித்யன் ஆழ்ந்த சிந்தனையில், "நாம் ஏன் இவ்வாறு நடந்து கொண்டோம்.., நாம் எதையும் சிந்தித்து செயல்படாமல் நடந்தோம்.., நம்மை நம்பியிருக்கும் நம் அண்ணனுக்கு என்ன பதில் சொல்வது, அவர் முகத்தில் எப்படி முழிப்பது..." என்றெல்லாம் சிந்தித்துக் கொண்டிருந்தான் ஆதித்யன். அந்நேரம் நந்தினியும் மெசேஜ் செய்தாள், ஆதித்யன் பதிலளிக்கவில்லை...

மணிமேகலையும் மெசேஜ் செய்தாள், அதற்கும் ஆதித்யன் பதிலளிக்கவில்லை..

பிறகு இரவு ஒரு மணிக்கு மேல் வீட்டுக்கு வந்து, யாருக்கும் தெரியாமல் வீட்டுக்குள் சென்றான் ஆதித்யன்.

பொழுது விடிந்தது,

ஆதித்யனின் அம்மா, ஆதித்யன் அறைக்குள் சென்று பார்த்தார்.

ஆதித்யன் கட்டிலில் படுத்திருந்தான்.

"இவன் எப்போ வந்தான்.." என்று நினைத்துக்கொண்டே ஆதித்யனை எழுப்பிவிட, ஆதித்யன் எழுந்து உட்கார்ந்தான்.

எப்பொழுதும் எழுந்தவுடன் அம்மாவுடன் கலகலப்பாக பேசும் ஆதித்யன், இம்முறை எதுவும் பேசாமல் இருந்தான்.

அதை கண்ட அம்மா, "புள்ள ஏதோ பிரச்சினைல இருக்கான் .." என்று உணர்ந்து அங்கிருந்து சென்றார் அம்மா.

வெளியில் வந்த ஆதித்யனின் அம்மா, காலை சாப்பாட்டைத் தயார் செய்துவிட்டு வந்து ஆதித்யனைப் பார்த்தார்.. ஆதித்யன் அங்கு இல்லை. எங்கு போனான் என்றும் தெரியவில்லை.

பிறகு அண்ணி வீட்டுக்குள் வர,

"அத்தை.. ஆதி இன்னும் வரலையா.." என்று அண்ணி கேட்டார்.

"நேற்று எத்தன மணிக்கு வந்தான்னு தெரியல, காலைல அவன் ரூம்ல தூங்கிட்டு இருந்தான்.. எழுப்பிவிட்டுட்டு, போய் சாப்பாடு ரெடி பண்ணிட்டு வந்து பார்க்குறேன் ஆளைக் காணோம்.." என்றார் ஆதித்யன் அம்மா.

அதைக் கேட்ட அண்ணி, "சரி அத்தை.. வந்தா சொல்லுங்க.." என்று கூறிவிட்டு சற்று யோசித்தவாரே அவருடைய வீட்டிற்கு சென்றார்.

அண்ணி, "நாம் ஆதிக்கு ரொம்ப கஷ்டத்தைக் கொடுத்துதோமோ.., அவரை இக்கட்டான சூழ்நிலையில் மாட்டிவிட்டுடோமோ" என்றெல்லாம் நினைத்துக் கொண்டார்..

ஆதித்யனுக்கு ஒரு பக்கம் நந்தினியை நினைத்துக் கஷ்டபட்டுக் கொண்டிருக்க, மறுபக்கம் மணிமேகலையால் இப்படி ஒரு பிரச்சனை.., மணிமேகலைக்கு உதவி செய்ய போய், நிறைய முறை நந்தினியைத் தவிர்க்க வேண்டிய சூழ்நிலை வந்தது... நம்மலுடைய அறியாமை நமக்கே இப்படி எதிராக வந்து நிற்குதே.. என்றெல்லாம் எண்ணி மிகுந்த மனக்கஷ்டத்தோடு இருந்தான் ஆதித்யன்.

யார் ஃபோன் செய்தாலும், மெசேஜ் அனுப்பினாலும்... ஃபோனை எடுத்து எடுத்து பார்த்துவிட்டு, அதற்கு பதில் கூறாமல் இருந்தான் ஆதித்யன்.

ஒரு பக்கம் நந்தினி, ஒரு பக்கம் அண்ணி, ஒரு பக்கம் மணிமேகலை என மாறி மாறி ஃபோன் செய்தாலும், அதற்கு பதில் கூறாமலே இருந்தான் ஆதித்யன்

இப்படியே இரண்டொரு நாட்கள் சென்றது.

ஆதித்யனின் சித்தப்பா பையன் ராஜா வீட்டுக்கு வந்தான்.

நேரே ஆதித்யன் வீட்டிற்கு வர,

ஆதித்யனின் அம்மா, "ராஜா... கொஞ்ச நாளாவே ஆதித்யன் ஒழுங்கா வீட்டுக்கு வர மாட்டேங்குறான்... காலைல கிளம்பி வெளில போறான், நைட் எப்போ வர்றான்னு தெரிய மாட்டேங்குது.. கொஞ்சம் என்னனு பாருப்பா.." என்றார்.

"ஃபோன் பண்ணி பாக்கலாமே பெரியம்மா.." என்றான் ராஜா.

"அதெல்லாம் பண்ணி பார்த்தாச்சு... ஃபோனை எடுக்கவே மாட்டேங்குறான்.." என்றார் ஆதித்யனின் அம்மா.

"சரி.. பெரியம்மா.. நான் என்னனு பார்க்கிறேன்.." என்று சொல்லி ராஜா அங்கிருந்து கிளம்பினான்.

ராஜாவும், ஆதித்யனுக்கு ஃபோன் செய்தான்..

அதையும் ஆதித்யன் எடுக்கவில்லை.

ஒரு வழியாக ஆதித்யன் பைக்கை அடையாளம் கண்டு, அவன் இருக்கும் இடத்திற்கு சென்றான் ராஜா.

நேரே சென்ற ராஜா, ஆதித்யன் மிகவும் சோர்ந்து போய் உட்காந்திருந்தான்.

வெள்ளை கொக்கு

"அண்ணா.. ஏன் இங்க வந்து உட்காந்திருக்கீங்க... ஏன் முகமெல்லாம் வாடியிருக்கு.." என்று கேட்டான் ராஜா.

ஆதித்யன் பதில் எதுவும் பேசாமல் இருந்தான்.

ராஜா, ஆதித்யன் அருகில் வந்து அமர்ந்து "அண்ணா.. என்ன பிரச்சனை.. ஏன் யார் ஃபோன் பண்ணாலும் எடுக்க மாட்டேங்குறீங்க.." என்றான் ராஜா.

"இந்த ஃபோனை நினைத்தாலே காடுப்பா இருக்கு.. இந்த ஃபோன் இருக்குறதுனால தான் எல்லா பிரச்சனையும்.." என்றான் ஆதித்யன்.

"அப்படியென்ன ஆச்சு.." என்றான் ராஜா.

அதற்கும் ஆதித்யன் பதில் கூறாமல் இருந்தான்.

"அண்ணா.. இந்த விஷயம் அம்மாவுக்குத் தெரியுமா.." என்றான் ராஜா.

"சரி.. முதல்ல வாங்க, வீட்டுக்குப் போய் சாப்பிட்டு பேசுவோம்.." என்று சொல்லி ராஜா, ஆதித்யனை அழைத்தான்.

"நான் வரல நீ போ.." என்றான் ஆதித்யன்.

"அண்ணா.. இப்படியே தனியா இருந்தா, எல்லாம் சரியாகிடுமா.. நம்ம தான் அதை சரிசெய்யனும்.. வாங்க.." என்று சொல்லி ராஜா, ஆதித்யனை அழைத்துச்சென்றான்...

பிறகு இருவரும் வீட்டிற்கு வந்தனர்.

ஆதித்யன் அம்மா, இருவரும் வந்த பிறகு சாப்பாட்டைப் பரிமாறினார்.

ஆதித்யன் எதுவும் பேசாமலே சாப்பிட்டான்.

அம்மாவும் இப்போதைக்கு எதுவும் கேட்க வேண்டாம் என்று எண்ணி அமைதியாக இருந்தார்.

இருவரும் சாப்பிட்டு முடித்தபிறகு, ஆதித்யன் அறைக்கு சென்றனர்.

பிறகு தம்பி ராஜா அங்கிருந்து சென்றான்.

அவன் சென்றபிறகு மீண்டும் ஆதித்யன் வெளியில் கிளம்பினான்.

ஆதித்யன் வரும்போது எதிரில் அங்கு அண்ணி வந்தார். அண்ணியைப் பார்த்த ஆதித்யன், தலையை குனிந்தவாறு அப்படியே ஓரமாக சென்றான். அதைக் கண்ட அண்ணிக்கும் சட்டென ஒரு மாறுதல் தெரிந்தது. ஆதியை பார்த்துப் பேச வந்த அண்ணி, ஆதித்யன் பேசாமல் ஒதுங்கி செல்வதைக் கண்டு அவரும் பேசாமல் ஒதுங்கி நிற்க ஆதித்யன், அண்ணியைக் கடந்து சென்றான்.

அண்ணி, தன் மனதுக்குள் "ஆதித்யனின் இந்த நிலைமைக்கு நாமும் ஒரு காரணமாக இருந்துவிட்டோமே" என்று எண்ணி வருந்தினார்.

வெள்ளை கொக்கு

வெளியில் வந்த ஆதித்யன், தன் பைக்கை எடுத்துக்கொண்டு அதே காட்டுக்குள் இருக்கும் குன்றுக்கு சென்றான்.

அங்கு அமர்ந்தவாறு அவன் வாழ்க்கையில் நடந்த அத்தனை விஷயத்தையும் நினைத்துப் பார்த்தான்.

நந்தினியிடம் முதலில் பேசியது, பிறகு முதல் சந்திப்பு, முதல் முதலாக கோயிலில் சந்தித்தது, பிறகு தன் வாழ்க்கைப் பயணத்தில் நுழைந்த மணிமேகலையைச் சந்தித்தது.

அவளுடனான நிகழ்வுகள்.. மணிமேகலையினால், நந்தினியைத் தவிர்த்த நிகழ்வுகள் என அனைத்தும், அவன் கண் முன்னால் வந்து போக..

அந்த நினைவுகள் நீங்கும்படி, அந்நேரம் ஆதித்யன் ஃபோன் அடித்தது.

யார் என்று பார்த்தான் ஆதித்யன்..

அது நந்தினியின் ஃப்ரெண்ட் சுமதியின் நம்பரில் இருந்து ஃபோன் வந்தது.

உடனே ஆதித்யனுக்கு சிந்தனைகள், நந்தினி வீட்டில் எதுவும் பிரச்சனையோ.. அவளுடைய ஃப்ரெண்ட் ஃபோன் செய்வதால் எதாவது பிரச்சனை என்று புரிந்துகொண்ட ஆதித்யன், ஃபோனை எடுத்துப் பேசினான்.

"ஆதி அண்ணா தான பேசுறீங்க.." என்றாள் சுமதி.

"ஆமா... சொல்லு மா .." என்றான் ஆதித்யன்.

"அண்ணா.. நந்தினிக்கு ஃபோன் பண்ணிங்களா.." என்று கேட்டாள் சுமதி.

"இல்ல.. இங்க கொஞ்சம் வேலை.. அதான் பேசல.. ஏன் என்ன ஆச்சு..?" என்றான் ஆதித்யன்.

"நானும் அவளுக்கு பேச ட்ரை பண்ணேன் பேசமுடில.. அப்புறம் அவளோட அக்காவுக்கு ஃபோன் பண்ணேன்.." என்றாள் சுமதி.

"சரி.. என்ன சொன்னாங்க.." என்றான் ஆதித்யன்.

"நந்தினிக்கு உடம்பு சரியில்லையாம்.. ஹாஸ்பிட்டல்ல சேர்த்திருக்காங்களாம்.." என்றாள் சுமதி.

இதைக் கேட்டதும் ஆதித்யனுக்கு உடல் வியர்த்தது, கை கால் எல்லாம் நடுங்க, வாய்க் குழற ஆரம்பித்தது.. அதே பதட்டத்துடன்

"என்னாச்சு..?" என்று கேட்டான் ஆதித்யன்.

"ஃபீவர் ரொம்ப அதிகமா இருக்காம்.., ஒழுங்கா சாப்பிடலயாம், ஏதோ மனசு கஷ்டத்தில இருக்கிறதால அவளுக்கு ரொம்ப முடியாம வந்துருச்சாம்.. இப்போதைக்கு வெறும் ட்ரிப்ஸ் மட்டும் தான் ஏறிட்டு இருக்காம்.." என்றாள் சுமதி.

இதைக் கேட்டதும் ஆதித்யனுக்கு வார்த்தைகள் வரவில்லை. குரல் பேசத் தடுமாறியது.. அழுகைத் தொண்டையை அடைத்தது.. அப்படியே ஆதித்யன் தயங்கி நிற்க,

பதில் எதுவும் கூறாமல் இருந்தான் ஆதித்யன்.

ஃபோனில் சுமதி, "அண்ணா.. அண்ணா.." என்று கூப்பிட,

ஆதித்யன் தட்டுத் தடுமாறி "ம்.. சொல்லு மா.." என்றான்.

"நாளைக்கு நான் நேர்ல போய்ப் பார்த்துட்டு சொல்றேன்.., எந்த ஹாஸ்பிட்டல்னு தெரியல.. நாளைக்கு விசாரிச்சு சொல்றேன்" என்றாள் சுமதி.

மேலும், "உங்களுக்கும் நந்தினிக்கும் எதுவும் பிரச்சனையா.." என்று கேட்டாள் சுமதி...

இப்படிக் கேட்டதும் ஆதித்யன் பதில் சொல்லமுடியாமல், ஃபோனைக் கட் செய்துவிட்டு..

"நாம் நந்தினியை எந்த விஷயத்திலும் தவிர்த்திருக்கக் கூடாது, நம்மால் தான் அவளுக்கு இந்த நிலைமை, நாம் ஃபோன் பேசாமல் இருந்தது தான், நந்தினியின் இந்த நிலைமைக்குக் காரணம்.." என்று எண்ணித் தொண்டையில் அடைத்துக்கொண்டது அழுகைக்கு பதிலாக..

கை விரல்களை இறுக்கிக்கொண்டு, கண்களை இறுக்க மூடிக்கொண்டு "ஆ........." என்று கத்தினான் ஆதித்யன். அந்த சத்தம் அங்கிருந்த காடே அதிரும் அளவிற்கு இருந்தது..

பிறகு ஆதித்யன் இருந்த இடத்திற்கு தம்பி ராஜா வந்தான்.

ஆதித்யன் இடிந்து போய் உட்காந்திருப்பதைக் கண்டான்.

"அண்ணா.. என்ன ஆச்சு.. ஏன் இப்படி இருக்கீங்க..?" என்று ராஜா கேட்க,

ஆதித்யன் நடந்த அனைத்து விஷயங்களையும் கூறினான்.

மணிமேகலையால் நடந்த பிரச்சனை, அதனால் யாரிடமும் பேசாமல் இருந்தது, அதனால் நந்தினி உடல் சரியில்லாமல் போனது என்று அனைத்து விஷயங்களையும் ராஜாவிடம் கூறினான் ஆதித்யன்.

"அண்ணா.. கவலைப்படாதீங்க.., யாருக்கும் எதுவும் ஆகாது.. எல்லாம் சரியாகிடும்.. நம்ம ரெண்டு பேரும் நாளைக்கு காரைக்குடி போய் நந்தினியைப் பார்ப்போம்.." என்றான் ராஜா.

ராஜா கூறியது, ஆதித்யனுக்கு சற்று மனஆறுதலாக இருந்தது.

"சரி.. நந்தினியை எந்த ஹாஸ்பிட்டல்ல சேர்த்திருக்காங்கனு தெரியுமா.." என்று கேட்டான் ராஜா.

"இல்ல.. அந்த பொண்ணு நாளைக்கு தான் ஹாஸ்பிட்டல் போகுது.. அதனால நாளைக்கு தான் தெரியும்.." என்றான் ஆதித்யன்.

"சரி ஒன்னும் பிரச்சனை இல்ல.. நாளைக்கு பேசட்டும், நம்ம போய்ப் பார்ப்போம்.." என்றான் ராஜா.

"எப்படிப் போய்ப் பார்க்கிறது.." என்றான் ஆதித்யன்.

"அதெல்லாம் தெரியாது... நாளைக்கு என்ன நடக்கவிருக்கோ அதுதான் நடக்கும்... அதெல்லாம் பார்த்துக்கலாம்.. கொஞ்சம் பொறு.." என்றான் ராஜா.

பவித்ரா

ஆதித்யன் அன்றிரவு முழுக்க தூங்காமல், நந்தினியின் நினைவாகவே இருந்தான்.

அடுத்த நாள்,

ஆதித்யன் அவன் அறையில் ஃபோனை வைத்துக்கொண்டு, நந்தினியின் ஃப்ரெண்ட் சுமதியின் ஃபோனுக்காகக் காத்திருந்தான். கூடவே தம்பி ராஜாவும் இருந்தான்.

ஆதித்யன் நினைத்தது போல், சுமதி ஃபோன் செய்தாள்.

ஃபோனை எடுத்து பேசினான் ஆதித்யன்.

இந்த பக்கம் சுமதி, "அண்ணா.. நான் நந்தினியைப் பார்த்துட்டேன்.. இப்போ கொஞ்சம் பயப்படுற மாதிரி எதுவும் இல்ல.." என்று கூறினாள் சுமதி.

அதைக் கேட்டதும் ஆதித்யனுக்கு கொஞ்சம் நிம்மதியாக இருக்க,

"ஆனால்..." என்று பேச்சை இழுத்தாள் சுமதி.

உடனே ஆதித்யன் "ஏன் என்ன ஆச்சு.." என்று சற்று பயத்துடன் கேட்டான் ஆதித்யன்.

வெள்ளை கொக்கு

"டாக்டர் சொன்னாங்க, நந்தினியை ஏதோ ஒரு விஷயம் மனதளவில் ரொம்பவே பாதிச்சிருக்கு... அந்த மன அழுத்தம் காரணமாக, நந்தினி அதையே எண்ணி எண்ணி தன்னுடைய உடம்பை வீணாக்கி கொண்டாள்.. அது தான் இந்த டைபாய்டு வரக் காரணம்..." என்று கூறினாள் சுமதி.

அதைக் கேட்ட ஆதித்யன், ரொம்பவே மன உளைச்சலுக்கு ஆளானான்.

பக்கத்தில் இருந்த ராஜா "எந்த ஹாஸ்பிட்டல்னு கேளுங்க.." என்றான்.

அதே கவலையுடன், "நந்தினியை எந்த ஹாஸ்பிட்டல்ல சேர்த்திருக்காங்க.." என்றான் ஆதித்யன்.

"காரைக்குடில, காவேரி ஹாஸ்பிட்டல்.." என்றாள் சுமதி.

"சரி.. நான் நேர்ல வந்து பார்க்கிறேன்.." என்றான் ஆதித்யன்.

"அண்ணா.. நீங்க நேர்ல வந்து எதாவது பிரச்சனை ஆகிறப் போகுது.." என்றாள் சுமதி.

"இல்ல.. அதெல்லாம் ஒன்னும் பிரச்சனை இல்லை.. நான் வர்ற வரைக்கும் நீ, நந்தினி கூடவே இரு.." என்றான் ஆதித்யன்.

சுமதியும் யோசித்துக்கொண்டே "சரி" என்றாள்.

பிறகு இருவரும் ஃபோனை வைத்தனர்.

கூட இருந்த ராஜா, "எந்த ஹாஸ்பிட்டல்..?" என்றான்.

"காவேரி ஹாஸ்பிட்டல்.." என்று கூறினான் ஆதித்யன்.

ராஜா, சற்று யோசித்துவிட்டு..

"அண்ணா.. நம்ம சின்ன மாமா பொண்ணு அங்க தான் லேப் டெக்னீஷியனா இருக்கு.." என்றான் ராஜா.

"யார சொல்ற..?" என்றான் ஆதித்யன்.

"அதான்.. பவித்ரா.." என்றான் ராஜா.

"பவித்ராவா... அவ சரியான தலைக்கனம் புடுச்சவளாச்சே.. அவள் எப்படி எனக்கு உதவி செய்வாள்..?, நீயே அவகிட்ட பேசு.." என்றான் ஆதித்யன்.

"அதெல்லாம் நான் பார்த்துக்கிறேன்.. நீ சீக்கிரம் கிளம்பு.. போவோம்.." என்றான் ராஜா.

ஆதித்யன் புரியாமல் திகைத்துப் போய் நிற்க,

"சீக்கிரம் கிளம்பி வாங்க.." என்று மீண்டும் கூறினான் ராஜா.

ஆதித்யனும் சற்று குழப்பத்தோடு கிளம்பினான்.

இருவரும் சுமதி சொன்ன, அந்த காவேரி ஹாஸ்பிடல்க்கு வந்தனர்.

ஆதித்யன், சுமதிக்கு ஃபோன் செய்து ஹாஸ்பிட்டல் வெளில வரச்சொன்னான்.

வெள்ளை கொக்கு

சுமதியும் ஹாஸ்பிட்டல் வெளியில் வந்து, இருவரையும் சந்தித்தாள்.

"உள்ள நந்தினி கூட யாரெல்லாம் இருக்காங்க.." என்று கேட்டான் ஆதித்யன்.

"நந்தினியும், அவங்க அம்மா மட்டும்தான் இருக்காங்க.." என்றாள் சுமதி.

தம்பி ராஜா, அங்கிருந்து விலகிச் சென்றான்.

பிறகு பவித்ராவுக்கு ஃபோன் செய்தான் ராஜா.

பவித்ராவும் ஃபோனை எடுத்து பேச,

"நான் ராஜா பேசுறேன்.. நீ இருக்க ஹாஸ்பிட்டல் வெளில தான் இருக்கேன்.. கொஞ்சம் வெளில வாங்க.." என்று கூறினான் ராஜா.

"சரி" என்று கூறிவிட்டு பவித்ரா ஹாஸ்பிட்டல் வெளியில் வந்தாள்.

வெளியில் வந்த பவித்ரா, ராஜாவைப் பார்த்து

"என்ன விஷயம்..?" என்று கேட்டவாறு தூரத்தில் ஆதித்யன் இருப்பதையும் பார்த்தாள்.

"ஒரு உதவி.. எனக்கில்ல.., ஆதி அண்ணாவுக்கு.." என்றான் ராஜா.

"ஏன்..? அதை சார் வந்து கேட்க மாட்டாரோ..?" என்றாள் பவித்ரா.

"இல்ல அவன் கொஞ்சம் மனக்கஷ்டத்துல இருக்கான்.." என்றான் ராஜா.

"அதுக்கெல்லாம் இங்க வைத்தியம் பார்க்க முடியாது, மனநல மருத்துவமனைல போய்ப் பாருங்க.." என்று கொஞ்சம் நக்கலாகப் பேசினாள் பவித்ரா.

"பவித்ரா.. இது ஜோக் பண்ண நேரமில்ல.., இது அவனோட லைஃப் விஷயம்.." என்றான் ராஜா.

"அப்போ எங்களுக்கு லைஃப் இல்ல.. அவருக்கு மட்டும்தான் இருக்கு.." என்று மீண்டும் நக்கலாக பேசினாள் பவித்ரா.

"இவ வேற நம்மள பேசவே விடமாட்ரா.." என்று மனதுக்குள் நினைத்துக்கொண்டு,

"இல்ல.. இது வேற விஷயம்.., நான் சொல்றத கொஞ்சம் பொறுமையா கேளு.." என்று ராஜா சொல்லி.. ஆதித்யன், நந்தினி விஷயங்களை கூறினான் ராஜா.

அதை முழுவதுமாக கேட்ட பவித்ரா, சில நிமிடம் தூரத்தில் இருந்த ஆதித்யனைப் பார்த்தவாறு இருந்தாள்.

பிறகு திடீரென்று விழித்துக்கொண்டு,

"அதெல்லாம் முடியாது.." என்றாள் பவித்ரா.

வெள்ளை கொக்கு

"கொஞ்சம் உதவி பண்ணு ப்ளீஸ்..." என்றான் ராஜா.

"இல்ல முடியாது.. எனக்கு மேல உள்ளவங்களுக்குத் தெரிஞ்சா பிரச்சனை.." என்றாள் பவித்ரா.

"உன்னால முடியும்னு தெரிஞ்சு தான் உன்கிட்ட சொல்றேன்... உதவி பண்ணு..." என்றான் ராஜா.

"முடியவே முடியாது.." என்றாள் பவித்ரா.

இதுவரை பவ்வியமாக கேட்ட ராஜா,

"சரி.. உன்னை பற்றின விஷயங்களை, உன் அப்பா, அம்மாகிட்ட சொல்லிடுறேன்.." என்றான் ராஜா.

"என்னைப் பற்றி என்ன சொல்லுவ... உனக்கு என்ன தெரியும்.." என்றாள் பவித்ரா.

"நீ ஒருத்தன லவ் பண்ற விஷயம், எனக்குத் தெரியாதுனு நினைச்சியா.." என்றான் ராஜா.

அதைக் கேட்டதும், பவித்ராவுக்கு ஒரே பதட்டமாயிருச்சு... "இவனுக்கு எப்படி தெரிஞ்சது.." என்று பவித்ரா நினைத்துக்கொண்டு இருக்க..

"என்ன.. உதவி செய்றீங்களா..? இல்ல எப்படி..?" என்று இம்முறை ராஜா நக்கலாக கேட்டான்.

"உனக்கு நல்ல நேரம், எனக்குக் கெட்ட நேரம்.. வாங்க.. உதவி பண்றேன்.." என்றாள் பவித்ரா.

சிறிது நேரம் கழித்து,

நந்தினி ஹாஸ்பிட்டல் பெட்டில் படுத்திருந்தாள்,

ட்ரிப்ஸ் ஏறிக்கொண்டிருந்தது..

பக்கத்தில் நந்தினியின் அம்மா உட்காந்திருந்தார்.

சுமதி, பவித்ரா இருவரும் ஒன்றாக வந்தனர்.

"அம்மா.. நான் பார்த்துக்கிறேன்.., உங்களை டாக்டர் வரசொன்னாங்கலாம்.., போய் என்னனு பார்த்திட்டு வாங்க.." என்றாள் சுமதி.

நந்தினியின் அம்மா, அங்கிருந்த பவித்ராவைப் பார்த்துவிட்டு "என்னையா வரச் சொன்னாங்க.." என்றார்.

"ஆமாம்.. நீங்க தான்.." என்று சொல்லி பவித்ரா, நந்தினியின் அம்மாவை அழைத்துச் சென்றார்.

பவித்ரா, நந்தினியின் அம்மாவை கூட்டிச்சென்றதும்.., உடனே இந்தப் பக்கம் ஆதித்யன், நந்தினியைப் பார்க்க வந்தான்.

ஆதித்யன் வந்ததும், சுமதி எழுந்து நேரே அந்த அறைக்கு வெளியே சென்று... வேறு யாரும் வருகிறார்களா.. என்று பார்த்துக் கொண்டாள்.

வெள்ளை கொக்கு

இந்தப் பக்கம் நந்தினியின் அம்மாவைக் கூட்டிவந்து பவித்ரா, டாக்டர் இருக்கும் அறைக்கு வெளியே உட்கார வைத்துவிட்டு,

"இங்கேயே இருங்க.. இன்னும் கொஞ்ச நேரத்துல டாக்டர் கூப்பிடுவாரு.." என்றாள் பவித்ரா.

"சரி.." என்று கூறி நந்தினியின் அம்மா அங்கிருக்கும் சேரில் அமர்ந்தார்.

பவித்ரா, அவருக்கு அருகில் நின்று கொண்டார்.

இந்தப் பக்கம், நந்தினியைப் பார்த்த ஆதித்யன்..

சொல்ல வார்த்தைகள் இல்லாமல், நந்தினி பெட்டில் படுத்திருப்பதைப் பார்த்தவண்ணம் இருந்தான்.

பிறகு நந்தினியின் அருகில் அமர்ந்து,

"இதுவரை என் வாழ்க்கையில் தெரிந்து யாருக்கும் துரோகம் செய்ததில்லை.. என் அறியாமையை நினைத்து நான் ரொம்பவே வருத்தப்படுறேன்.. என்னுடைய அறியாமை தான் உன்னோட இந்த நிலைமைக்கு காரணம்.. என்னை மன்னிச்சிடு.." என்று சொல்லி, தன் கைகளால் நந்தினியின் தலையை கோதிவிட்டு.. நெற்றியில் ஒரு முத்தமிட்டான் ஆதித்யன்.

அக்கணம் நந்தினிக்கு, பேச இயலாவிட்டாலும்.. மனம் குளிர்ந்து, மனதில் உள்ள பாரங்கள் எல்லாம் நீங்கியது போல்

ஆகிற்று. நந்தினிக்குப் புது உற்சாகமும் கிடைத்தது.. அந்த சந்தோசத்தில் நந்தினியின் கண்களோரம் நீர்க் கசிந்தது..

அதைக் கண்ட ஆதித்யன், தன் கைகளைக் கொண்டு துடைத்துவிட்டு.. பையில் வைத்திருந்த திருநீற்றை எடுத்து, நந்தினியின் நெற்றியில் வைத்துவிட்டான் ஆதித்யன்.

இந்தப் பக்கம் காவலுக்கு நின்றிருந்த சுமதி, ஹாஸ்பிட்டலுக்கு வெளியில் நந்தினியின் அக்கா வருவதைக் கண்டாள்.

உடனே ஆதித்யனிடம் ஓடிவந்து, "அண்ணா.. நந்தினியோட அக்கா வர்றாங்க.." என்றாள்.

உடனே ஆதித்யன், நந்தினியை பார்த்து "உடம்பைப் பார்த்துக்கொள்.. உனக்காக நான் காத்திருப்பேன்.., உன்னோட போனுக்காக நான் காத்திருப்பேன்.." என்று சொல்லிவிட்டு அங்கிருந்து சென்றான்.

நந்தினியின் அக்கா வரும் தகவல், பவித்ராவுக்கும் சொல்லப்பட்டது.

உடனே பவித்ரா, "அம்மா.. உங்க பொண்ணுக்கு தான ஆப்பரேஷன்.." என்றாள்.

"என்னது என் பொண்ணுக்கு ஆப்ரேஷனா.." என்று அதிர்ச்சியில் கேட்டார் நந்தினியின் அம்மா.

"ஆமா.. உங்க பொண்ணு பெயர் ஆனந்தி தான.." என்றாள் பவித்ரா.

"இல்ல.. என் பொண்ணு பெயர் நந்தினி.." என்றார் நந்தினியின் அம்மா.

"அய்யய்யோ.. ஆள மாத்திக் கூட்டிட்டு வந்துட்டேன்.. சாரி மா.. ஏதோ குழப்பமாகிருச்சு.. வாங்க போவோம்.." என்று சொல்லி பவித்ரா, நந்தினியின் அம்மாவைக் கூட்டிச்சென்றாள்.

அதற்குள் இந்தப் பக்கம் ஆதித்யன் அங்கிருந்து செல்ல.. இந்த பக்கம் பவித்ரா, நந்தினியோட அம்மாவை
அழைத்துக்கொண்டு வர,

மறுபக்கம் நந்தினியின் அக்கா வர என அனைத்து நிகழ்வுகளும் சரியான நேரத்தில் நடந்தது.

நந்தினியின் அம்மாவும், அக்காவும் வரும் பொழுது.. சுமதி, நந்தினி அருகில் உட்காந்திருந்தாள்.

நந்தினியின் அம்மா, "இது என்ன நந்தினியின் நெற்றியில் திருநீறு இருக்கு.." என்று கேட்டார்.

நந்தினி அமைதியாய்ப் பக்கத்தில் இருந்த சுமதியைப் பார்க்க, உடனே யோசித்த சுமதி, "நான் தான் வச்சுவிட்டேன்.. கீழ பிள்ளையார் கோயில் இருந்தது.. நான் தான் எடுத்துட்டு வந்து வச்சுவிட்டேன்.." என்றாள்.

"ஆஹா.. ஃப்ரெண்டுன்னா இப்படி இருக்கணும்.. என்ன ஒரு அக்கறை புள்ளைக்கு.." என்று நந்தினியின் அம்மா பெருமிதம் கொண்டார்.

இந்தப் பக்கம் ஆதித்யன், ராஜா, சுமதி மூவரும் ஹாஸ்பிட்டல்ல இருந்து வெளியில் வந்தனர்.

ஆதித்யன், சுமதிக்கு நன்றி சொல்லி அனுப்பிவைத்தான்.

பிறகு ஆதித்யன், ராஜா இருவரும் பைக்கை எடுத்துக்கொண்டு கிளம்பினர்.

ஆதித்யனுக்கு கொஞ்சம் மனநிறைவாக இருந்தது.

இருவரும் பைக்கில் வந்து கொண்டிருக்க,

மாலை நேரம் காலேஜ் முடிந்து மணிமேகலை வீட்டிற்கு செல்லும் பஸ் எதிரில் வந்தது.

அந்த பஸ்ஸின் ஜன்னலோரத்தில் மணிமேகலை அமர்ந்திருப்பதைப் பார்த்தான்.

அதே கணம் மணிமேகலையும் வெளியில், எதிரில் வரும் ஆதித்யனையும், ராஜாவையும் கண்டாள்.

இதுவரை சற்று மகிச்சியுடன் இருந்த ஆதித்யன் முகம், மணிமேகலையைப் பார்த்தது சட்டென மாறியது.

மணிமேகலை, ஆதித்யனைப் பார்த்தவாறு கடந்து சென்றாள்.

ஆதித்யனும், மணிமேகலையைக் கடந்து சென்றான்.

வெள்ளை கொக்கு

அன்றிரவு ஆதித்யன், நந்தினியுடன் நடந்த நிகழ்வுகளை எண்ணிக் கட்டிலில் படுத்திருந்தான். அந்நேரம் அவனுடைய ஃபோனுக்கு ஒரு மெசேஜ் வந்தது.

யார் என்று எடுத்துப் பார்த்தான் ஆதித்யன்.

நந்தினியிடம் இருந்து மெசேஜ் வந்திருந்தது.

உடனே சட்டென எழுந்து உட்கார்ந்து அது என்ன மெசேஜ் என்று பார்த்தான்.

"எப்படி இருக்கீங்க.." என்று மெசேஜ் அனுப்பியிருந்தாள் நந்தினி.

அதற்கு பதிலாக மெசேஜ் அனுப்ப எண்ணினான் ஆதித்யன். அக்கணம் ஒரு சின்ன பொறி தட்டியது.

நந்தினிக்கு உடல்நிலை சரியில்லை.

எப்படி மெசேஜ் அனுப்ப முடியும் என்று எண்ணி, வழக்கமாக இவர்கள் மெசேஜ் அனுப்பும்போது செய்யும் டெக்னிக்கை உபயோகப்படுத்தினான் ஆதித்யன். ஆகையால் ஆதித்யன், முதலில் "hi" என்று மெசேஜ் அனுப்பினான்.

அதற்கு பதிலாக நந்தினி அன்றைய தேதியை மெசேஜ் அனுப்பினாள்.

அப்பொழுது தான் ஆதித்யனுக்குத் தெரிந்தது, நந்தினி தான் மெசேஜ் அனுப்பினாள் என்று.

"நீங்க இன்னும் மாறல.. நான் தான் தேவையில்லாமல் உங்களை சந்தேகப்பட்டேன்.." என்று மெசேஜ் செய்தாள் நந்தினி.

"நீ எப்படி இருக்க.. எல்லாம் ஓகே தான.." என்று மெசேஜ் அனுப்பினான் ஆதித்யன்.

"எல்லாம் சரியாகிருச்சு.. நாளைக்கு ஹாஸ்பிட்டல்ல இருந்து டிஸ்சார்ஜ் ஆகலாம்னு சொன்னாங்க... இங்க எல்லோரும் தூங்குறாங்க, அதான் உங்களுக்கு மெசேஜ் அனுப்பலாம்னு பண்ணேன்.." என்றாள் நந்தினி.

"நல்லது... நீயும் சீக்கிரம் தூங்கு.." என்றான் ஆதித்யன்.

"இல்ல.. நீங்க வர்றப்போ உங்க முகம் ரொம்ப வாட்டமா இருந்தது... ஏன்..? எதுவும் பிரச்சனையா.." என்றாள் நந்தினி.

"அது பற்றி இப்போ பேசவேண்டாம்.. நீ முதல்ல நல்லபடியா டிஸ்சார்ஜ் ஆகி வீட்டுக்கு போ.., இன்னொரு நாள் பேசிக்கலாம்.. நல்லா ரெஸ்ட் எடு.." என்று சொல்லி ஃபோனை வைத்தான் ஆதித்யன்.

சரி என்று கூறி நந்தினியும் ஃபோனை வைத்தாள்.

இப்பொழுது நடந்த இந்த நிகழ்வுகளையும், காலையில் நடந்த நிகழ்வுகளையும் எண்ணிப் பார்த்து.. தனக்குத் தானே சிரித்துக் கொண்டாள் நந்தினி.

வெள்ளை கொக்கு

இந்தப் பக்கம் ஆதித்யன், நந்தினியிடம் ஃபோனைப் பேசிட்டு வைக்கும் போது மணிமேகலையிடம் இருந்து மெசேஜ் வந்தது..

அதைக் கண்ட ஆதித்யனின் முகம் வாடியது..

இதுவரை இருந்த சந்தோஷம், கடலில் எறியப்பட்ட சிறு கல்லைப் போன்று காணாமல் போனது.

மணிமேகலையால் நடந்த நிகழ்வுகள் கண் முன் வந்து வந்து போனது. அதே சிந்தனையில் ஆழ்ந்தான் ஆதித்யன்.

இந்தப் பக்கம் மணிமேகலை, தன்னுடைய விருப்பத்தை எப்படியாவது அவருக்குத் தெரிவிக்க வேண்டும் என்று நினைத்தாள்.

மணிமேகலை தொடர்ந்து ஆதித்யனுக்கு மெசேஜ் அனுப்பிய வண்ணம் இருந்தாள்.

ஆதித்யன் அதற்கு பதில் எதுவும் கூறாமலே இருந்தான்.

அடுத்தநாள் ஆதித்யன் தம்பி ராஜா வந்தான்.

வந்தவன் நேரே சென்று ஆதித்யனைச் சந்தித்தான்.

"என்னடா.. ஏன் முகம் வாட்டமா இருக்கு, நேற்று நந்தினியைப் பார்த்தபிறகு நல்லாதான இருந்த.. இப்போ என்ன ஆச்சு..?" என்று கேட்டான் ராஜா.

"நீ சொல்றது சரிதான், எல்லாம் கொஞ்சம் கொஞ்சமா சரியாகிருச்சு என்று நினைச்சேன்.. ஆனால், இந்த மணிமேகலை விடாம மெசேஜ் பண்ணிகிட்டே இருக்கா..

எனக்கு என்ன பண்றதுன்னு தெரியல.., இந்த விஷயம் அண்ணனுக்குக் கூடத் தெரியாது.., நான், மணிமேகலை, அண்ணி மூணும பேருக்கு மட்டும் தான் தெரியும்.. அம்மாவுக்கு தெரிஞ்சா பெரிய பிரச்சனை ஆகிறும்.." என்றான் ஆதித்யன்.

"அண்ணா.. நீங்க எதுவும் பேசாமல் இருக்கிறது தான் பிரச்சனை.., நீங்க முதல்ல பேசுங்க.. அப்புறம் நீங்க பேசாம இருந்து, அந்த பொண்ணு வெறுத்து போய் எல்லோருக்கும் தெரிஞ்சா பெரிய பிரச்சனை.. இப்போவே பேசி அதை முடிச்சுருங்க.." என்றான் ராஜா.

"ம்ம்.. சரி நான் பேசுறேன்.." என்றான் ஆதித்யன்.

அதே போல் ஆதித்யன், மணிமேகலைக்கு ஃபோன் செய்தான்.

மணிமேகலை ஃபோனை எடுத்து, எதுவும் பேசாமல் இருந்தாள்.

"ஏன் விடாம மெசேஜ் பண்ணிட்டே இருக்க.. " என்று கேட்டான் ஆதித்யன்.

அதைக் கேட்ட மணிமேகலை சற்று தாழ்ந்த குரலில், "எனக்கு உங்க கூட பேசணும்னு தோணுச்சு.. நீங்க பேசாம இருக்கிறது எனக்கு ஒரு மாதிரியா இருக்கு.." என்றாள் மணிமேகலை.

"நான் என்ன பேசணும்..." என்றான் ஆதித்யன்.

"நான் செஞ்சது தப்புதான்..,இல்லனு சொல்லல, ஆனா அதனால நீங்க என்கிட்ட பேசாம இருக்காதீங்க.. எப்பவும் போல பேசுங்க.." என்றாள் மணிமேகலை.

"இல்ல.., அதெல்லாம் சரிவராது.. நீ சின்னப் பொண்ணு, நீ ஏதோ புரியாம பேசுற..." என்றான் ஆதித்யன்.

"நீங்க என் கூட பேசமாட்டீங்களா.." என்று கேட்டாள் மணிமேகலை.

"நான் சொல்றத புரிஞ்சுக்கோ.., நான் எதுக்காக உன்கிட்ட பேசணும்.." என்று கேட்டான் ஆதித்யன்.

இதைக் கேட்ட அடுத்த நொடி மணிமேகலை, "ஏன்னா.. எனக்கு உங்களைப் பிடிச்சிருக்கு.. உங்க கூடப் பேச பிடிச்சுருக்கு.., உங்க கூடப் பழக புடிச்சுருக்கு.." என்று கூறினாள்.

இதைக் கேட்டதும் ஆதித்யனுக்கு பதில் வரவில்லை.

பதில் எதுவும் சொல்லாமல் ஃபோனைக் கட் செய்தான் ஆதித்யன்.

இப்பொழுது நந்தினியைப் பற்றி எதாவது சொல்லப் போக, பிறகு எல்லோருக்கும் தெரியவரும்.. அப்புறம் பெரிய பிரச்சனை ஆகிடும் என்றெல்லாம் சிந்தித்தான் ஆதித்யன்.

இந்தப் பொண்ணுக்கு எப்படிச் சொல்லி புரியவைப்பது என்றெல்லாம் சிந்தித்துக் கொண்டிருந்தான் ஆதித்யன்.

அப்படியே சிறிது நேரம் செல்ல,

நந்தினியிடம் இருந்து ஃபோன் வந்தது.

ஆதித்யன் ஃபோனை எடுத்து பேசினான்.

"நான் வீட்டுக்கு வந்துட்டேன்.. உடம்பெல்லாம் சரியாகிருச்சு.." என்று சந்தோசத்துடன் கூறினாள் நந்தினி.

அதைக் கேட்ட ஆதித்யன், தாழ்ந்த குரலில் "ம்.. சரி.." என்றான்.

ஆதித்யனின் குரலில் மாற்றம் கண்ட நந்தினி,

"ஏன் என்ன ஆச்சு..?, உடம்பு சரியில்லையா..?" என்றாள் நந்தினி.

"அதெல்லாம் ஒன்றுமில்லை.." என்றான் ஆதித்யன்.

"இல்ல.. நீங்க எதையோ மறைக்குறீங்க.." என்றாள் நந்தினி.

"அதான் ஒண்ணுமில்லனு சொல்றேன்ல.." என்றான் ஆதித்யன்.

"இல்ல.. அன்றைக்கு ஹாஸ்பிட்டல்ல சோகமாக இருந்ததற்கும் பதில் சொல்லல, இப்பவும் எதையோ மறைக்குறீங்க.." என்றாள் நந்தினி.

ஆதித்யன் எதுவும் பேசாமல் இருக்க,

"சொல்லுங்க.. எதுவாக இருந்தாலும் பரவாயில்லை... சொல்லுங்க.." என்று வற்புறுத்தினாள் நந்தினி.

வேறுவழியில்லாமல் ஆதித்யன், மணிமேகலை பற்றியும், அவளால் நடந்த பிரச்சினையையும், பிறகு சற்று முன் பேசியதையும் ஆதித்யன் ஒன்றுவிடாமல் கூறினான்.

இதை நீண்ட நேரம் அமைதியாக கேட்ட நந்தினி...

"மனதில் இவ்ளோ கஷ்டத்தை வைத்துக்கொண்டு, எனக்கு உடம்பு சரியில்லைனு தெரிஞ்சதும் ஓடிவந்து பார்த்த இந்த மனுசனுக்கு... நம்மால் முடிந்ததை செய்யவேண்டும்.." என்று எண்ணி,

நீண்ட நேர அமைதிக்குப் பிறகு நந்தினி பேசினாள்.

"நீங்கள் அப்பெண்ணுக்கு செய்தது தவறு..., நல்லா யோசிச்சுப் பாருங்க, இந்தப் பொண்ணு இப்போ இருக்கிற நிலைமைல தான்.. முதலில் நான் இருந்தேன், உங்களுடன் பேசத் துடித்தேன்..

அது எல்லோரையும் பார்த்தால் தெரியாது, பேசினால் தெரியாது.. அது ஒரு இனம் புரியா உணர்வு..

அதனால, ஆரம்பத்துல நான் இருந்த நிலைமைல தான் அந்த பொண்ணு இப்போ இருக்கா.." என்றாள் நந்தினி.

இதைக் கேட்டதும் ஆதித்யனுக்கு ஆச்சரியம்.

நந்தினியா இப்படி பேசுறது என்றெல்லாம் சிந்தித்து, "இப்போ நான் என்ன செய்றது..?" என்று கேட்டான்.

"அந்தப் பொண்ணுகிட்ட பேசுங்க.. நம்மல பற்றி அந்தப் பொண்ணுகிட்ட சொல்லுங்க.., அந்தப் பொண்ணுக்கு நம்மைப் பற்றித் தெரிந்தால், தானாகவே விலகிப் போயிடுவாள்.." என்றாள் நந்தினி.

இதைக் கேட்டு ஆதித்யனுக்கு ஆச்சரியம் கலந்த சிந்தனையும் வந்தது.

"நீங்க முதல்ல நான் சொன்ன மாதிரி, மணிமேகலை கிட்ட நம்மைப் பற்றிப் பேசிட்டு என்கிட்ட சொல்லுங்க.." என்று கூறி நந்தினி ஃபோனை வைத்தாள்.

ஆதித்யன் சற்று சிந்தனையோடு ஃபோனை வைத்தான்.

ஆதித்யனின் சீற்றம்

அடுத்த நாள் காலை,

சூரிய வெளிச்சம் முகத்தில் சுள்ளென்று அடிக்க.. அசந்து தூங்கிக்கொண்டிருந்தான் ஆதித்யன்.

ஆதித்யனின் அம்மா வேகமாக வந்து ஆதித்யனை எழுப்பினார்.

ஆதித்யனும் எழுந்து, சோம்பலை முறித்தவாரு.. "என்னம்மா ஆச்சு.. ஏன் இவ்ளோ வேகத்தோடு வந்து எழுப்புறீங்க..?" என்றான்.

"உங்க அத்தைக்கு உடம்பு சரியில்லையாம்.. உங்க அண்ணி வந்திருக்கா, போய் அவங்க வீட்டுல விட்டுட்டு வா.." என்றார் ஆதித்யன் அம்மா.

ஆதித்யனும் கட்டிலில் உட்கார்ந்தவாறு வெளியில் எட்டிப் பார்த்தான். அண்ணி, கொஞ்சம் பதட்டத்தோடு உட்காந்திருந்தார்.

அதைக் கண்ட ஆதித்யன், உடனே கிளம்ப ஆரம்பித்தான்.

வெளியில் வந்த ஆதித்யன், எதிரில் அண்ணி உட்காந்திருப்பதை ஒரு நிமிடம் பார்க்க..

அண்ணியும், ஆதித்யனைப் பார்த்துவிட்டு எழுந்து நின்றார்.

ஆதித்யன் எதுவும் பேசாமல், அங்கு தொங்கிக் கொண்டிருக்கும் பைக் சாவியை எடுத்துக் கொண்டு சென்றான்.

அதை கவனித்த அண்ணி, நம்மை ஆதித்யன் கூட்டிசெல்ல ஒப்புக்கொண்டார் என்பதை அறிந்து கொண்டு அண்ணியும், ஆதித்யன் பின்னால் சென்றார்.

அண்ணியும் எதுவும் பேசாமலே இருந்தார்.

இவர்கள் இருவரும் பேசாமல் இருப்பதை, ஆதித்யனின் அம்மா கவனித்தார். இருப்பினும் அதைப் பற்றி எதுவும் பேசாமல் இருக்க..

ஆதித்யன், தன் அண்ணியை பைக்கில் ஏற்றிக்கொண்டு சென்றான்.

அப்படி செல்லும் போது கூட இருவரும் அமைதியாகவே இருந்தனர்.

அண்ணியின் அம்மா வீடும் வந்தது..

பைக்கில் இருந்து இறங்கிய அண்ணி, ஆதித்யனைப் பார்த்து "உள்ள வாங்க.." என்றார்.

ஆதித்யன் கொஞ்சம் அமைதியாக இருந்தான்.

அண்ணி, "சரி.. இன்னும் அதைப் பற்றியே நினைத்துக்கொண்டிருக்கிறார்.." என்று நினைத்துக்கொண்டு திரும்பி வீட்டிற்குள் சென்றார்.

ஆதித்யன் எதுவும் பேசாமல், பைக்கை ஆஃப் செய்து சாவியை எடுத்தான்.

இதனை அண்ணி புரிந்துகொண்டு வீட்டிற்குள் சென்றார்.

ஆதித்யனும், பைக்கை நிறுத்திவிட்டு வீட்டிற்குள் சென்றான்.

அம்மாவிற்கு முடியாததால் மணிமேகலை காலேஜுக்குப் போகாமல் லீவு போட்டிருந்தாள்.

ஆதித்யன் வீட்டிற்குள் பார்த்த மணிமேகலை, அப்படியே உறைந்து போய் நிற்க..

ஆதித்யனும் அவளைப் பார்த்தான்.

மணிமேகலை கீழே தரையில் உட்கார்ந்தபடி, கையில் அவளுடைய டைரியை வைத்துக்கொண்டிருந்தாள்.

மணிமேகலையைப் பார்த்த ஆதித்யன், உடனே தன் முகத்தைத் திருப்பி.. அத்தையை கவனித்தான்.

இதனைக் கண்ட மணிமேகலை, சட்டென தன் டைரியை மூடிக்கொண்டு எழுந்து அவளுடைய அறைக்கு சென்றாள்.

ஆதித்யன் அதை எதுவும் பெரிதாக எடுத்தக் கொள்ளவில்லை.

கொஞ்ச நேரத்தில் அண்ணி, கையில் ஒரு சொம்பு தண்ணிரை எடுத்து கொண்டுவந்து ஆதித்யனிடம் கொடுத்தார்.

தண்ணீரைக் குடித்து ஆதித்யன், "உடம்பைப் பார்த்துக்கொள்ளுங்கள் அத்தை.. நான் கிளம்புறேன்,

கொஞ்சம் வேலை இருக்கு.." என்று சொல்லிவிட்டு அங்கிருந்து கிளம்பினான்.

வெளியில் வந்து பைக்கை எடுத்துக்கொண்டு சென்ற ஆதித்யன், கொஞ்ச தூரம் சென்றதும் பைக்கை நிறுத்தினான்.

எதிரில் மணிமேகலை நின்றாள்.

ஆதித்யனுக்கு என்ன செய்வதென்று தெரியாமல் நிற்க,

"ஏன் என்கிட்ட பேசமாற்றீங்க..? எனக்கு உங்களைப் பிடிச்சிருக்குனு சொன்னேன்.. அதற்குக் கூட பதில் வேண்டாம்... மத்தபடி என்கிட்ட எப்பவும் போல பேசலாம்ல.." என்றாள் மணிமேகலை.

"உனக்கு எப்படி சொல்லி புரிய வைக்கிறதுனு எனக்கு தெரில, இதுவரை உன்னிடம் நான் பேசியதற்கு, பழகியதற்கு நீ இவ்வளவு தூரம் மாறியிருக்க.. நீ எப்பவும் போல மணிமேகலையாவே இரு, நான் வந்து உன்னோட லைஃப்ல எந்த மாற்றமும் ஏற்படுத்திடக் கூடாது... அதான் நான் ஒதுங்கியிருக்கேன்.." என்றான் ஆதித்யன்.

"இல்ல ஆரம்பத்தில் இருந்தே நான் நானாகத்தான் இருக்கேன், உங்களைப் பார்த்த பிறகு, உங்களோட பழகினதுக்கு அப்புறம் எனக்கு ஒரு சில உணர்வுகள் புதிதாக இருந்துச்சு.. அது எனக்கு பிடிச்சது.. அதான்.." என்றாள் மணிமேகலை.

வெள்ளை கொக்கு

"நானும் அதான் சொல்றேன்.., அந்த புதிய மாற்றம் வேண்டாம்.. அது நமக்கும் நல்லதில்லை, நம்மைச் சுற்றி இருப்பவங்களுக்கும் நல்லதில்லை.. இதெல்லாம் சரிவராது.." என்றான் ஆதித்யன்.

"இல்ல.. நீங்க சொல்றத என்னால ஏற்றுக்கொள்ள முடியல.. நீங்க ஏதோ காரணத்தால என்னைத் தவிர்க்குறீங்க.." என்றாள் மணிமேகலை.

மீண்டும் மீண்டும் மணிமேகலை இப்படிப் பேச,

ஆதித்யனுக்குக் கோபம் தலைக்கேரியது..

அதே கோபத்தில், "ஆமா.. நான் உன்னைத் தவிர்க்கிறேன்..., நான் ஏற்கனவே ஒரு பொண்ணை விரும்புறேன்... போதுமா.., இதுக்கு தான் நான் முன்னிருந்தே சொன்னேன், இதெல்லாம் சரிவராதுன்னு..

காரணம் போதுமா.." என்று ஆதித்யன் கோபத்துடன் சொல்ல,

அதிர்ச்சியில் உறைந்து போனாள் மணிமேகலை.

அவளுடைய கண்கள் கலங்கியது, அதைக் கண்ட ஆதித்யன்.. "பாத்தியா.. இதுக்கு தான் அப்பவே இதெல்லாம் சரிவராது என்று சொன்னேன்.. நீ புரிஞ்சுக்கல...

இப்போ பாரு உனக்கும் கஷ்டம், உன்னைக் கஷ்டப்படுத்தி எனக்கும் கஷ்டமா இருக்கு..." என்றான் ஆதித்யன்.

மணிமேகலை எதுவும் பேசாமல் இருக்க, ஆதித்யன் அங்கிருந்து சென்றான்.

வீட்டுக்குச் சென்ற ஆதித்யன், "என்னடா இது.. நமக்கு ஏன் இப்படி நடக்குது.." என்று புலம்பிக்கொண்டே, ஒரு முடிவு எடுத்தான்.

"நாம் இங்கு இருந்தா தானே பிரச்சனை, நாம கிளம்பி சென்னை போயிடுவோம்.. கொஞ்சம் நிம்மதியாவும் இருக்கும், அப்பா வேற ஊருக்கு வந்து நாள் ஆகுது.. அவரும் வந்து இங்கு எல்லோரையும் பார்த்த மாதிரி இருக்கும்.." என்று நினைத்துக்கொண்டிருக்க,

சிங்கப்பூரில் இருந்து ஆதித்யன் அண்ணன் ஃபோன் செய்தான்.

எடுத்து பேசிய ஆதித்யன், "அண்ணா.. எப்படி இருக்கீங்க..?" என்றான்.

"நல்லா இருக்கேன்.. அண்ணியை வீட்ல விட்டுட்டு வந்துட்டியா.." என்றார் அண்ணன்.

"ம்ம் விட்டுட்டேன்.." என்றான் ஆதித்யன்.

"எல்லாம் ஓகே தான.." என்று கேட்டார் அண்ணன்.

அச்சமயம் யோசித்த ஆதித்யன்,

"அண்ணா.. நான் சென்னைக்கு போலாம்னு இருக்கேன்.." என்றான்.

"ஏன்டா..?" என்று கேட்டார் அண்ணன்.

"இல்ல.. அப்பா ஊருக்கு வந்து ரொம்ப நாள் ஆச்சு.., நான் போயிட்டு ஹோட்டல பாத்துக்கிறேன்.., அப்பா இங்க வந்து கொஞ்ச நாள் இருந்துட்டு வரட்டும்.." என்றான் ஆதித்யன்.

அண்ணனும், "ம்ம்.. சரிடா.. நீ சொல்றதும் சரிதான்.., எனக்குக் கூட இந்த யோசனை தோனல..." என்றார் அண்ணன்.

"இப்போவே அப்பாகிட்ட சொல்லிட்டு, இன்றைக்கு நைட் நான் கிளம்புறேன்.." என்றான் ஆதித்யன்.

"சரி.. அப்பாகிட்ட சொல்லிரு.." என்றார் அண்ணன்.

இப்படிப் பேசி இருவரும் ஃபோனை வைத்தனர்.

இந்தப் பக்கம் மணிமேகலை, ஆதித்யனைச் சந்தித்த பிறகு நேரே வீட்டிற்கு வந்து, தன்னுடைய அறைக்குள் சென்று கதவுகளைப் பூட்டிக்கொண்டு அழுதாள்.

மணிமேகலைக்கு, ஆதித்யன் நம்மை வெறுக்க இப்படி செய்றாங்களா, இல்ல உண்மையாவே அவர் வேற ஒரு பொண்ணை விரும்புறாரா என்று சந்தேகமாகவே இருந்தது.

அப்போது காலேஜ்ல ஆதித்யனைப் பற்றி விசாரித்த நிகழ்வுகள் எல்லாம் வந்து வந்து சென்றது.

"நாம் விசாரித்தவரை அப்படி எதுவும் தெரியவில்லையே.." என்றெல்லாம் சிந்தித்த வண்ணம் இருந்தாள்.

இப்படி நினைத்துக்கொண்டிருக்க, மணிமேகலையின் அக்கா ஃபோன் பேசிக்கொண்டு இருந்தது மணிமேகலை காதில் விழுந்தது.

ஃபோனில் அந்தப் பக்கம் பேசுவது சிங்கப்பூரில் இருந்து அத்தான் பேசுறாரு என்பதை அறிந்துகொண்டாள் மணிமேகலை.

அவர் மூலம் ஆதித்யன் சென்னைக்குக் கிளம்புவது தெரியவந்தது.

அந்த கணம் மணிமேகலை மனதில் சில சிந்தனைகள் ஓடியது.

இந்தப் பக்கம் ஆதித்யனுக்கு, நந்தினியிடம் இருந்து ஃபோன் வந்தது.

ஃபோனை எடுத்து பேசினான் ஆதித்யன்..

"என்ன முன்னாடி ஃபோன் பண்ணேன் எடுக்கல.." என்றாள் நந்தினி.

"பைக்ல வந்துட்டு இருந்தேன்.. அதான் எடுக்க முடியல.." என்றான் ஆதித்யன்.

"எங்க போய்ட்டு வந்தீங்க.." என்றாள் நந்தினி.

"அது.. அண்ணியோட அம்மாவுக்கு உடம்பு சரியில்ல.., அதான் அண்ணியை அவங்க வீட்ல விட்டுட்டு வர்றேன்.." என்றான் ஆதித்யன்.

அண்ணியின் வீடு என்றவுடன், நந்தினிக்கு மணிமேகலை ஞாபகம் வந்தது.

உடனே நந்தினி குரலைத் தாழ்த்தி சற்று சந்தேகத்துடன் "மணிமேகலையைப்ட் பார்த்தீங்களா.." என்று கேட்டாள்.

ஆதித்யன் சற்றுத் தயங்கியவாறே, "ஆமாம்.." என்றான்.

"நம்மள பற்றி சொன்னீங்களா..?" என்று கேட்டாள் நந்தினி.

"சொன்னேன்..." என்றான் ஆதித்யன்.

"அதற்கு மணிமேகலை என்ன சொன்னாள்.." என்று கேட்டாள் நந்தினி.

"இல்ல.. நான் அவகிட்ட சொல்லிட்டு உடனே அங்கிருந்து வந்துட்டேன்.. அவள் அப்போ எதுவும் சொல்லல.." என்றான் ஆதித்யன்.

அதைக் கேட்டு நந்தினியும் சற்று அமைதியாக இருந்தாள்.

"இன்னொரு முக்கியமான விஷயம்.." என்றான் ஆதித்யன்.

"ம்ம் சொல்லுங்க.." என்றாள் நந்தினி.

"இன்றைக்கு நைட் நான் சென்னை கிளம்புறேன்.." என்றான் ஆதித்யன்.

"என்ன திடீர்னு..?" என்று கேட்டாள் நந்தினி.

"இல்ல.. அப்பா ஊருக்கு வந்து ரொம்ப நாள் ஆகுது, அதான் நான் போய் கொஞ்சம் கடைய பார்த்துகிட்டு.. அப்பாவை வர சொல்லலாம்னு.." என்றான் ஆதித்யன்.

"எப்போ திரும்ப வருவீங்க .." என்றாள் நந்தினி.

"ஒரு ஒருவாரத்துக்குள்ள வந்துருவேன்.." என்றான் ஆதித்யன்.

ஆதித்யன் பேசுவதை வைத்து, "உண்மையாகவே ரொம்ப மனகஷ்டத்தில இருக்காரு" என்பதை அறிந்து கொண்டாள் நந்தினி. இருப்பினும் அதனைக் கேட்காமல்,

"சரி.. சென்னை போனாலும் என் கூட பேசுவீங்கள்ள..?" என்று கேட்டாள் நந்தினி.

"அதெல்லாம் பேசுவேன்.." என்று சொல்லி ஃபோனை வைத்தான் ஆதித்யன்.

ஆதித்யன் சொன்னவாறு அன்றிரவு கிளம்பி சென்னை சென்றான் ஆதித்யன்.

இந்தப் பக்கம் மணிமேகலை,

"ஆதித்யனுக்கு நம்மைப் பார்க்கப் பிடிக்கல, நம்முடன் பேசப் பிடிக்கல.. அதான் சென்னை கிளம்பி போயிட்டாரு" என்று நினைத்து நினைத்து இரவு முழுக்க அவளுக்கு பிடித்த, வீட்டிற்கு பின்னால் இருக்கும் கிணற்றின் அருகே நின்று கொண்டிருந்தாள்.

அடுத்த நாள்,

மணிமேகலையின் அம்மாவிற்கு உடல்நிலை ரொம்பவே சரியில்லாமல் போனது.

மணிமேகலை, மணிமேகலையின் அக்கா இருவரும் உடனே அம்மாவை ஹாஸ்பிட்டல்ல சேர்த்தனர்.

இந்த பக்கம், ஆதித்யன் அப்பா வீட்டுக்கு வர, மணிமேகலையின் அம்மாவிற்கு உடல்நிலை சரியில்லாமல் போன செய்தி வந்தது.

அவர்களும் சென்று மணிமேகலையின் அம்மாவைச் சந்தித்தனர்.

அவருக்கு ஹாஸ்பிட்டல்ல ஒரு பெட்டில் படித்திருந்தவாரு ட்ரிப்ஸ் ஏறிக்கொண்டு இருந்தது.

பிறகு சூரியன் மறையும் தருணம் வந்தது..

அக்கா, மணிமேகலையை அழைத்து

"நீ வீட்டிற்குச் செல், நைட் ஆகப் போகுது, நான் பார்த்துக்கிறேன்.. துணைக்கு மாமா இருக்காரு.., நாளைக்கு தேவையான சாப்பாடு, துணிகளைக் காலை எடுத்துட்டு வா.." என்றார்.

சரி என்று கூறிவிட்டு மணிமேகலை அங்கிருந்து கிளம்பி வீட்டுக்கு வந்தாள்.

இரவு நேரம் ஆனது... வீட்டுக்குப் பின்னால் இருக்கும் கிணற்றடியில் நின்று யோசித்தபடி இருந்தாள் மணிமேகலை.

அப்போது அவளைத் தவிர வேறு யாரோ அங்கு இருப்பது போன்ற புதிய உணர்வுகள் தோன்றியது. உடனே வீட்டுக்குள் சென்று கதவைப் பூட்டிக்கொண்டாள்.

கட்டிலில் படுத்துக்கொண்டு யோசித்தபடி இருந்தாள் மணிமேகலை, "இந்நேரம் ஆதித்யன் இருந்தால் நல்லாயிருக்கும்.., கொஞ்சம் தைரியமாகவும் இருக்கும்.." என்ற எண்ணங்கள் அதிகமாக வர

ஃபோனை எடுத்து ஆதித்யனுக்கு ஃபோன் செய்தாள் மணிமேகலை.

மணிமேகலை கிட்ட இருந்து ஃபோன் வரவும், ஆதித்யன் ஃபோனை எடுக்கவில்லை.

அப்படியே இரண்டு, மூன்று நாட்கள் சென்றது.

ஒரு பக்கம் மணிமேகலை ஃபோன் செய்ய, மறுபக்கம் நந்தினி ஃபோன் செய்ய, ஆதித்யனுக்கு அவன் வேலையை ஒழுங்கா செய்யமுடியல..

ஒரு கட்டத்தில் நந்தினி ஃபோன் செய்தபோது, அதை எடுத்து பேசிய ஆதித்யன் "கொஞ்சம் என்னை நிம்மதியா இருக்கவிடு.. இங்க என்னோட வேலையைப் பார்க்க முடியல.. நானே என் வேலைய முடிச்சுட்டு ஃபோன் பண்றேன்.." என்று சொல்லி ஃபோனைக் கட் செய்தான் ஆதித்யன்.

இதைக் கேட்டதும் நந்தினிக்குக் கொஞ்சம் மனசு கஷ்டமானது.., "ஏன் ஃபோன் பண்ணா இப்படி பண்றாரு, ஒருவேளை

வெள்ளை கொக்கு

மணிமேகலைகிட்ட இருந்து அடிக்கடி ஃபோன் வருமோ.." என்று சந்தேகப்பட்டாள் நந்தினி.

இந்தப் பக்கம்

மணிமேகலை, ஆதித்யன் நினைவாக இருந்தாள். அப்போது இரவு நேரம் என்பதால் குளிர்ந்த காற்று வீசியது. அதே காற்றை உணர்ந்தவாரு, ஆதித்யனுக்கு ஃபோன் செய்தாள் மணிமேகலை.

ஏற்கனவே கோபத்தில் இருந்த ஆதித்யன், மணிமேகலையிடம் இருந்து ஃபோன் வர,

இந்தப் பொண்ணுகிட்டயும் கொஞ்சம் கடுசா பேசணும், அப்போதான் வேலைக்காகும் என்று நினைத்து ஆதித்யன் ஃபோனை எடுத்துப் பேச,

"ஏன் திடீர்னு சென்னை கிளம்பி போயிட்டீங்க.., ஃபோன் பண்ணா கூட எடுக்க மாட்றீங்க..,

நான் ரொம்ப இடையூறா இருக்கேனா.." என்று கேட்டாள் மணிமேகலை.

இவ்வாறு கேட்டதும் ஆதித்யனுக்கு ரொம்ப மனசு கஷ்டமாகிருது... கோபத்தில் இருந்த ஆதித்யன் சற்று சாதுவாக "இல்ல.. இல்ல.. அப்படியெல்லாம் இல்ல, அப்பா ஊருக்கு வந்து ரொம்ப நாள் ஆச்சு.. அதான் கடையைப் பார்த்துக்க, நான் சென்னைக்கு வந்தேன்.." என்றான் ஆதித்யன்.

உடனே மணிமேகலை,

"அப்போ என்கிட்ட இன்னொரு பொண்ணை விரும்புறேன்னு சொன்னது பொய் தான, உங்களைப் பற்றி காலேஜ் ஃபுல்லா விசாரிச்சேன்.. அப்படியெல்லாம் ஒன்னுமே இல்ல.. நீங்க சும்மாதான் சொல்லிருக்கீங்க, உங்களுக்கும் என்னைப் பிடிக்கும் தான " என்று கூறினாள் மணிமேகலை.

அதைக் கேட்டதும் ஆதித்யனுக்கு கடுமையாகக் கோபம் வந்தது. அதே கோபத்துடன்,

"ஏய்... நீ என்ன முட்டாளா..!, உனக்கு ஒரு தடவ சொன்னால் புரியாது.., எத்தன தடவ சொல்றது...., ஆமா உன்னோட தொல்லை தாங்க முடியாம தான் சென்னைக்கு வந்தேன்.. நான் நிஜமாவே ஒரு பொண்ண விரும்புறேன்..., ஏன் திரும்பத் திரும்ப ஃபோன் பண்ணி என் நிம்மதியைக் கெடுக்குற.." என்று கடுமையாகப் பேசினான் ஆதித்யன்.

இந்தப் பக்கம் இதைக் கேட்ட மணிமேகலை, அதிர்ந்து போனாள்.., மனம் சுக்கு நூறாகியது., பதில் எதுவும் கூறாமல் இருந்தாள் மணிமேகலை.

கோபத்தில் இருந்த ஆதித்யன், ஃபோனைக் கட் செய்து, தலையில் கைவைத்தபடி உட்கார்ந்தான்.

ஆதித்யன் பேசிய வார்த்தைகள், மணிமேகலை காதில் ஒழித்துக் கொண்டே இருக்க,

மணிமேகலை அப்படியே சென்று அவளுடைய டைரியை எடுத்தாள், பேனாவை எடுத்து எழுத ஆரம்பித்தாள். பிறகு

அந்த டைரியை அங்கேயே வைத்துவிட்டு, வீட்டிற்கு பின்புறம் இருக்கும் கிணற்றை பார்த்தாள். இரவு நேரம், குளிர்ந்த காற்று வீசியது. அந்த கிணற்றைப் பார்த்தவாறு மெல்லச் சென்றாள்.

கிணற்றின் அருகே சென்றதும், தன்னுடைய ஃபோனை எடுத்து மீண்டும் ஆதித்யனுக்கு ஃபோன் செய்தாள் மணிமேகலை.

ஆதித்யன் ஃபோனை எடுத்ததும்,

"அத்தான்.. நீங்க சொன்ன மாதிரி நான் முட்டாள் தான், கள்ளம் கபடம் இல்லாத முட்டாள், தன்னைப் பற்றி மட்டுமே சுயநலமாய்ச் சிந்திக்கும் முட்டாள், தனக்குச் சொந்தமானது வேறு யாருக்கும் சொந்தமாகிவிடக் கூடாது என்று நினைக்கும் முட்டாள்.. இத்தனை நாட்கள் நீங்கள் காட்டிய அன்பு வேற, நான் உங்களின் மேல் வைத்திருந்த அன்பு வேற என்பதைக் கூட அறிந்துகொள்ள முடியாத அடிமுட்டாள் நான்..

என்னை மன்னிச்சிருங்க.. " என்றாள் மணிமேகலை.

அதைக் கேட்டு ஆதித்யன் பதில் எதுவும் கூறாமல் இருக்க,

"நீங்க என்ன விரும்பனும்னு சொல்லல, என் கூட பேசுங்க.. நீங்க பேசினாலே போதும் எனக்குக் கொஞ்சம் தைரியமா இருக்கும்.. தயவு செஞ்சு என்கிட்டப் பேசுங்க, பேசாம இருக்காதீங்க.." என்று மணிமேகலை கூற,

மீண்டும் கோபமடைந்தான் ஆதித்யன்.

"உனக்கு எத்தனை தடவ சொல்றது... திரும்பத் திரும்ப ஃபோன் பண்ணிப் பேசுங்க பேசுங்கன்னு சொல்லிகிட்டே இருக்க...

தயவுசெய்து என்னைக் கொஞ்சம் நிம்மதியா இருக்க விடு.."
என்று கூறி ஆதித்யன் ஃபோனைக் கட் செய்தான்.

ஆதித்யன் ஃபோனை வைத்த அடுத்த நொடி, நந்தினியிடம் இருந்தும் ஃபோன் வந்தது.

அதே கோபத்தோடு ஃபோனைப் பார்த்த ஆதித்யன், ஃபோனைக் கட் செய்தான்.

உடனே மீண்டும் மணிமேகலையிடம் இருந்து ஃபோன் வந்தது. மீண்டும் கட் செய்தான்.

மீண்டும் மணிமேகலையிடம் இருந்து ஃபோன் வர, கோபத்தின் உச்சிக்கே சென்ற ஆதித்யன்..

இந்த ஃபோன் இருக்குறதால தான் எல்லா பிரச்சனையும் என்று சொல்லி ஃபோனை சுவிட்ச் ஆஃப் செய்து போட்டுவிட்டு, அங்கிருந்து சென்றான் ஆதித்யன்.

ஓவியம் மிதந்தது

அடுத்தநாள் காலை விடிந்தது...

ஹாஸ்பிட்டல்ல மணிமேகலையின் அக்கா, தூக்கத்தில் இருந்து எழுந்தார். எழுந்த அக்கா, அங்குள்ள ஜன்னலின் ஸ்க்ரீனை விளக்கிவிட்டு, அம்மாவின் பக்கத்தில் வந்து அமர்ந்தார்.

ஏதோ யோசனையில் இருக்க, அந்த அறைக்குள் டாக்டர் வந்தார்.

"உங்க அம்மாவை இன்று டிஸ்சார்ஜ் பண்ணிரலாம்.." என்றார் டாக்டர்.

"சரி டாக்டர்.. ரொம்ப தேங்க்ஸ்.." என்றார் அக்கா.

டாக்டர் அங்கிருந்து செல்ல, தன் ஃபோனை எடுத்து மணிமேகலைக்கு ஃபோன் செய்தார்.

ஃபோன் சுவிட்ச் ஆஃப் என்று வந்தது.

"ஃபோனை சுவிட்ச் ஆஃப் செய்துவிட்டு என்ன செய்கிறாள்.." என்று நினைத்துவிட்டு,

தன்னுடைய மாமனாருக்கு ஃபோன் செய்து..

"மாமா.. இன்றைக்கு அம்மாவை டிஸ்சார்ஜ் பண்ணலாம் என்று டாக்டர் சொன்னாங்க.. கொஞ்சம் வர்றீங்களா.." என்றார்.

பிறகு ஆதித்யன் அப்பா அங்கு வர, மணிமேகலையின் அம்மாவை ஹாஸ்பிட்டல்ல இருந்து டிஸ்சார்ஜ் பண்ணி, வீட்டுக்குக் கூட்டிட்டு வர்றாங்க.

ஆதித்யனின் அப்பா, அவர்களை வீட்டில் விட்டுவிட்டு "எனக்குக் கொஞ்சம் வேலை இருக்கு.. நான் அப்புறம் வர்றேன்.." என்று சொல்லிவிட்டு அங்கிருந்து கிளம்பினார்.

மணிமேகலையின் அம்மாவும், அக்காவும் வீட்டுக்கு வர..

வீட்டின் கதவு உள்பக்கமாக பூட்டியிருந்தது.

கதவைத் திறந்து அம்மாவை உள்ளே உட்காரவைத்துவிட்டு, மணிமேகலையை தேடினார் அக்கா.

"மணிமேகலை... மணிமேகலை.." என்று கூப்பிட, வீடே அமைதியாக இருந்தது.

வீட்டைச் சுற்றிப் பார்த்துவிட்டு, "எங்கே போனாள் இவள்.., ஒரு வேளை நாங்கள் இங்கு வந்த நேரம், அவள் ஹாஸ்பிட்டல் போயிருப்பாளே.. அதுவும் வீட்டின் கதவை வெளிப்பக்கம் பூட்டாமல்.." என்று எண்ணி, மணிமேகலைக்கு ஃபோன் செய்தார் அக்கா.

ஃபோன் மீண்டும் சுவிட்ச் ஆஃப் என்று வந்தது.

வெள்ளை கொக்கு

அந்நேரம் பதட்டமான அக்கா, ஃபோனைப் பார்த்துக்கொண்டிருக்க "டக்....... டக்......" கதவு மூடி திறக்கும் சத்தம் கேட்டது.

சத்தம் வந்த திசையை அக்கா நோக்க, காற்று வீசியதில் கொல்லைப்புறக் கதவு திறந்து மூடியது.

"என்ன இது.. வீட்டின் கொள்ளை புறக் கதவு திறந்திருக்கு, ஒருவேளை அங்கிருக்கிறாளோ.." என்று எண்ணி வீட்டின் கொள்ளைப் புறத்திற்குச் சென்றார் அக்கா.

கதவைத் திறந்து பார்க்க, காற்றும் கொஞ்சம் அதிகமாக வீசியது.

அங்கிருந்த கிணற்றடியில் மணிமேகலை உடுத்திய சால் அந்த சுவற்றில் மாட்டியிருந்தது.

காற்றடித்ததில் அந்த சால் பறந்து வந்து அக்காவின் முகத்தில் விழுந்தது.

அதை எடுத்துப் பார்த்த அக்கா, "இது மணிமேகலையுடையதாச்சே... " என்று நினைத்து சற்று பயத்தோடு கிணற்றடியைப் பார்த்தார். அங்கு யாருமில்லை...

சுற்றி முற்றிப் பார்த்து, "மணிமேகலை.... மணிமேகலை..." என்று கத்தினாள் அக்கா. சுற்றி முற்றி யாருமில்லை.

இந்தச் சத்தம் கேட்டுப் பக்கத்துவீட்டு ஒரு அக்கா எட்டிப் பார்த்தார். வீட்டின் உள்ளே இருந்த மணிமேகலையின் அம்மாவிற்கும் இந்தச் சத்தம் கேட்டது.

அதே பயத்தோடு கிணற்றடியை நெருங்க, அக்காவிற்கு இதயம் பட படவென்று துடித்தது.,

மூச்சிறைத்தது.., கை நடுக்கத்துடன் கிணற்றின் சுவரைப் பிடித்து லேசாக, மெல்ல எட்டிப் பார்க்க...

அக்காவிற்கு இருதயம் ஒருநிமிடம் சட்டென நின்றது, ஓடிய காலங்கள் நின்றது, வீசிய காற்றும் நின்றது... கிணற்றில் மணிமேகலையின் இறந்துபோன உடல் மிதந்து கொண்டிருந்தது...

அதைக் கண்ட அக்கா, அதிர்ச்சியில் மயக்கமுற்று கீழே விழுந்தார்.

இந்தப் பக்கம் ஆதித்யன், வழக்கம்போல் சென்னையில் ஹோட்டலுக்கு கிளம்பிக் கொண்டிருந்தான். அப்போது சட்டையைத் தடவி பார்த்துவிட்டு எதையோ மறந்தது போல் யோசித்துக்ப் கொண்டிருக்க.. எதிரில் அவன் ஃபோனைப் பார்த்தான்.

உடனே ஆதித்யன் அதை எடுத்துப் பார்க்க, ஃபோன் சுவிட்ச் ஆஃப்ல இருந்துச்சு.

ஃபோனை ஆன் செய்தான் ஆதித்யன். அடுத்த நொடி நிறைய ஃபோன் கால்ஸ் வந்திருந்தது.

அண்ணியிடம் இருந்து, அண்ணனிடம் இருந்து, அம்மாவிடம் இருந்து என அனைவரிடமும் இருந்து ஃபோன் வந்திருந்தது.

உடனே தன் அம்மாவிற்கு ஃபோன் செய்தான் ஆதித்யன்.

ஃபோனை எடுத்த ஆதித்யனின் அம்மா, மணிமேகலை இறந்த விஷயத்தைச் சொன்னார்.

இதைக் கேட்ட அடுத்த நொடி, ஆதித்யன் கையில் இருந்த ஃபோன் நழுவிக் கீழே விழுந்தது.. அப்படியே இடிந்து போய் உட்கார்ந்தான் ஆதித்யன்.

கொஞ்ச நேரம் ஆதித்யனுக்கு என்ன செய்வது, என்ன பேசுவது என்று ஒன்றும் புரியவில்லை.

சிலையாய் இருந்தான் ஆதித்யன்.

"ஒரு வேளை நாம் நேற்று திட்டியது தான் காரணமோ.. நாம் சொன்னது புரியாமல் இப்படி விபரீத முடிவை எடுத்துவிட்டாளோ.." என்றெல்லாம் யோசித்தபடி இருந்தான்.

மணிமேகலை முதன் முதலில் ஆதித்யனைச் சந்தித்தது, காலேஜ்ல நடந்தது, திருவிழா சம்பவங்கள், மணிமேகலை ஆதித்யன் இருவரும் பைக்கில் சென்றது, ஃபோனில் பேசியது, நேற்று இரவு பேசிய கடைசி வார்த்தைகள் என ஆதித்யனின் வாழ்க்கையில் இருந்த மணிமேகலையின் நினைவுகள் அனைத்தும் ஆதித்யன் கண்முன் வந்து சென்றன...

அதை எண்ணி, இப்படிப்பட்ட ஒரு அப்பாவிப் பெண்ணின் வாழ்க்கை முடிந்ததற்கு நாமும் ஒரு காரணமாக இருந்துவிட்டோமே என்று எண்ணி ஆதித்யனின் மனம் துடித்தது, கண்கள் கலங்கியது.

இதுவரை ஆதித்யன் தன் வாழ்வில் கண்டிராத துன்பத்தை அடைந்தான்.

"மணிமேகலை கூறியது போல், ஒருவேளை நான் அவளிடம் பேசியிருந்தால்... இந்த நிமிடம் அவள் உயிரோடு இருந்திருப்பாள்... நம்மால் யாருக்கும் துன்பம் வரக்கூடாது, யாருக்கும் தீங்கு வரக்கூடாது என்று எண்ணிய எனக்கு, ஆண்டவன் தண்டனை கொடுக்காமல்.. ஒன்றுமறியா பிள்ளைக்கு தண்டனை கொடுத்துவிட்டானே.." என்று எண்ணிக் கதறி அழுதான் ஆதித்யன். அதே கவலைகளுடன் சென்னையிலிருந்து ஊருக்குக் கிளம்பினான் ஆதித்யன்.

இந்தப் பக்கம்,

அக்கா ஒரு திசையில், அம்மா ஒரு திசையில் மணிமேகலையை எண்ணிக் கதறி அழுது கொண்டிருந்தனர்.

வீட்டின் பின் பக்கம் ஊரே கூடியிருந்தது.

தீயணைப்புத் துறை மீட்பு படையினர் வந்து, கிணற்றுக்குள் இறங்கி மணிமேகலையின் உயிரற்ற உடலை மீட்டெடுத்தனர்.

கிணற்றடியில் வைத்த இறந்து போன மணிமேகலையின் உடலைக் கண்டு கதறி அழுதனர் அம்மாவும்,அக்காவும்.

ஆதித்யனின் அம்மாவும், அப்பாவும் இவர்களுக்கு ஆறுதல் சொல்ல வழியில்லாமல் கண்கலங்கி நின்றனர்.

அப்பொழுது அங்கு ஒரு இன்ஸ்பெக்டர் வந்தார். வந்தவர் மணிமேகலையின் அம்மாவையும், அக்காவையும் பார்த்து,

"அம்மா.. இறந்து போன உடலை அரசாங்கத்திற்கு பரிசோதனை செய்ய வேண்டும்..." என்று சொல்ல..

"இல்ல.. இல்ல.. என் பொண்ணை யாருக்கிட்டயும் தரமாட்டேன்.. அவர போகச்சொல்லு..." என்று கூறிக் கதறி அழுதார் மணிமேகலையின் அம்மா.

அவருக்கு ஆறுதல் சொல்ல வழியில்லாமல் நின்ற ஆதித்யன் அம்மா, மணிமேகலையின் அம்மாவைக் கைத்தாங்கலாகப் பிடித்து அமரவைத்தார். அருகில் அதே நிலையில் இருந்த மணிமேகலையின் அக்காவைப் பார்த்தார் இன்ஸ்பெக்டர்.

"உங்க நல்லதுக்கு தான் சொல்றேன்.. இது அரசாங்க முறைப்படி தான் நடக்கணும்.. " என்றார் இன்ஸ்பெக்டர்.

கண்ணீரைத் துடைத்தபடி மணிமேகலையின் அக்கா, "ஆகவேண்டிய வேலையைப் பாருங்க..., நான் அம்மாகிட்ட பேசிக்கிறேன்.." என்றார்.

பிறகு இறந்து போன மணிமேகலையின் உடல்,

அரசாங்கத்தின் உடல் சோதனைக்கு அனுப்பிவைக்கப்பட்டது.

பிறகு சோதனையின் முடிவில், மணிமேகலை கிணற்றில் விழுந்து.. மூச்சு திணறி தான் இருந்திருக்கிறாள் என்று முடிவு வந்தது.

இச்செய்தி மணிமேகலையின் வீட்டில் இருப்பவர்களுக்கும் தெரியவந்தது.

ஆகையால் இன்ஸ்பெக்டர், மணிமேகலையின் அம்மா, அக்கா இருவரையும் அழைத்து..

"மணிமேகலை இறந்து போகக் காரணம் என்ன..?" என்று கேட்டார்.

மணிமேகலையின் அம்மா பதில் சொல்லக்கூடிய நிலைமையில் இல்லை..

ஆதலால், மணிமேகலையின் அக்கா முன்வந்து "என்ன விஷயமாக இருந்தாலும் என்னிடம் கேளுங்க.." என்றார்.

"அதான்.. இந்த மணிமேகலை என்கிற பெண், தற்கொலை செய்து கொள்ளக் காரணம் என்ன.." என்று கேட்டார் இன்ஸ்பெக்டர்.

"எனக்கும் தெரியல.. நல்லாதான் இருந்தாள்.., அம்மாவுக்குக் கொஞ்ச நாளைக்கு முன் உடம்பு சரியில்லாமல் போனது.. ஹாஸ்பிட்டல்ல சேர்த்தோம், அப்போ மணிமேகலை தனியா தான் இங்க இருந்தா... என்ன நடந்ததுன்னு தெரியல..." என்றார் அக்கா.

"கொஞ்ச நாளைக்கு முன், வீட்ல எதுவும் பிரச்சனை நடந்ததா.." என்று கேட்டார் இன்ஸ்பெக்டர்.

மணிமேகலையின் அக்கா, சற்று யோசித்துவிட்டு "இல்ல.. அப்படியெல்லாம் எதுவும் நடக்கல..." என்றார்.

அந்த பதிலில் மணிமேகலையின் அக்கா எதையோ மறைக்கிறார் என்பதை உணர்ந்தார்.

அதனால் மீண்டும் கேள்வி கேட்க ஆரம்பித்தார் இன்ஸ்பெக்டர்.

"மணிமேகலை எத்தனை நாளாக காலேஜ் போய்க்கிட்டு இருக்கா.. எந்த காலேஜ்.." என்று கேட்டார் இன்ஸ்பெக்டர்.

"ராஜ ராஜன் என்ஜினீயரிங் காலேஜ்..., போன செப்டம்பர் மாதத்தில் இருந்து காலேஜ் போகிறாள்.." என்றார் அக்கா.

"இங்கிருந்து அந்தக் காலேஜ் ரொம்ப தூரம் ஆச்சே.., தினமும் பஸ்லயா போறாங்க.." என்றார் இன்ஸ்பெக்டர்.

"இல்ல.. முதலில் அவள் என்னுடைய வீட்டில் இருந்து காலேஜ் போனாள்.. அங்கிருந்து பக்கம், என் வீடு தேவக்கோட்டை பக்கத்தில் இருக்கு.." என்றார் அக்கா.

"அப்புறம்.. ஏன் மணிமேகலை, இந்த ஊருக்கு வந்தாள்..." என்றார் இன்ஸ்பெக்டர்.

இதைக் கேட்டதும் அக்காவிற்கு என்ன பதில் சொல்வதென்று தெரியவில்லை.

வார்த்தைகள் திக்க ஆரம்பித்தது.. "சும்மாதான்.. கொஞ்ச நாள் இங்கிருந்து போகட்டும்.. என்று எண்ணி இங்கிருந்து காலேஜ் போகச் சொல்லி நான் தான் இங்கு அனுப்பிவச்சேன்" என்றார் அக்கா.

மணிமேகலையின் அக்கா எதையோ மறைக்கிறார் என்பதை உறுதி செய்த இன்ஸ்பெக்டர்.

"இதோ பாருங்க.. மணிமேகலை விஷயத்துல உங்களுக்கு உதவி செய்யணும்னு நான் நினைக்கிறேன்.. தயவு செய்து மறைக்காம சொல்லுங்க... அப்புறம் நானா அதைக் கண்டுபிடிச்சேன், அதை நினைத்து பின்னாடி வருத்தப்படுவீங்க.."என்று இன்ஸ்பெக்டர் சொல்ல..

மணிமேகலையின் அக்கா, சுற்றி முற்றி பார்த்தார்... அவருடைய உறவினர்கள் எல்லாம் இருக்க,

இன்ஸ்பெக்டர் அதைப் புரிந்துகொண்டு, "சரி.. வாங்க.." என்று சொல்லி தனியாக அழைத்துச் சென்று கேட்டார்.

தட்டுத் தடுமாறிப் பேச ஆரம்பித்தார் மணிமேகலையின் அக்கா, "ஆரம்பத்தில் அவள் என் வீட்டில் இருந்து தான் காலேஜுக்குப் போவாள்.. ஒரு சில நாட்கள் என் கொழுந்தன், ஆதித்யன் பைக்கில் கொண்டு சென்று விடுவார்.. அப்படிக் கொஞ்ச நாட்கள் போய்க்கொண்டிருக்க, மணிமேகலை என்னுடைய கொழுந்தன் மீது கொஞ்சம் விருப்பம் கொண்டாள்.. அது எனக்குத் தெரிந்ததும், அவளைத் திட்டி இங்கு வரச்சொல்லிவிட்டேன்.. இந்த விஷயம் எங்க மூணு பேருக்கு மட்டும் தான் தெரியும்.. அப்புறம் கொழுந்தனும் என்னுடன் சரியாகப் பேசுவதில்லை.." என்றார் அக்கா.

"அவர் ஏன் உங்களிடம் பேசவில்லை.. அவரும் மணிமேகலையை விரும்பினாரா...?" என்று கேட்டார் இன்ஸ்பெக்டர்.

"அவருடைய நடவடிக்கையைப் பார்த்தவரை, அவருக்கு மணிமேகலை மீது விருப்பம் இல்லாதது போல தான் தெரிந்தது.." என்றார் அக்கா.

"எப்படி சொல்றீங்க.." என்றார் இன்ஸ்பெக்டர்.

"அப்படி அவருக்கும் விருப்பம் இருந்தால், மணிமேகலையை இங்கு வரவிட்டிருக்க மாட்டார்.. அதுமட்டுமல்ல, மணிமேகலை இந்த ஊருக்கு வந்த பிறகு, ஒரு முறை கூட அவர் மணிமேகலையிடமும் பேசியதில்லை, என்னிடமும் பேசியதில்லை.. இன்னும் சொல்லப் போனால் மணிமேகலை விரும்புவது, நான் கண்டறிந்த அதே நேரத்தில் தான் அவருக்கும் தெரியவந்தது.." என்றார் அக்கா.

"அப்படியானால், உங்க தங்கச்சி இந்தக் காதல் தோல்வினாலதான் தற்கொலை பண்ணிகிட்டாங்கனு நினைக்கிறீங்களா.." என்றார் இன்ஸ்பெக்டர்.

இதைக் கேட்ட அக்கா, பதில் சொல்லாமல் அமைதியாக இருந்தார்.

அக்காவுக்கும், சில நிகழ்வுகள் நடந்ததை வைத்து இப்படி இருக்க கூடுமோ என்று நினைத்தார்.

"சரி... இதுபற்றி இன்னும் விசாரிக்கனும்.., மணிமேகலையின் ஃபோன் நம்பர் கொடுங்க.." என்றார்.

அக்காவும் நம்பரைக் கொடுத்துவிட்டு "இன்று காலையில் இருந்து அவளுடைய ஃபோன் சுவிட்ச் ஆஃப்ல இருக்கு..." என்றார் அக்கா.

"சரி.. அதை நாங்க பார்த்துகிறோம்.. அந்த ஆதித்யன் என்கிற பையனுடைய ஃபோட்டோ வேணும்.." என்று சொல்லி, கேட்டு வாங்கிக்கொண்டு அங்கிருந்து கிளம்பினார் இன்ஸ்பெக்டர்.

பிறகு அக்கம் பக்கம் உள்ள வீடுகளில் மணிமேகலை பற்றி விசாரித்தார் இன்ஸ்பெக்டர்.

அப்போது பக்கத்து வீட்டில் ஒரு பொண்ணுகிட்ட, "இந்த மணிமேகலை பொண்ணைப் பற்றி உனக்கு எதுவும் தெரியுமா.." என்று கேட்டார் இன்ஸ்பெக்டர்.

"அந்த பொண்ணு யாருகிட்டயும் பேசாது சார்.., அது பாட்டுக்குத் தனியா இருக்கும், காலேஜுக்குப் போகும் வரும்... அவ்வளவு தான் சார் எனக்குத் தெரியும்..." என்று சொன்னாள் அந்தப் பக்கத்து வீட்டுப் பெண்.

"சரி.. அந்தப் பொண்ணு காலேஜ் போகைல, எதாவது பையன் கூட போனது... இல்ல வேறு யாருகிட்டயாவது சமீபத்துல பேசிப் பார்த்தியா.." என்று கேட்டார் இன்ஸ்பெக்டர்.

"அப்படி எதுவும் இல்ல..." என்று யோசித்தவாரு

"சார்.. ஒருமுறை ஒரு பையன் கூட கட்டிப்பிடிச்சுகிட்டு நின்றாள்.. நான் பார்த்தேன்.." என்றாள் பக்கத்து வீட்டுப் பெண்.

"எப்போ..? எங்க பார்த்த..?" என்று கேட்டார் இன்ஸ்பெக்டர்.

"வாங்க.." என்று சொல்லி அவளுடைய வீட்டின் பின் புறம் சென்று.. கையை நீட்டி காண்பித்தாள் அந்த பக்கத்து வீட்டுப் பெண்.

இன்ஸ்பெக்டர் பார்க்க, அங்கு மணிமேகலை வீட்டின் பின்னால் இருக்கும் கிணற்றடி தெரிந்தது.

"கூட யார் இருந்தான்னு தெரியுமா.., எப்போ நடந்ததுன்னு தெரியுமா.." என்றார் இன்ஸ்பெக்டர்.

அப்பெண் யோசித்துவிட்டு, "அன்றைக்கு எங்க ஊர் திருவிழா.., அந்தப் பையன் கூட அடிக்கடி வருவாரு.., அவங்க சொந்தக்கார பையன் தான்.." என்றாள் அப்பெண்.

உடனே யோசித்த இன்ஸ்பெக்டர், கையில் வைத்திருந்த ஆதித்யன் போட்டோவைக் காண்பித்தது "இந்த பையனா.." என்று கேட்டார்.

அப்பெண் பார்த்துவிட்டு, "ஆமா.. இந்த பையன் தான்.." என்றாள்.

இதைக் கேட்டதும், இன்ஸ்பெக்டருக்கு இரண்டாவது முறையாக ஆதித்யன் மீது சந்தேகம் வந்தது.

பிறகு அங்கிருந்து கிளம்பி, மணிமேகலை படித்த காலேஜுக்குச் சென்று விசாரித்தார்.

மணிமேகலையின் ஃப்ரெண்ட் செல்வியிடம் விசாரித்தார் இன்ஸ்பெக்டர்.

"கொஞ்ச நாளாகவே மணிமேகலை சரியில்ல.. ரொம்ப சோகமாவே இருந்தாள்.." என்றாள் செல்வி.

"மணிமேகலை எதனால சோகமா இருந்தாள்.., காலேஜ்ல எதுவும் பிரச்சினையா.. எதாவது பசங்க கிண்டல் பண்ணாங்களா.." என்று கேட்டார் இன்ஸ்பெக்டர்.

"அதெல்லாம் இல்ல.. இதே காலேஜ்ல தான் அந்தப் பொண்ணோட அத்தானோடா தம்பி ஆதித்யன் படிச்சாரு.. ஒரு முறை அப்படி பிரச்சனையாகி, அவரு வந்து எல்லா சீனியர் பசங்களையும் மிரட்டிட்டுப் போனாரு.." என்றாள் செல்வி.

இதைக் கேட்டதும் இன்ஸ்பெக்டருக்கு மூன்றாவது முறையாக பொறி தட்டியது.

அதைத் தெரிந்துகொள்வதற்கு "ஏன்..? அவங்க ரெண்டு பேரும் லவ் பன்றாங்களா..?" என்று கேட்டார் இன்ஸ்பெக்டர்.

செல்வி யோசிக்காமல் "ஆமா சார்... என்கிட்டயே நிறைய முறை மணிமேகலை சொல்லியிருக்கா, ஒரு முறை அந்த ஆதித்யன் ஃபோட்டோவை மணிமேகலை வரைந்து கொண்டிருந்தாள்.. நான் அதில் விளையாட்டாக

கிருக்கினேன்.., உடனே என்னை ஓங்கி அரைந்துவிட்டாள்.." என்றாள் செல்வி.

மேலும் இன்ஸ்பெக்டர், "வேற என்னென்ன விஷயங்களெல்லாம் ஆதித்யன் பற்றி மணிமேகலை உன்னிடம் சொன்னாள்.." என்று கேட்டார்.

"அவங்க ரெண்டு ஒன்னா தியேட்டருக்குப் போனது, ஒன்னா பைக்ல போன ஃபோட்டோ எல்லாம் என்கிட்ட மணிமேகலை காண்பித்தாள்.." என்றாள் செல்வி.

உடனே இன்ஸ்பெக்டர் மனதிற்குள் "இவங்க ரெண்டு பேரும் லவ் பண்ணிருக்காங்க.., ஆனா ஃபோட்டோ இருக்கிறதா இந்த பொண்ணு சொல்லுது.. ஆனால் சாட்சி இல்லையே.." என்று யோசிக்க,

இன்ஸ்பெக்டர், செல்வியைப் பார்த்து "தியேட்டருக்குப் போனாங்கனு சொன்ன.. அது எங்க, என்றைக்குனு தெரியுமா.." என்று கேட்டார்.

செல்வியும் யோசித்து ஒரு மாதிரியாக தேதியையும், பாண்டியன் தியேட்டர் என்றும் சொன்னாள்.

உடனே இன்ஸ்பெக்டர், பாண்டியன் தியேட்டருக்குச் சென்று அன்றைய தேதியில், அங்குள்ள சிசிடிவி கேமராக்களைப் பார்த்தார்.

அந்த வீடியோவில் ஆதித்யன், மணிமேகலை இருவரும் தியேட்டருக்கு வந்தது தெரிந்தது.

அதை ஒரு ஃபோட்டோவாக எடுத்துக்கொண்டார் இன்ஸ்பெக்டர்.

பிறகு இன்ஸ்பெக்டர், அங்குள்ள தியேட்டர் முதலாளியை வரச்சொல்லி... அன்றைய தேதியில், அந்த ஷோவிற்கு ஆன்லைன் புக் செய்த ஃபோன் நம்பரைக் கேட்டார் இன்ஸ்பெக்டர்.

அவரும் அதை எடுத்து கொண்டுவந்து கொடுத்தார்.

அதே நேரம் இன்னொரு போலீஸ் அதிகாரி அங்கு வந்தார்.

"சார்... மணிமேகலை நம்பரை ட்ராக் செய்து கடைசியாக எந்த நம்பருக்கு ஃபோன் போனது என்பதை கண்டுபிடிச்சாச்சு.." என்றார்.

"அந்த நம்பர் யாருடையது.." என்றார் இன்ஸ்பெக்டர்.

"அந்த நம்பர் ஆதித்யனுடையது.. அது மட்டுமல்ல, கடைசியாக அந்த நம்பருக்கு கிட்டத்தட்டத் தொடர்ந்து 15 தடவை ஃபோன் போயிருக்கு.., ஆனா எந்த கால்ஸ்மே அட்டன் ஆகல.., அதுக்கப்புறம் ஆதித்யன் நம்பர் சுவிட்ச் ஆஃப் ஆகிருக்கு.." என்றார் போலீஸ் அதிகாரி.

உடனே அந்த இன்ஸ்பெக்டருக்கு ஆதித்யன் மேல சந்தேகம் அதிகமானது..

"சார் இன்னொரு விஷயம், போஸ்ட் மார்டம் ரிபோர்ட் படி மணிமேகலை இறந்து போன நேரத்திற்கு ஒரு மணி நேரத்திற்கு முன்பு தான் ஆதித்யனுக்கு, மணிமேகலையிடம் இருந்து

கடைசியா ஃபோன் கால் போகிருக்கு.." என்றார் இன்னொரு போலீஸ் அதிகாரி.

உடனே இன்ஸ்பெக்டருக்கு, ஆதித்யன் மீது சந்தேகம் அதிகமானது.

மேலும், மணிமேகலை கடைசியாக ஃபோன் செய்ததும், இந்த தியேட்டர்ல அவங்க பார்த்த ஷோவை புக் செய்த நம்பரும் ஒரே நம்பர் என்பதைக் கண்டறிந்தார் இன்ஸ்பெக்டர்.

இதுவரை விசாரித்த வரையில் மணிமேகலை, ஆதித்யன் இருவரும் ஒருத்தரை ஒருத்தர் லவ் பண்ணிருக்காங்க... பிறகு அவங்க வீட்ல இந்த விஷயம் தெரிஞ்சதும் ஆதித்யன், மணிமேகலையை விட்டு விலகிப் போயிருக்கான். அந்த துக்கம் தாங்க முடியாமல், அந்தப் பொண்ணு தற்கொலை செய்துள்ளது என்ற முடிவுக்கு வந்தார் இன்ஸ்பெக்டர்.

இந்தத் தகவல் மணிமேகலை வீட்டில் இருக்கும் போலீஸ் ஆஃபீசர்ஸ்க்கு அனுப்பப்பட்டது.

அச்சமயம் ஆதித்யன், மணிமேகலை வீட்டிற்கு வந்தான்.

இச்செய்தி இன்ஸ்பெக்டருக்கு தெரிய வர,

"இப்போதைக்கு எதுவும் செய்ய வேண்டாம்.. நான் வந்து பார்த்துகிறேன்.. எதுவும் செய்யாதீங்க..." என்றார் இன்ஸ்பெக்டர்.

வீட்டிற்கு வந்த ஆதித்யன், அங்கிருப்பவர்களின் நிலையைக் கண்டு நொந்து போனான்..

அதேநேரம், அரசாங்கத்தின் பரிசோதனைக்குச் சென்ற மணிமேகலை இறந்து போன உடல் வீட்டிற்கு வந்தது.

ஆதித்யன் ஒரு பக்கம் நிற்க.. அக்காவும்,அம்மாவும் ஒரு பக்கம் நிற்க.. மத்தியில் மணிமேகலையின் உடல் வைக்கப்பட்டது.

அதைக் கண்ட ஆதித்யன் கண்கலகிய படி, அங்கிருக்கும் அண்ணியைப் பார்த்தான்.

அண்ணியும், மணிமேகலையின் அம்மாவும் கதறி அழுது கொண்டிருந்தனர்.

அழுத கண்ணீரோடு எதிரே நிற்கும் ஆதித்யனைப் பார்த்தார் அண்ணி.

அந்த நொடி, ஆதித்யன் மனதில்" இந்த உலகத்துல நீ எதுக்கு உயிரோட இருக்க... தெரிந்தோ, தெரியாமலோ ஒரு உயிர் போகிறதுக்கு நீ காரணமாகிட்ட....

நீ என்னதான் நன்றிக்கடன் செஞ்சாலும் அதற்குப் பதிலாக ஒரு அணு கூட ஈடுகட்ட முடியாது..." என்பதை உணர்ந்து, நெஞ்சம் வலித்து, கதறி அழ ஆரம்பித்தான் ஆதித்யன்.

அப்படியே மண்டியிட்டு உட்கார்ந்து,

இது நாள் வரையில் துள்ளித் திரிந்த மணிமேகலை, உயிரற்ற உடலாய் இருப்பதைக் கண்டு கண்ணீர் விட்டு அழுதான் ஆதித்யன்.

அந்த இடத்தில் உள்ள பெரியவர்கள்,

"தற்கொலை செய்து கொண்ட உடலை, நீண்ட நேரம் வைத்திருக்காதீர்கள்.. சீக்கிரம் ஆக வேண்டிய வேலையைப் பாருங்க.." என்றனர்.

உடனே அங்கிருந்த பெண்களில் சிலர் மணிமேகலையின் அம்மாவையும், அக்காவையும் பிடித்துக்கொள்ள..

இறந்து போன மணிமேகலையின் உடலுக்கு செய்ய வேண்டிய கடமைகளைச் செய்து,

உடலைச் சுடுகாட்டிற்கு எடுத்துச் சென்றனர்.

பிறகு சுடுகாட்டில் வைத்து, செய்யவேண்டிய கடமைகளைச் செய்து.. அவர்களின் வழக்கப்படிக் கொல்லி வைக்கப்பட்டது. பின் மணிமேகலையின் உடைமைகளும் அதனுடன் சேர்த்து எரிக்கப்பட்டது.

இந்த நிகழ்வுகளைக் கண்டு ஆதித்யன் மனம் கலங்கியபடி இருந்தது.

பிறகு அவரவர்கள் வீட்டிற்குச் செல்ல, ஆதித்யனும் வீடு செல்லத் திரும்பினான்.

அந்தச் சுடுகாட்டு மையத்தை விட்டு வெளியில் வர, எதிரில் ஒரு சிறிய பைக் மோதல் ஏற்பட்டது.

ஒருவன் சிவப்பு நிற பைக்கில், ஒருவரைத் தெரியாமல் இடித்துவிட்டு சென்றான்.

ஆதித்யன் அதனைக் கண்டவாறு திரும்ப, எதிரில் இன்ஸ்பெக்டர் வந்து நின்றார்.

ஆதித்யனுக்கு ஒன்றும் புரியவில்லை.

"நீ தான் ஆதித்யனா..?" என்று கேட்டார் இன்ஸ்பெக்டர்.

"ஆமாம்.." என்றான் ஆதித்யன்.

ஆதி மற்றும் பார்த்திபன்

ஆதித்யனைச் சந்தித்த இன்ஸ்பெக்டர்,

"உங்ககிட்ட கொஞ்சம் பேசனும்.." என்றார் இன்ஸ்பெக்டர்.

"சொல்லுங்க சார்..." என்றான் ஆதித்யன்.

"மணிமேகலையை உங்களுக்கு தெரியுமா..?" என்று கேட்டார் இன்ஸ்பெக்டர்.

"தெரியும்.. எங்க அண்ணியோட தங்கச்சி.." என்றான் ஆதித்யன்.

"அண்ணியோட தங்கச்சினு மட்டும்தான் தெரியுமா..? இல்ல உங்க ரெண்டு பேருக்கும் இடையே வேற எதுவும் பழக்கவழக்கம் இருக்கா.." என்று கேட்க,

ஆதித்யன் கொஞ்சம் சந்தேகித்தவாறு, "ஏன் இப்படி கேட்கிறீங்க..?" என்றான்.

"கேட்டதுக்கு பதில் சொல்லுங்க.." என்றார் இன்ஸ்பெக்டர்.

"முதல்ல எங்க வீட்டுக்கு பக்கத்துல, எங்க அண்ணி கூட இருந்தாங்க... அடிக்கடி அந்த பொண்ணைக் காலேஜுக்குக் கூட்டிட்டுப் போவேன்.. அவ்வளவு தான்.." என்றான் ஆதித்யன்.

"சரி.. உங்க ரெண்டு பேருக்கும் இடையேயான பழக்கவழக்கம் எப்படி.." என்று கேட்டார் இன்ஸ்பெக்டர்.

"நீங்க கேட்பது எனக்கு ப்புரியல.." என்றான் ஆதித்யன்.

"புரியலையா..?, தெரியலையா...?" என்றார் இன்ஸ்பெக்டர்.

"அந்தப் பொண்ணைக் காலேஜ்ல கொண்டுபோய் விடுவது, எல்லாம் ஒரு உதவியாகத்தான் செய்தேன்.. எங்களுக்குள் வேறு எந்த விதமான பழக்கவழக்கமும் இல்லை.." என்றான் ஆதித்யன்.

"அப்புறம் ஏன் மணிமேகலை, இறந்து போவதற்குக் கொஞ்ச நாட்களுக்கு முன்னால் அவங்க அம்மா வீட்டுக்கு வந்தாங்க.., எதுவும் பிரச்சனையா..?" என்று கேட்டார் இன்ஸ்பெக்டர்.

இதைக் கேட்ட ஆதித்யன் பதில் சொல்லத் தயங்கினான்.

"பதில் சொல்லாமல் இருந்தால் என்ன அர்த்தம்.." என்று மீண்டும் இன்ஸ்பெக்டர் கேட்டார்.

"அது.. அது..." என்று பேசத் தயங்கினான் ஆதுத்யன்.

"உங்க அண்ணி என்கிட்ட எல்லா விஷயத்தையும் சொல்லிட்டாங்க.." என்றார் இன்ஸ்பெக்டர்.

அதைக் கேட்டு ஆதித்யன் தலை குனிந்து நின்றான்.

மேலும் இன்ஸ்பெக்டர், "ஆனால், அந்தப் பெண் தற்கொலை செய்துகொள்ளக் காரணம் என்னவென்று தெரியுமா..?" என்று கேட்டார் இன்ஸ்பெக்டர்.

ஆதித்யன் தயங்கியபடி இன்ஸ்பெக்டரைப் பார்க்க..

"நான் சொல்லட்டுமா.." என்று இன்ஸ்பெக்டர் கூற,

திகைத்துப் போனான் ஆதித்யன்.

"நீங்களும், மணிமேகலையும் ஒருத்தரை ஒருத்தர் விரும்பிருக்கீங்க..." என்றார் இன்ஸ்பெக்டர்.

"சார்.. நாங்க ரெண்டு பேரும் விரும்பல.., அந்தப் பொண்ணுக்கு என் மேல கொஞ்சம் விருப்பம் இருந்தது உண்மை .. அந்தச் செய்தி கேட்டு நான் அந்தப் பொண்ணு கூட பேசுறதையே நிறுத்திடேன்.." என்றான் ஆதித்யன்.

"அதற்கு சாட்சி இருக்கு...

நீங்க ரெண்டு பேரும் இந்த ஊர் திருவிழாவின் போது மணிமேகலை வீட்டின் பின்புறம் நீங்களும், மணிமேகலையும் ஒன்னா கட்டிப்பிடிச்ச மாதிரி இருந்ததைப் பக்கத்து வீட்டில இருக்க பொண்ணு பார்த்திருக்காங்க.. மேலும், மணிமேகலை படிக்கிற காலேஜ்ல இருக்க எல்லோருக்கும் நீங்க லவ் பண்ண விஷயம் தெரியும்.. நீங்க ரெண்டு பேரும் சேர்ந்து ஒன்னா சுத்திருக்கீங்க.. தியேட்டர் ஒன்னா போய் படம் பார்த்திருக்கீங்க.." என்று கூறி இன்ஸ்பெக்டர் தியேட்டரில் எடுத்த போட்டோவை காண்பித்தார்.

அதைப் பார்த்த ஆதித்யனுக்கு ஒரே ஆச்சரியம்.

"சார்... அது நாங்க விரும்புறதுனால போகல,

அன்றைக்கு அந்தப் பொண்ணுக்கு ஏதோ ஃப்ரெண்ட்கிட்ட நோட்புக் வாங்கணும்னு சொன்னாங்க.. நானும் என் பைக்கை சர்வீஸ் விட காரைக்குடி போகவேண்டியதா இருந்தது. அதனால ரெண்டு பேரும் போய்ட்டு, அந்தப் பொண்ணு வேலையை முடிச்சிட்டு.. பைக் சர்வீஸ் முடிய இன்னும் நேரம் இருக்கு என்பதால் தியேட்டருக்குப் போனோம்.. மற்றபடி எதுவுமில்லை.." என்றான் ஆதித்யன்.

உடனே இன்ஸ்பெக்டர், "அப்படியானால் அதே நாள், அதே படத்துக்கு, அதே ஷோவுக்கு முன்னாடியே எப்படி டிக்கட் புக் பண்ண...?" என்று கேட்டார் இன்ஸ்பெக்டர்.

இதைக் கேட்ட ஆதித்யன், பதில் சொல்ல முடியாமல் திகைத்து போய் நின்றான்.

"நந்தினியும், நானும் ஒன்றாகப் போவதற்கு முன் கூட்டியே புக் செய்தோம்.. ஆனால் கடைசியில் அவள் வருவதற்கான சந்தர்ப்பம் அமையவில்லை.. இந்தக் காரணத்தை கூறினாள் நந்தினி பற்றி எல்லா விவரங்களும் தெரியவரும்..." என்று மனதிற்குள் நினைத்துக்கொண்டு அமைதியாய் இருந்தான் ஆதித்யன்.

மேலும் இன்ஸ்பெக்டர், "உங்களோட ஃபோனைக் கொடுங்க.." என்றார்.

ஆதித்யனும், ஃபோனைக் கொடுக்க..

இன்ஸ்பெக்டர், ஃபோனில் உள்ள மணிமேகலை நம்பரை எடுத்துப் பார்த்தார்.

அதில் மணிமேகலையுடன் உரையாடிய எல்லா மெசேஜ்களும் அழிக்கப்பட்டு இருந்தது.

"ஏன் இதுல மணிமேகலை கூடப் பேசின எல்லா மெசேஜ்களும் அழிந்து போயிருக்கு.." என்று கேட்டார் இன்ஸ்பெக்டர்.

"அது... அண்ணிக்கு தெரிந்து பிரச்சனை ஆனதுல, நான் கொஞ்சம் மன அழுத்தத்தில் இருந்தேன்.. அதனால் கொஞ்ச நாட்களுக்கு முன்னால் நான் சென்னைக்குச் சென்றேன்.. அப்போது இந்த ஃபோனில் மணிமேகலை மெசேஜ் செய்த எல்லாத்தையும் அழித்துவிட்டேன்.." என்றான் ஆதித்யன்.

"இத்தனை நாள் இங்க இருந்த நீங்க, மணிமேகலை இறந்து போவதற்கு மூன்று நாட்கள் முன்னாடி ஏன் நீங்க சென்னை போகணும்.." என்றார் இன்ஸ்பெக்டர்.

இதற்கும் ஆதித்யனுக்கு பதில் சொல்ல முடியவில்லை.

திகைத்துப் போய் நின்று கொண்டிருந்தான்.

அந்த இன்ஸ்பெக்டர் சற்று அருகில் வந்து,

"நீங்க ரெண்டு பேரும் லவ் பண்ணிருக்கீங்க, அந்தப் பிரச்சனை வீட்ல தெரிஞ்ச பிறகு நீங்க அந்தப் பொண்ணை விட்டு விலகிருக்கீங்க..

அது தெரிஞ்சு அந்தப் பொண்ணு உங்ககிட்ட பேச நினைச்சிருக்கு, நீங்க அதைத் தவிர்த்துருக்கீங்க... அதனாலதான் நீங்க சென்னை கிளம்பி போயிருக்கீங்க..

அப்பவும் மணிமேகலை உங்களுக்குத் தொடர்ந்து ஃபோன் பண்ணிருக்காங்க, நீங்க அதற்குப் பதில் சொல்லல..

இதனால அந்தப் பொண்ணு மனதளவில் ரொம்பவே பாதிக்கப்பட்டு தற்கொலை செய்திருக்காங்க..

அந்தப் பொண்ணு இறந்து போவதற்கு முன்னாடி கடைசியாக உங்களுக்கு 15 தடவை ஃபோன் பண்ணிருக்காங்க... அந்தக் கடைசி ஃபோன் கால் முடிந்து, ஒருமணிநேரம் கழித்து அந்த பொண்ணோட உயிர் பிரிஞ்சுருக்கு..

அதுக்கு போஸ்ட் மார்ட்டம் ரிபோர்ட் இருக்கு.." என்று கூறி முடித்தார் இன்ஸ்பெக்டர்.

இதைக் கேட்ட ஆதித்யனுக்கு என்ன பதில் சொல்வதென்று தெரியவில்லை.

அந்தப் பெண்ணின் உயிர் பிரிவதற்கு முழுமையான காரணம் நான் தான் என்று தெரிந்தபிறகு, அக்கணமே ஆதித்யன் நடமாடும் பிணம் ஆனான்.

இந்த செய்தி ஆதித்யன் உறவுகள் எல்லோருக்கும் தெரிந்தது. அனைவருமே மணிமேகலை இறந்து போனதற்குக் காரணம் ஆதித்யன் தான் என்று நினைத்தனர்.

இந்த செய்தி ஆதித்யனின் அப்பாவிற்கும், அம்மாவிற்கும் தெரியவர... பெரிய ஏமாற்றமாக இருந்தது.

பிறகு சந்தேகத்தின் அடிப்படையில் இன்ஸ்பெக்டர், ஆதித்யனைப் போலீஸ் ஸ்டேஷனுக்கு அழைத்துச் சென்று, சிறையில் அடைத்தனர்.

வீட்டில் இருப்பவர்களுக்கு இச்செய்தி தெரிந்ததும்.. ஆதித்யன் அம்மா, அப்பா இருவரும் நேரே மணிமேகலையின் அக்காவைச் சந்தித்து பேசினர்.

"ஏன் இதை எங்க கிட்ட முன்னாடியே சொல்லல.. ஆதித்யன், மணிமேகலை பற்றி உனக்கு முன்னரே தெரியும் தான.." என்று ஆதித்யன் அப்பா கேட்டார்.

"இல்ல மாமா.. இந்த செய்தி உங்களுக்கு தெரிஞ்சா வருத்தப்படுவீங்கனு தான் சொல்லல.." என்றார் மணிமேகலையின் அக்கா.

"என்னம்மா நீ... இப்போ என் புள்ளைய போலீஸ் புடிச்சிட்டு போட்டாங்க.. இப்போ என்ன செய்றது.." என்று ஆதித்யன் அப்பா கேட்டார்.

"இல்ல.. என் தங்கச்சி மேல தான் தப்பு, அவரு எந்தத் தப்பும் செய்யல... ஆனா போலீஸ் கேட்டப்ப ஆதித்யன் ஏன் அமைதியா இருந்தாருன்னு தெரியல.." என்றார் மணிமேகலையின் அக்கா.

"அப்போ வாங்க போலீஸ் ஸ்டேஷன் போவோம்.. அங்க போய் எல்லாத்தையும் சொல்லுவோம்.." என்றார் ஆதித்யன் அப்பா.

உடனே எல்லோரும் கிளம்பிப் போலீஸ் ஸ்டேஷன் சென்றனர்.

அங்கு சென்று நேரே இன்ஸ்பெக்டரைச் சந்தித்தனர்.

இன்ஸ்பெக்டரிடம் நடந்த விஷயங்கள் அனைத்தையும் கூறினர்.

"என்னோட சாட்சியை எடுத்துக்கோங்க.. நான் இறந்து போன மணிமேகலையின் அக்கா தான, அவருக்கும் என் தங்கை இறந்துபோனதற்கும் சம்மந்தம் இல்லை.." என்று கூறினார் மணிமேகலையின் அக்கா.

உடனே இன்ஸ்பெக்டர், "உங்களோட சாட்சியை எடுத்துக்கொள்ள முடியாது.. இதுவரை கிடைத்த சாட்சிகள் எல்லாம் அவருக்கு எதிராக இருக்கு.." என்றார்.

மேலும், "ஆதித்யன் இதை மறுக்கவில்லை.." என்றார் இன்ஸ்பெக்டர்.

இதைக் கேட்டதும் அங்கிருந்த ஆதித்யன் அம்மா, அப்பா, அண்ணி அனைவரும் அங்கு சிறையில் இருக்கும் ஆதித்யனைப் பார்த்தனர்.

ஆதித்யன் தன் மேல் உள்ள குற்ற உணர்ச்சியில், தலைகுனிந்து அமைதியாய் நின்றான்.

அங்கிருந்தவர்களும் எதுவும் சொல்லமுடியாமல் அங்கிருந்துச் சென்றனர்.

அனைவரும் சென்ற பிறகு தலை நிமிர்ந்து பார்த்தான் ஆதித்யன்.

அங்கு அவன தம்பி ராஜா மட்டும் நின்றான்.

ராஜா, ஆதித்யனை நெருங்கி வந்தான்.

"ஏன் நீங்க உண்மையைச் சொல்லல... நந்தினியைப் பற்றிச் சொல்லவேண்டியது தான.." என்றான் ராஜா.

ஆதித்யன் சிறு நகைத்தவாரு, "நான் பட்ட துன்பமே போதும், என்னால் என் குடும்பம் பட்ட இன்னல்களும், அவமானங்களும் போதும்.. மேலும் தேவையில்லாமல் என்னால் இன்னொரு அப்பாவிப் பெண் பாதிக்கப்பட வேண்டாம்.." என்றான் ஆதித்யன்.

"உன்னை நினைச்சு அப்பா,அம்மா ரொம்ப வருத்தப்படுறாங்க.." என்றான் ராஜா.

"என்ன செய்றது.. யார் தலைல என்ன எழுதிருக்கோ, அதுதான் நடக்கும்..." என்றான் ஆதித்யன்.

ராஜா கண்கலங்கியதோடு அங்கிருந்து கிளம்ப, "ராஜா.." என்றான் ஆதித்யன்.

ராஜா திரும்ப, "நந்தினிக்கு இந்த விஷயம் தெரியவேண்டாம்.. நீயே நந்தினிக்கு ஃபோன் பண்ணி எதாவது காரணம் சொல்லி,

இன்னும் கொஞ்ச நாளைக்கு நான் பேசமாட்டேன்.." என்று சொல்லிரு.." என்றான் ஆதித்யன்.

ராஜாவும் அதைக் கேட்டுக்கொண்டு அங்கிருந்து சென்றான்.

வெளியில் வந்த ராஜா, ஆதித்யன் கூறியதுபோல் நந்தினிக்கு ஃபோன் செய்து, "அவனுடைய ஃபோன் கொஞ்சம் பிரச்சனை ஆகிருச்சு.. ஒரு ரெண்டு நாள் கழிச்சு ஃபோன் பேசுறேன் என்று உங்களிடம் சொல்லச் சொன்னான்.." என்றான் ராஜா.

"ஊருக்கு வந்துட்டாங்களா.. உங்கப் பக்கத்துலயா இருக்காரு.." என்று கேட்டாள் நந்தினி.

இங்கு நடந்த எந்த ஒரு விஷயமும் நந்தினிக்குத் தெரியவில்லை என்பதை உணர்ந்தான் ராஜா.

நந்தினி, ஆதித்யன் ஃபோனுக்குப் பண்ணி மாட்டிக்க கூடாது...

அதனால நம்ம நம்பருக்கே பண்ணச் சொல்வோம் என்று எண்ணி,

"ஊருக்கு வந்துட்டான், கொஞ்சம் வேலையா இருக்கான்.. எதுவும் ரொம்ப முக்கியமான விஷயமா இருந்தா என்னுடைய நம்பருக்கு ஃபோன் பண்ணுங்க.." என்று ராஜா கொஞ்சம் பதட்டத்துடன் தயங்கித் தயங்கி சொல்லிவிட்டு ஃபோனை வைத்தான் ராஜா.

நந்தினியும் கொஞ்சம் சந்தேகத்துடன் ஃபோனை வைத்தாள்.

ராஜா பேசியதில் கொஞ்சம் பொய் இருப்பது போல் நந்தினிக்குத் தோன்றியது.

சந்தேகித்த நந்தினி, ஆதித்யனுக்கு எதுவும் பிரச்சனையோ.., அவருக்கு எதுவும் உடம்பு சரியில்லையோன்னு நினைச்சு..

தன்னோட ஃப்ரெண்டான சுமதிக்கு ஃபோன் செய்தாள்.

ஃபோனை எடுத்த சுமதி, "என்னடி.. சொல்லுடி.." என்றாள்.

நந்தினி நடந்த விஷயங்களைச் சொன்னாள்.

"இப்போ என்ன செய்றது..?" என்று சுமதி கேட்க..

"ஆதித்யனுக்கு எதுவும் பிரச்சனையா..?, என்னனு தெரிஞ்சுக்கனும்.. கொஞ்ச நாளாக அவர் என்கிட்ட ஒழுங்காப்பேசல.., அப்படி இருக்கும்போது, அவர் தம்பிகிட்ட சொல்லி ஏன் என்கிட்ட சொல்லனும்... அப்படி ஃபோன் பிரச்சனையாக இருந்தால் அவரே பேசலாமே.." என்றாள் சுமதி.

"நீ சொல்றதும் சரிதான்.. அப்படி முக்கியமான விஷயமாக இருந்தால் ஆதி அண்ணாவே சொல்லிருக்கலாம்.. அதுவும் தம்பிகிட்ட..., மேலும் அவர் தம்பி வேற தயங்கித்க் தயங்கி பேசினார்னு சொன்ன.. எங்கயோ இடிக்குதே.." என்றாள் சுமதி.

"அதான் தெரியுதுல்ல.., அப்புறம் ஏன் யோசிக்கிற..., அவருக்கு என்ன ஆச்சுன்னு தெரிஞ்சுக்கனும்.. எதாவது ஐடியா இருந்தா சொல்லு.." என்றாள் நந்தினி.

"அதான்டி... யோசிக்கிறேன் இரு.." என்று கூறி சுமதி யோசித்துக் கொண்டிருக்க,

"நந்தினி உடம்பு சரியில்லாம இருந்தப்ப, பவித்ரா என்ற ஆதித்யன் சொந்தக்காரப் பொண்ணை ஹாஸ்பிட்டல்ல சந்திச்சோமே.." என்ற சிந்தனை சுமதிக்கு வந்தது.

"ஏய் நந்தினி, உன்னை ஒருநாள் ஹாஸ்பிட்டல்ல சந்திக்க ஆதித்யன் அண்ணா வந்தாருல்ல.. அப்போ பவித்ரா என்ற ஒரு ஆதி அண்ணாவோட சொந்தக்காரப் பொண்ணு உதவி பண்ணுச்சு.. அவகிட்ட கேட்டா தெரியுமா..?" என்றாள் சுமதி.

"அடிப்பாவி... இதை ஏன் உடனே சொல்லல.. சீக்கிரம் கேளு.." என்றாள் நந்தினி.

"அவசரப்படாத.. அந்தப் பொண்ணை நான் நேர்ல மட்டும் தான் பார்த்திருக்கேன்.. அந்தப் பொண்ணு நம்பர் இல்ல.. நாளைக்கு அந்தப் பொண்ணைப் பார்த்து, பேசி நம்பரை வாங்கிட்டுப் பேசுறேன்.." என்றாள் சுமதி.

உடனே நந்தினி, "இப்போவே கேட்டு வாங்குடி.." என்றாள்.

"ஏய்.. மணி என்ன ஆகுது..? நைட் 10 மணி ஆக போகுது.. இப்போ எங்க போய் வாங்குறது..

நாளைக்கு வாங்கிக்கலாம்.. ரொம்ப அவசரபடுற நீ.." என்றாள் சுமதி.

"அப்போ நானும் நாளைக்கு வர்றேன்.. ரெண்டு பேரும் சேர்ந்து போகலாம்.." என்றாள் நந்தினி.

"சரி..." என்று கூறி ஃபோனை வைத்தாள் சுமதி.

நந்தினியும் ஃபோனை வைத்துவிட்டு,

அன்றிரவு முழுக்க ஆதித்யன் நினைவாக இருந்தாள் நந்தினி.

இந்தப் பக்கம் ஆதித்யன், தான் செய்த தவறுகளை எண்ணி சிறையில் வருந்திக்கொண்டிருந்தான்.

மறுநாள் நந்தினி, எழுந்து வேகமாகக் கிளம்பி

சுமதியைப் பார்க்க சென்றாள்.

சுமதியும், நந்தினி சொன்ன இடத்திற்கு வந்தாள்.

இருவரும் காவிரி ஹாஸ்பிட்டலுக்குச் சென்றனர்.

நேரே சென்று அங்கிருந்த பவித்ராவைப் பார்த்தனர்.

பவித்ரா, அவர்களைக் கண்டதும் அடையாளம் கண்டுகொண்டாள்.

"என்ன விஷயம் சொல்லுங்க.." என்றாள் பவித்ரா.

நந்தினி, "ஆதித்யனுக்கு எதுவும் பிரச்சனையா.. கொஞ்ச நாளாக என்கிட்ட பேசல, நேற்று அவரு தம்பி ராஜா ஃபோன் பண்ணி பேசினார்.." என்று ராஜா கூறியதை கூறினாள் நந்தினி.

"உங்களுக்கு விஷயம் தெரியாதா.. ஆதியோட அண்ணியின் தங்கச்சி இறந்து போயிட்டாங்க,

அதுக்குக் காரணம் ஆதித்யன் என்று சொல்லி போலீஸ், ஆதித்யனைப் புடிச்சிட்டுப் போய்டாங்க.." என்றாள் பவித்ரா.

இதைக் கேட்டதும் நந்தினி, "அந்த பொண்ணு பேரு மணிமேகலையா..?" என்று கேட்டாள்.

"ம்ம்.. ஆமாம்.." என்றாள் பவித்ரா.

இதைக் கேட்டதும் நந்தினிக்கு தலையே சுற்றியது. என்ன செய்வதென்று தெரியவில்லை.. அவளை அறியாமல் கண்களில் இருந்து கண்ணீர் வர ஆரம்பித்தது.

இதைக் கண்டதும் பக்கத்தில் இருந்த சுமதி, பவித்ரா இருவரும் "என்ன ஆச்சு..? ஏன் அழுகுற..?" என்று கேட்டனர்.

நந்தினி அழுதவாறே, ஆதித்யனுக்கும் மணிமேகலைக்கும் நடந்த விஷயங்களைச் சொன்னாள்.

"மணிமேகலை, ஆதித்யன் மீது விருப்பம் கொண்டது ஆதித்யனுக்குத் தெரிந்ததும், மணிமேகலை விட்டு விலக ஆரம்பித்தார்..

அவர் உண்மையாக விரும்பியது என்னை தான்.." என்றாள் நந்தினி.

பவித்ராவுக்கு ஒரே குழப்பமாக இருந்தது.

"இந்த விஷயத்திற்கு முடிவு தெரியவேண்டும்.. ஏன் ஆதித்யன் சிறையில் இருக்கிறான் என்பதையும் தெரிந்துகொள்ள, அவன் தம்பி ராஜாவைக் கேட்டால் தெரியும்.." என்றாள் பவித்ரா.

உடனே பவித்ரா, ராஜாவுக்கு ஃபோன் செய்தாள்.

இந்தப் பக்கம் ராஜா ஃபோனை எடுக்க, "உன் கூட கொஞ்சம் பேசனும்.. ஹாஸ்பிட்டல் பக்கத்துல இருக்க, பஸ் ஸ்டாப்பிற்கு வா.." என்றாள் பவித்ரா.

உடனே ராஜாவும் அங்கு வந்தான்.

அங்கு வந்து பார்த்தால்...

பவித்ரா, நந்தினி, சுமதி மூவரும் நின்று கொண்டிருந்தனர்.

இதைக் கண்டவுடன் ராஜா, "நந்தினிக்கு எல்லா விஷயமும் தெரிந்திருக்கும்.. "என்று நினைத்து அமைதியாய் வந்து நின்றான்.

பவித்ரா, "டேய்.. உண்மையைச் சொல்லு.. என்ன நடந்துச்சு.." என்றாள்.

ராஜா, நந்தினியைப் பார்க்க.. கண்கலங்கியபடி இருந்தாள்.

பிறகு ராஜா, நடந்த விஷயங்கள் அனைத்தையும் கூறினான். மேலும், "ஆதித்யன் இந்த விஷயங்கள் எதுவும் நந்தினிக்குத் தெரியவேண்டாம்.. தெரிந்தால் அந்தப் பொண்ணையும்

பிரச்சனையில் மாட்டிவிட விருப்பம் இல்லை.." என்பதையும் கூறினான் ராஜா.

"நான் வந்து சாட்சி சொன்னால்.." என்றாள் நந்தினி.

"நந்தினி.. நீ இந்த விஷயத்துல நுழைய வேண்டாம் என்பது தான் ஆதித்யன் விருப்பம்.." என்றான் ராஜா.

"இல்ல.. நான் கண்டிப்பா வருவேன்.., என்னால அவரைக் காப்பாற்ற முடியும்.." என்றாள் நந்தினி.

"இதோ பார் நந்தினி.. நீ ஸ்டேஷனுக்கு வந்தால், உனக்கும் ஆதித்யனுக்கும் இருக்கும் விஷயம் எல்லோருக்கும் தெரியும்.." என்றான் ராஜா.

"எப்போவா இருந்தாலும் தெரியத்தான் போகுது..

அது இப்போவே தெரியட்டுமே.." என்றாள் நந்தினி.

உடனே பவித்ரா, "நந்தினி சொல்வது சரி.. நானும் உன்னுடன் வர்றேன்.." என்றாள்.

பிறகு ராஜாவுக்கும் வேறுவழி தெரியவில்லை..

ராஜா, நந்தினி, பவித்ரா மூவரும் ஆதித்யன் இருக்கும் ஸ்டேஷனுக்குப் போவதாக முடிவெடுத்தனர்.

நந்தினி, இன்றே அவளது வீட்டில் இருந்துக் கிளம்பினால் அம்மாவும், அக்காவும் சந்தேகப்படுவார்கள் என்று எண்ணி, அடுத்தநாள் செல்வதாகத் திட்டம் போட்டனர்.

அடுத்த நாள்,

இன்ஸ்பெக்டர், ஆதித்யனை அழைத்தார்.

"இன்றோடு இரண்டு நாள் முடிந்தது.

இதுவரை சந்தேகத்தின் பெயரில் தான் உன்னைச் சிறையில் வச்சிருந்தோம்.

இதுவரைக்கும் எந்த சாட்சியும் உனக்கு ஆதரவாக கிடைக்கவில்லை.

அதனால், உன் மேல எஃப் ஐ ஆர் ஃபைல் பண்ணனும்.. " என்றார் இன்ஸ்பெக்டர்.

பிறகு அந்த எஃப் ஐ ஆர்ல, ஆதித்யனைக் கையெழுத்திடச் சொன்னார்.

ஆதித்யன், சோகத்துடன் வந்து பேனாவை எடுத்துக் கையெழுத்திடப் போனான்.

"சார்.. ஒரு நிமிஷம்.." என்று ஒரு குரல் கேட்டது.

இன்ஸ்பெக்டர், ஆதித்யன் இருவரும் திரும்பிப்பார்க்க.. அங்கு ராஜா நின்றான்.

ஆதித்யன், கண்களால் சைகைக் காட்டி "என்ன.?" என்று கேட்க,

இன்ஸ்பெக்டர், ராஜாவைப் பார்த்தவண்ணம் இருக்க..

ராஜாவின் பின்னால் நந்தினி மற்றும் பவித்ரா நின்றனர்.

ஆதித்யனுக்கு ஒரே ஆச்சரியமாய் இருந்தது.

நந்தினியின் வருகை

ராஜா, நந்தினி, பவித்ரா மூவரும் ஸ்டேஷனுக்கு வந்திருப்பதைக் கண்டு ஆதித்யன் ஆச்சரியம் கொண்டான்.

இன்ஸ்பெக்டர், "என்ன விஷயம்..?" என்று கேட்க,

"சார்.. ஆதித்யன், மணிமேகலையை விரும்பல, இந்தப் பொண்ணைத் தான் விரும்புகிறான்.." என்று ராஜா, நந்தினியைக் கைக்காட்டினான்.

இன்ஸ்பெக்டர், நந்தினியைப் பார்த்து "உன் பெயர் என்ன..?" என்று கேட்டார்.

அதே நேரம் ஆதித்யன் அப்பா, ஆதித்யன் அம்மா, அண்ணி என அனைவரும் அங்கு வந்தனர்.

நந்தினி அவளுடைய பெயரைச் சொன்னாள்.

"உனக்கும் ஆதித்யனுக்கும் என்ன சம்மந்தம்..?" என்று கேட்டார் இன்ஸ்பெக்டர்.

"ஆதித்யன் என்னைத் தான் விரும்புகிறார்.." என்றாள் நந்தினி.

இதைக் கேட்டதும் அங்கிருந்த ஆதித்யன் அப்பா, அம்மா, அண்ணி அனைவருக்கும் அதிர்ச்சியாய் இருந்தது.

ஆதித்யன் அமைதியாய் நின்றான்.

இன்ஸ்பெக்டர், "அதை நான் எப்படி நம்புவது..?" என்று கேட்க..

நந்தினி அவளுடைய ஃபோனை எடுத்து காட்டினாள்.

அதில் ஆதித்யன் தினமும் நந்தினியோடு பேசியது, மெசேஜ் செய்தது என இருந்தது.

"வெறும் மெசேஜ், ஃபோன் கால்ஸ் வச்சு எதுவும் செய்ய முடியாது.." என்று இன்ஸ்பெக்டர்.

நந்தினி, முன்னர் ஆதித்யன் ஃபோனில் பேசும்போது அதை ரெகார்ட் செய்து வைத்திருந்தாள்.. அதையெல்லாம் எடுத்துக் காட்டினாள் நந்தினி.

அதை ஒவ்வொன்றாக செக் பண்ணிப் பார்த்தார் இன்ஸ்பெக்டர்.

பிறகு "நீங்க ஏன் ஆதித்யன் பேசியதை ரெகார்ட் செய்து வச்சீங்க.." என்று இன்ஸ்பெக்டர் கேட்டார்.

"சில நேரங்களில் ஆதித்யன் என்னுடன் பேச சூழ்நிலை சரிவராது.. அச்சமயங்களில் இது போன்ற ரெகார்ட் செய்த பதிவுகளைக் கேட்டுக்கொள்வேன்.." என்றாள் நந்தினி.

"சரி.. அப்படியானால் ஆதித்யன், மணிமேகலையுடன் தியேட்டருக்குச் சென்றான்.. அதற்கு என்ன பதில் சொல்ல போகிறீர்கள்.." என்று இன்ஸ்பெக்டர் கேட்க..

நந்தினி யோசித்துவிட்டு, "இல்ல.. அன்றைக்கு நானும் அவரும்தான் தியேட்டருக்குப் போவதாக இருந்தது... எதிர்பாராத விதமாக மணிமேகலை வரவும், எனக்கு ஃபோன் செய்து நடந்த விவரங்களைக் கூறினார்.

அதற்கும் அந்த ஃபோன் ரெகார்ட் இருக்கு.." என்றாள் நந்தினி.

இங்கு நடப்பதையெல்லாம் ஆதித்யன் அப்பா, அம்மா, அண்ணி அனைவரும் மிகுந்த ஆச்சரியத்துடன் பார்த்துக் கொண்டிருந்தனர்.

அப்படியே பக்கத்தில் இருக்கும் ராஜாவையும் பார்த்தனர். மேலும் அதற்குப் பின்னால் நிற்கும் ஆதித்யனையும் பார்த்தனர் அனைவரும்.

இன்ஸ்பெக்டர், நந்தினி கூறியதைச் செக் பண்ணிப் பார்த்துவிட்டு..

"சரி.. நீங்க சொல்றத நம்புறேன்.. ஆனால், நான் கேட்டபொழுது ஏன் ஆதித்யன் அமைதியாக இருக்க வேண்டும்..." என்று இன்ஸ்பெக்டர் கேட்க, மேலும் "இந்த ஒரு ஆதாரம் மட்டும் போதாது.... ஆதித்யன், மணிமேகலையை விரும்பவில்லை என்பதற்கு வேறேதும் சாட்சி இருக்கா.." என்று கேட்டார் இன்ஸ்பெக்டர்.

அதற்கு அங்கிருந்த அனைவரும் அமைதியாய் இருந்தனர். ஆதித்யனும் அமைதியாகவே இருந்தான்.

அப்போது அங்கிருந்த பவித்ரா, "என்கிட்ட ஒரு ஆதாரம் இருக்கு.." என்றாள்.

அதைக் கேட்டதும் ராஜா மற்றும் நந்தினி இருவரும் ஆச்சரியத்துடன் பவித்ராவைப் பார்த்தனர்.

ஆதித்யனும் ஆச்சரியத்துடன் பார்த்தான்.

பவித்ரா முன்வந்து, இன்ஸ்பெக்டரிடம் தன் ஃபோனில் இருந்து ஒரு ஃபோட்டோவை காட்டினாள்.

அது நந்தினி, உடல்நிலை சரியில்லாதபோது

ஆதித்யன், நந்தினியை நேரில் சந்திக்கையில் எடுத்த ஃபோட்டோ.

அதில் ஆதித்யன், நந்தியின் நெற்றியில் முத்தமிட்டு, பொட்டுமிட்ட காட்சி.

அதைப் பார்த்ததும் நந்தினி, ஆதித்யன் மற்றும் ராஜாவிற்கு மிகுந்த ஆச்சரியமாய் இருந்தது.

இன்ஸ்பெக்டர் அதைப் பார்த்துவிட்டு, அங்கு நின்ற மணிமேகலையின் அக்காவையும் பார்த்தார்.

பார்த்துவிட்டு ஆதித்யனை விடுதலை செய்ய ஒப்புக்கொண்டார் இன்ஸ்பெக்டர்.

அங்கிருந்த அனைவருக்கும் சந்தோஷமாக இருந்தது. ஆதித்யன் மட்டும் அமைதியாக யாரிடமும் பேசாமல், நந்தினியிடம் கூடப் பேசாமல் அங்கிருந்து சென்றான்.

அனைவரும் ஸ்டேஷனில் இருந்து வெளியில் வந்தவுடன்.. ராஜா, பவித்ராவிடம் வந்து

"நீ எதுக்கு இந்த ஃபோட்டோவை எடுத்த.." என்று கேட்டான்.

பவித்ரா சிறு நகர்த்த வாரு, "நீங்க நான் லவ் பண்ற விஷயத்தை வீட்ல சொல்லிருவேன்னு, என்னை மிரட்டுனீங்க.. ஆனால், நான் உங்களை மிரட்டலாம்னு நினைச்சு இந்த ஃபோட்டோவை எடுத்து வைத்தேன்.. ஆனா இங்க என்னென்னமோ நடந்திருச்சு.." என்றாள் பவித்ரா.

"அடேங்கப்பா.. பெரிய ஆள் தான் நீ.. ரொம்பப் பெரிய உதவி செஞ்சுருக்க.. தேங்க்ஸ்.." என்றான் ராஜா.

"ஆதித்யன் கிட்ட சொல்லு, இதனால அவன் மேல் கொண்ட பகை நீங்க..." என்று கூறினாள் பவித்ரா.

இதை அருகில் இருந்த ஆதித்யன், நந்தினி இருவரும் கேட்டுக் கொண்டிருந்தனர்.

அப்பொழுது தான் நந்தினி உணர்ந்தாள், "நாம ஆதித்யனை விரும்புற விஷயம், அவங்க வீட்ல எல்லோருக்கும் தெரிந்துவிட்டது" என்று...

மெல்ல அதே பயத்துடன் திரும்பிப் பார்க்க,

ஆதித்யன் அப்பா, அம்மா இருவரும் பின்னால் நின்றனர்.

பயத்தில் நந்தினி, ஆதித்யன் பின்னால் ஒழிந்து கொண்டாள்.

ஆதித்யன் அப்பாவும், அம்மாவும் அருகில் வந்து ஆதித்யனைப் பார்த்து "ஏன்டா இப்படிப் பண்ண... மணிமேகலைக்கும், எனக்கும் எந்த விதமான சம்மந்தமும் இல்லை என்று இன்ஸ்பெக்டர்கிட்ட சொல்லவேண்டியது தான.." என்று ஆதித்யன் அம்மா கேட்டார்.

உடனே ஆதித்யன் அப்பா "சரி.. விடு.. அதான் எல்லாம் முடிஞ்சுருச்சு.. பிறகு ஏன் அதைப் பற்றியே பேசிக்கிட்டு இருக்க.." என்று கூறி ஆதித்யன் அம்மாவிடம் கூறிவிட்டு,

ஆதித்யனைப் பார்த்து, "டேய்.. உனக்காக அந்தப் பொண்ணு வந்து சாட்சி சொல்லிருக்கு, நீ என்னடான்னா முகத்தைக் கூட ஏறெடுத்துப் பார்க்க மாட்டேன்கிற.." என்று ஆதித்யன் அப்பா கூற,

ஆதித்யன் திரும்பி நந்தினியைப் பார்த்து,

"ரொம்ப தேங்க்ஸ்..." என்று சொல்லிவிட்டு அங்கிருந்துத் தனியாகச் சென்றான் ஆதித்யன்.

அதைக் கண்டு நந்தினி, ஆதித்யன் அம்மா, ஆதித்யன் அப்பா மூவரும் பார்த்தபடி நின்றனர்.

அங்கு வந்த தம்பி ராஜா, "அண்ணாவைக் கொஞ்சம் தனியா விடுங்க.. அவர் இன்னமும் மணிமேகலை இறந்து போனதற்குத் தானும் ஒரு காரணம் என்று நினைத்துக்கொண்டு இருக்காரு.. கொஞ்ச நாள்ல சரியாகிடும்.." என்று கூறினான்.

வெள்ளை கொக்கு

நந்தினி, ஆதித்யன் அப்பா, ஆதித்யன் அம்மா மூவரும் அதே கவலையுடன் அங்கிருந்துச் சென்றனர்.

இரண்டொரு நாட்கள் அப்படியே சென்றது.

பிறகு ஒருநாள் நந்தினி, தன்னுடைய ஃப்ரெண்ட் வீட்டுக்குப் போவதாகச் சொல்லி.. ஆதித்யன் வீட்டிற்கு வந்தாள்.

அங்கு அவருடைய அம்மா வீட்டில் வேலை பார்த்துக்கொண்டிருக்க... நந்தினி வருவதைப் பார்த்தார்.

"வா.. நந்தினி..." என்று ஆதித்யன் அம்மா கூறினார்.

பிறகு நந்தினி வீட்டைச் சுற்றி முற்றி பார்த்துவிட்டு, "ஆதித்யன் எங்க.. ஆளைக் காணோம்.." என்றாள் நந்தினி.

"அவன் இன்னும் எதையோ பறிகொடுத்த மாதிரிதான் இருக்கான்.. வீட்டுக்கு ஒழுங்கா வர்றதே இல்ல.." என்றார் ஆதித்யன் அம்மா.

"சரி.. நான் போய் எங்க இருக்காருனு பார்க்கிறேன்.." என்று சொல்லிவிட்டு அங்கிருந்து வெளியில் வந்தாள் நந்தினி.

எதிரில் ஆதித்யன் தம்பி ராஜா வந்தான்.

ராஜா பார்ப்பதற்கு சாப்பாடு டெலிவரி கொடுக்கும் ஆட்கள் போல் ட்ரெஸ் போட்டிருந்தான்.

"என்ன பார்க்கிறதுக்கு வித்தியாசமா இருக்கீங்க.." என்றாள் நந்தினி.

"எவ்வளவு நாள் சும்மாவே இருக்கிறது.. அதான் இங்க உள்ள சொமெட்டோ என்ற சாப்பாடு டெலிவரி வேலைல சேர்ந்திட்டேன்.." என்றான் ராஜா.

"ஓ.. அப்படியா.. சூப்பர்...,

சரி.., ஆதித்யனைப் பார்த்தீங்களா..?" என்று கேட்க,

"அண்ணா சோகமா இருந்தாருன்னா, அங்க ஒரு தோட்டம் இருக்கு.. அங்க தான் போய்த் தனியா உட்காந்திருப்பாரு.." என்று கூறினான்.

"சரி அவரைப் பார்த்தால், இந்த லெட்டரைக் கொடுத்திருங்க..."என்று ஒரு லெட்டரைக் கொடுத்துவிட்டு, மேலும் "அவர் ஒழுங்கா சாப்பிடக் கூட வரமாட்டேங்கிறாராம்.. அவரைக் கொஞ்சம் சாப்பிடச் சொல்லுங்க.. " என்றாள் நந்தினி.

"ஏன் நீங்க பார்க்கலையா..?" என்றான் ராஜா.

"இல்ல.. ஏற்கனவே அவர் ரொம்ப மனஅழுத்தத்தில் இருக்காரு, நம்ம வேற போய் எதுக்கு அவரைத் தொந்தரவு செய்யனும்.." என்றாள் நந்தினி.

"ஆமா.. ஆதி அண்ணா முன்னாடி மாதிரி இல்ல, இப்பெல்லாம் ரொம்பக் கோபப்படுறாரு..

நேற்று கூட அம்மா ஏதோ சொன்னதுக்கு ரொம்ப கோபப்பட்டு அம்மாவைத் திட்டிட்டாரு.." என்றான் ராஜா.

"அப்படியா..." என்று நந்தினி கேட்க,

"ஆமா... நீங்க வேற போய் அவரு முன்னாடி நின்னு, உங்களையும் எதாவது சொல்லிட்டா.. அப்புறம் எல்லோருக்கும் கஷ்டம்.." என்றான் ராஜா.

"ம்ம்.. சரி.. நான் வர்றேன்.." என்று சொல்லிவிட்டு அங்கிருந்து சென்றாள் நந்தினி.

பிறகு ராஜா, ஆதித்யன் இருக்கும் தோட்டத்திற்கு வந்தான்.

ஆதித்யன் தனிமையில் இருந்தான்.

ராஜா அருகில் சென்று, "அண்ணா.." என்றான்.

ஆதித்யன் எதுவும் பேசாமல் லேசாகத் தலையை மட்டும் திரும்பிப் பார்த்தான்.

"சாப்பிடலயா.. இந்தாங்க சாப்பாடு" என்று, அவன் வேலை பார்க்கும் இடத்தில் இருந்து எடுத்து வந்த சாப்பாட்டைக் கொடுத்தான்.

ஆதித்யன், அதைப் பார்த்துவிட்டு "என்ன புதுசா வேலைல சேர்ந்திட்டியா.."என்று கேட்டான்.

"ஆமா.. இந்தாங்க லெட்டர்.." என்று ராஜா கூறி, நந்தினி கொடுத்த லெட்டரைக் கொடுத்தான்.

ஆதித்யன், "யார் கொடுத்தது..?" என்று கேட்டான்.

"நந்தினி.." என்றான் ராஜா.

அதை வாங்கிப் பிரித்துப் பார்த்தான் ஆதித்யன்.

இதனை தூரத்தில் நந்தினி நின்று பார்த்துக் கொண்டிருந்தாள்.

ஆதித்யன், ராஜாவின் கையில் இருந்து அந்த லெட்டரை வாங்கியதைப் பார்த்ததும்..

சற்று கொஞ்சம் அருகில், அவர்கள் பேசினால் கேட்கும் தூரத்தில் நின்றுகொண்டாள் நந்தினி.

லெட்டரைப் பிரித்துப் படித்த ஆதித்யன், ஒரு நிமிடம் கண்களை மூடினான்.

அதைக் கண்ட ராஜா, "என்ன ஆச்சு..?" என்று கேட்டான்.

"இன்று நந்தினிக்குப் பிறந்தநாள்... " என்றான் ஆதித்யன்.

"இப்போதான் நந்தினி, உங்க வீட்டுக்கு வந்துட்டுப் போனாங்க.." என்றான் ராஜா.

"நந்தினியாவது நிம்மதியாக இருக்கட்டும்.. நான் ஏற்கனவே செய்த செயலால், ஒரு அப்பாவிப் பெண்ணின் உயிர் போக நானும் ஒரு காரணம்.. இதில் நந்தினியையும் உடந்தையாக்கிவிடக் கூடாது என்று தான், இன்ஸ்பெக்டர்கிட்ட நான் எதுவும் சொல்லல.." என்றான் ஆதித்யன்.

இதனைச் சற்று தூரத்தில் இருந்து நந்தினியும் கேட்டாள்.

கேட்ட நந்தினி, அக்கணமே மனதுடைந்து போனாள்.

"நம்மைப் பற்றி இந்த அளவு நேசிக்கும் இவருக்கு, நாம் என்ன கைமாறு செய்யப் போகிறோம்.. இதுவரை நம் சுயநலத்திற்காக ஃபோன் செய்தால் எடுக்கவில்லை, மெசேஜ் செய்தால் பதில் அனுப்பவில்லை என்றெல்லாம் சிந்தித்திருக்கிறோம்.. ஆனால் அதற்கு பின்னால் ஆதித்யன் படும் வேதனையை நம்மால் அறிந்துகொள்ள முடியவில்லை.." என்று எண்ணி மனதளவில் ரொம்பவே பாதிக்கப்பட்டால் நந்தினி.

"இனிமேல் ஆதித்யன், நம்மீது அக்கறை கொண்டு பேசும் வரை.. எந்த வகையிலும் நாம் அவரைத் தொந்தரவு செய்ய கூடாது." என்று நினைத்துக்கொண்டு அங்கிருந்து சென்றாள் நந்தினி.

இந்தப் பக்கம் ராஜா, "மணிமேகலை இறந்து போனதுக்கு நீ காரணம் இல்ல.. மறுபடியும் ஏன் இப்படியே நினைத்து உன்னை நீயே வருத்திக்கிற.." என்றான்.

"இல்ல.. அவள் இறந்து போன அன்று, எனக்கு நிறைய முறை ஃபோன் செய்தாள்.. நான் தான் எடுக்கல... ஒருவேளை நான் அந்த ஃபோனை எடுத்து பேசியிருந்தால், இந்நேரம் மணிமேகலை உயிரோடு இருந்திருக்க வாய்ப்பு இருக்கு.." என்றான் ஆதித்யன்.

"அண்ணா.. ஒவ்வொருத்தவங்க வாழ்க்கையிலும் என்ன நடக்கும்னு இருக்கோ, அதுதான் நடக்கும்.. எல்லா விஷயத்திற்கும் தான் மட்டுமே காரணம் என்று நினைப்பது நடைமுறை ஒத்துவராது.." என்றான் ராஜா.

அதைக் கேட்டு ஆதித்யன் அமைதியாகவே இருந்தான். பிறகு ராஜாவும் அங்கிருந்து சென்றான்.

அப்படியே சில நாட்கள் சென்றது..

நந்தினியும், ஆதித்யனிடம் இருந்து ஃபோன் வரும் என்பதை நினைத்து காத்துக்கொண்டிருந்தாள். ஆனால் ஆதித்யன் இன்னும் அந்த நிகழ்வில் இருந்து நீங்காமல் இருந்தான்.

ஒருநாள் அண்ணி, ஆதித்யன் வீட்டிற்கு வந்தார். ஆதித்யன் அம்மா, அண்ணியுடன் பேசிக்கொண்டிருந்தார்.

"அத்தை.. மாமா எப்போ ஊருக்கு போனாங்க.." என்று கேட்டார் அண்ணி.

"அவர் போயி ரெண்டு நாள் ஆகுது.. " என்றார் ஆதித்யன் அம்மா.

பிறகு சற்று மெல்லிய குரலில் "ஆதித்யன் எங்க..?" என்றார்.

"அவன் எங்க இங்க இருக்கான்.., எப்பவுமே அந்தத் தோட்டமே கெதின்னு இருக்கான்.." என்றார் ஆதித்யன் அம்மா.

அதற்கு அண்ணி எந்த பதிலும் சொல்லவில்லை.

கொஞ்ச நேரம் கழிச்சு, அண்ணி ஃபோனை எடுத்து எடுத்துப் பார்த்துக்கொண்டிருந்தார்.

அதை கவனித்த ஆதித்யன் அம்மா, "ஏன்..? என்ன ஆச்சு..?" என்று கேட்டார்.

"இல்ல அத்தை.. வீட்டுக்கு போகனும், ஆட்டோ நம்பருக்கு ட்ரை பண்றேன் எடுக்க மாட்டேங்கிறார்.." என்றார் அண்ணி.

"அதான் ஆதி இருக்கான்.. அவனைக் கூட்டிவந்து விட சொல்றேன்.." என்றார் ஆதித்யன் அம்மா.

"வேணாம் அத்தை.. ஏற்கனவே அவரு பிரச்சனைல இருக்காரு... எதுக்கு அவரைத் தொந்தரவு செய்யனும்.. நானே போய் வேற ஆட்டோ புடிச்சுகிறேன்.." என்றார் அண்ணி.

"கொஞ்சம் பொறு.. சூரியன் மங்கிருச்சு.., இதுல தனியா வேற போறியா.. இரு நானே போய் ஆதித்யனை வரச்சொல்றேன்.." என்றார் ஆதித்யன் அம்மா.

பிறகு ஆதித்யன் அம்மா சென்று, ஆதித்யனைச் சந்தித்தார்.

"டேய்.. ஆதி..., உங்க அண்ணியைக் கொண்டுபோய் வீட்ல விட்டுட்டு வா.." என்றார் ஆதித்யன் அம்மா.

"அண்ணியா...! வரும்போது எப்படி வந்தாங்களோ, அப்படியே போக சொல்லுங்க.." என்றான் ஆதித்யன்.

"டேய்.. கண்ணா.., போய்ட்டு வாடா..., உங்க அண்ணி என்னடா பாவம் பண்ணுச்சு.., பாவம்டா.. பாரு இன்னும் கொஞ்ச நேரத்தில இருட்டிரும்... அப்புறம் ரொம்ப சிரமம்.. சொன்னா கேளு, போய்ட்டு விட்டுட்டு வந்துரு.." என்று கூறினார் ஆதித்யன் அம்மா.

பிறகு ஆதித்யனும் ஒருவழியாக, அண்ணியை வீட்டில் விட ஒப்புக்கொண்டான்.

ஆதித்யன் பைக்கை எடுத்துக்கொண்டு தயாராக இருந்தான்.

அண்ணியும் வந்து பைக்கில் ஏறி உட்கார்ந்தார்.

பைக்கில் அண்ணியின் முகத்தைப் பார்க்க, மணிமேகலையின் முகம் தெரிந்தது.

சட்டென ஒருநொடி அதிர்ந்து போனான்.

உடனே அண்ணி, "என்ன ஆச்சு" என்று கேட்க

கண்களைக் கசக்கிவிட்டு பார்த்தான் அண்ணியின் முகம் தெரிந்தது.

"இல்ல ஒன்னுமில்லை.." என்று சொல்லி பைக்கை ஓட்டிசென்றான் ஆதித்யன்.

"அண்ணியின் முகமும், மணிமேகலையின் முகமும் சட்டென பார்ப்பதற்கு ஒரு மாதிரியாக இருப்பதால்.. இப்படி தோணுது.." என்று மனதுக்குள் நினைத்துக்கொண்டான்.

பிறகு அண்ணியை அவரது வீட்டில் விட்டுவிட்டு, ஆதித்யன் வீட்டிற்கு திரும்பினான்.

அப்படி வரும் வழியில், சட்டென காற்று அதிகம் வீசியது.

ஆதித்யன் பைக்கில் சென்று கொண்டிருக்க..

வெள்ளை கொக்கு

காற்று பலமாக வீச, ஒரு பேப்பர் பறந்து வந்து ஆதித்யன் முகத்தில் விழுந்தது.

சட்டென பைக்கை நிறுத்திவிட்டு, அது என்ன என்று பார்த்தான் ஆதித்யன்.

அந்த பேப்பரில் ஆதித்யன் போன்றே வரைந்து, அதில் கனவின் நாயகன் கரிகாலக் கண்ணன் என்று எழுதியிருந்தது.

"இது என்ன நம்மைப் போன்று முகம் வரைந்திருக்கு, இது எங்கிருந்து வந்தது" என்று எண்ணி, சட்டென பைக்கில் இருந்து இறங்கி சுற்றி முற்றி பார்த்தான்.

அப்போது அங்கு மரத்தில் ஒரு டைரி மாட்டிக்கொண்டு, அதிலுள்ள பேப்பர்கள் காற்றில் ஆடிக்கொண்டிருந்தது.

அதைப் பார்த்த ஆதித்யன் ஆச்சரியப்பட்டு நின்றான்.

ஒருநாள் மணிமேகலையைப் பார்க்கும் போது கையில் இதே போன்று ஒரு வைத்திருந்தது ஞாபகம் வந்தது.

உடனே வேகமாக சென்று, அந்த டைரியை எடுத்து பார்த்தான்.

பார்த்ததும் புரிந்து கொண்டான், இது மணிமேகலையின் டைரி தான் என்று. இது எப்படி இங்கு வந்தது என்று யோசித்தான் ஆதித்யன். அப்பொழுது தான் அவனுக்குத் தெரிந்தது.. ஆதித்யன், மணிமேகலையை எரித்த சுடுகாட்டுக்கு அருகில் நின்றுகொண்டிருந்தான்.

இவர்களுடைய வழக்கத்தில், ஒருவர் இறந்து விட்டால்.. அவர்களை அடக்கம் செய்யும் பொழுது, அவர்களது உடைமைகளையும் சேர்த்து எரிக்க வேண்டும். அப்படிதான் மணிமேகலையை அடக்கம் செய்யும் பொழுது, மணிமேகலையின் உடைமைகள் இங்கு வந்திருக்கும். அப்போது இந்த டைரி தவறி விழுந்திருக்குமோ என்று எண்ணினான் ஆதித்யன்.

பிறகு காற்று கொஞ்சம் பலமாக வீச,

அந்த டைரியை எடுத்துக்கொண்டு வீட்டிற்கு வந்தான் ஆதித்யன்.

வந்தவன் நேரே வீட்டிற்குள் சென்று, அவனுடைய அறையில் அமர்ந்து.. அந்த டைரியைப் படிக்க ஆரம்பித்தான் ஆதித்யன்.

ஆதித்யன், மணிமேகலையைச் சந்திக்கும் முன்பு...

மணிமேகலை ஒரு அமைதியான பெண், ஆண்களிடம் பேசவே பயப்படுபவள். அப்படிப்பட்ட பெண், ஒரு ஆணுடன் என்னென்ன உரையாட வேண்டுமோ.. அதை ஒரு கற்பனை உருவமாக நினைத்து, அந்த டைரியில்.. ஒரு ஆணிடம் தான் என்னென்ன பேசவேண்டுமோ, அவை அனைத்தையும் அந்த டைரியில், ஒரு கற்பனை உருவத்தோடு பேசியது ஆதித்யனுக்கு தெரியவந்தது.

பிறகு மணிமேகலை வாழ்க்கையில் ஆதித்யன் நுழைந்தது, மணிமேகலையுடன் அறிமுகமானது, காலேஜ்ல சேருவதற்கு ஆதித்யன் தைரியம் கொடுத்தது, பிறகு திருவிழாவில் நடந்தது,

காலேஜ்ல நடந்தது.. இதுபோன்ற நிகழ்வால் மணிமேகலை தன்னுடைய வாழ்க்கையில் சில மாற்றங்களைக் கண்டு, டைரியில் கற்பனை உருவமாக இருந்தது.. நாளடைவில் உருவமெடுத்து கரிகாலக் கண்ணனாக மாறியது.. போன்ற செய்திகளை அந்த டைரியின் மூலம் கண்டறிந்தான் ஆதித்யன்.

அப்பொழுது தான் ஆதித்யனுக்கு விளங்கியது.

"நாம் இது போன்ற செயல்களெல்லாம் செய்தது, மணிமேகலையின் மனதில் இந்த அளவிற்கு மாற்றம் கொண்டுவந்திருக்கும் என்று ஆதித்யன் கனவில் கூட நினைத்ததில்லை" என்று எண்ணிக்கொண்டான் ஆதித்யன்.

பிறகு ஆதித்யன் டைரியை மேற்கொண்டு படிக்க ஆரம்பித்தான்.

"ஒருநாள் நானும், அக்காவும் தேவக்கோட்டை பஸ்டாண்டு அருகில் ஒரு போலீஸ் வண்டி நின்றது. நாங்கள் இருவரும் அந்த வண்டியை நெருங்க, அந்த வண்டியின் கதவு சட்டென திறந்தது. அந்த வண்டியில் இருந்து ஒரு இன்ஸ்பெக்டர் இறங்கினார். அவர் முகத்தைப் பார்த்ததும், அவரை இதற்கு முன் எங்கோ பார்த்தது போல் இருந்தது. எங்க பார்த்தோம் என்று யோசிக்கையில் அவர் சட்டையில் பார்த்திபன் என்ற பெயர் எழுதி இருந்தது..

அப்பொழுதுதான் எனக்கு ஞாபகம் வந்தது..

சொந்த ஊர் நாகர்கோயிலில்......." என்று டைரியில் எழுதியிருக்க,

சட்டென டைரியை படித்து கொண்டிருந்த ஆதித்யன் தடுமாறினான். காரணம் அந்த டைரியில் அடித்தடுத்த பக்கங்கள் இல்லை.. அடுத்து கொஞ்ச தாள்கள் தள்ளி,

"இதனால் தான் நாங்க அங்கிருந்து தேவகோட்டைக்கு வந்தோம்.." என்று எழுதி இருந்தது.

"என்ன இது இடைல கொஞ்சம் பக்கம் இல்ல., ஒருவேளை நாட்கள் ஆனதுனால தாள்கள் கிழிஞ்சுக் காணாமல் போயிருக்குமோ" என்று எண்ணினான் ஆதித்யன். பிறகு மேற்கொண்டு டைரியைப் படிக்க ஆரம்பித்தான்.

டைரியைப் படிக்கப் படிக்க அவன் முகத்தில் மாற்றங்கள் ஏற்பட்டது. கண்களில் சந்தேகம் தென்பட்டது. டைரியைப் படித்து முடித்த வேகத்தில் டைரியை மூடி, வேகமாக அங்கிருந்து கிளம்பினான் ஆதித்யன். அதனைக் கண்ட ஆதித்யன் அம்மா "இப்போ தான் வந்தான், அதுக்குள்ள எங்க போறான்..." என்று நினைத்துக்கொண்டு, "டேய்.. ஆதி... நில்லுடா.." என்று ஆதித்யன் அம்மா கூற,

அதில் காதில் கூட வாங்காமல், ஆதித்யன் வேகமாகச் சென்று தன் பைக்கை எடுத்துக்கொண்டு மின்னல் வேகத்தில் பறந்தான் ஆதித்யன்.

"என்ன ஆச்சு..? ஏன் இவ்வளவு வேகமா.., எங்க போறான்.?" என்று நினைத்துக்கொண்டே ஆதித்யன் அம்மா திகைத்து நின்று கொண்டிருந்தார்.

ஆதித்யன் பைக்கில் செல்லும் போது, டைரியில் எழுதியிருந்ததை நினைத்துக்கொண்டே சென்றான். அதை

எண்ணி அவன் மனம் வருந்தியது, கண்கள் கலங்கியது, அதை விட அதிகமாக கோபம் இருந்தது..

இதே வேகத்துடன் நேரே தன் அண்ணியின் வீட்டிற்கு முன் சென்று நின்றான்.

பைக்கை வெளியில் நிறுத்திவிட்டு, வீட்டிற்குள் சென்றான்.

அண்ணி அப்போது சாப்பிட்டு கொண்டிருக்க,

ஆதித்யனைக் கண்டதும் திகைத்து நின்றார்.

டைரியின் பக்கங்கள்

ஆதித்யன் டைரியைப் படித்து கொண்டிருக்கும் போது, சில பக்கங்கள் காணாமல் போனதில்.. தடுமாறினான்.

பிறகு விடுபட்ட பக்கங்களைத் தவிர்த்து, மேற்கொண்டு படிக்க ஆரம்பித்தான் ஆதித்யன். அதில்,

"இந்தக் காரணத்தினால் தான் நாங்கள் நாகர்கோவிலில் இருந்து தேவக்கோட்டைக்கு வந்தோம்..." என்று எழுதியிருந்தது.

ஆதித்யனுக்கு ஒரே குழப்பம்.. அப்போது அண்ணி, மணிமேகலையைப் பற்றி ஆரம்பத்தில் கூறும் போது... அவர்கள் குடும்பம் நாகர்கோவிலில் இருந்ததாகக் கூறியது நினைவுக்கு வந்தது. இருப்பினும் அங்கு ஏதோ ஒரு விஷயம் நடந்திருக்கிறது, அதன் விளைவாகத்தான் அவர்கள் தேவக்கோட்டைக்கு வந்திருக்கிறார்கள் என்பதை உணர்ந்தான் ஆதித்யன்.

பிறகு மேற்கொண்டு டைரியைப் படிக்க ஆரம்பித்தான் ஆதித்யன்.

"ஒருநாள் என் கரிகால கண்ணன் ஃபோனில் பேசியதைக் கண்டு, அவர் அடுத்தநாள் காரைக்குடி செல்வது தெரியவந்தது. அதனால் அவருடன் வெளியே செல்ல வேண்டும் என நினைத்தேன்... நான் திட்டமிட்டது போல் அடுத்தநாள்

அமைந்தது, ஒன்றாக வெளியே சென்றோம், தியேட்டரில் படம் பார்க்கச் சென்றோம், அந்த ராஜா ராணி படத்தில் வரும் நஸ்ரியா கேரக்டர் எனக்கு மிகவும் பிடித்திருந்தது.." என்றெல்லாம் டைரியில் எழுதியிருக்க, அப்பொழுது தான் ஆதித்யனுக்கு விளங்கியது... "நம்மை முழுவதுமாக கவனித்திருக்கிறாள்.." என்று.

மேலும் டைரியை ஆதித்யன் படிக்க,

"நாளுக்கு நாள் அக்காவின் நடவடிக்கையில் சில மாற்றங்கள் தென்பட்டது. அடிக்கடி ஃபோனில் யாரிடமோ பேசிக் கொண்டிருந்தார்.

மேலும் அன்று பார்த்த அதே போலீஸ் வண்டியை வீட்டின் அருகிலும் கண்டேன்.., அதுமட்டுமல்லாது நான் காலேஜில் இருந்து வரும் போது என்னை யாரு பின்தொடர்வது போல் இருந்தது.. ஆகையால் என் அக்கா மீது எனக்கு சில சந்தேகங்கள் வந்தது.

பிறகு என் வாழ்நாளில் மறக்க முடியாத நாள்..,

திருவிழா அன்று என் வீட்டின் பின்னால் உள்ள கிணற்றடியில் நடந்தது, என் கரிகாலக் கண்ணனை பயத்தில் கட்டிப் பிடித்தது..

பாழாய்ப் போன வெடி சத்தம் கேட்டு, அந்த தருணம் தொடராமல் போனது... மேலும் திருவிழாவில் சுற்றியது, பிடித்த பொருட்களை வாங்கியது என, என்னுடைய வாழ்க்கையில் மறக்க முடியாத நாளாக மாறியது. அடுத்த நாள் என் கரிகாலக் கண்ணன் வாங்கிக்கொடுத்த

பொருட்களை அணிந்து கொண்டு காலேஜுக்கு சென்றேன்..,
அன்று ரொம்ப சந்தோசமாக இருந்தேன்..

பிறகு இந்த விஷயம் அக்காவுக்கு தெரியவந்தது... ஃபோனில் நான் கரிகாலக் கண்ணனுடன் பேசியது அக்காவிற்குத் தெரியவர, எனக்கு என்ன செய்வதென்றே தெரியவில்லை... நான் என் சொந்த ஊருக்கு வந்தேன்.

என் கரிகாலக் கண்ணனிடம் பேசத் துடித்தேன்.

நான் ஃபோன் செய்த போதெல்லாம், கரிகாலக் கண்ணன் பதிலளிக்காமல் இருந்தது எனக்கு வேதனை அளித்தது.

மறுநாள்,

என் அம்மாவிற்கு உடல் நிலை சரியில்லாமல் போனது.. என் அக்காவும் எங்கள் சொந்த ஊருக்கே வந்தாள்.

அப்பொழுதும் கூட என் அக்கா, யாரிடமோ அடிக்கடி ஃபோன் பேசுவது எனக்குத் தெரிந்தது.

ஆனால் யாரிடம் என்று தெரியவில்லை.

அக்கா வந்த தினத்தன்று நீண்ட நாள் கழித்து என் கரிகால கண்ணனைக் கண்டேன்.

அப்பொழுது என் கரிகால கண்ணன், வேறொரு பெண்ணை விரும்புகிறார் என்று கூறினார். அக்கணம் எனக்கு சற்று அதிர்ச்சியாக இருந்தாலும், நான் நம்பவில்லை. அதை உறுதி

செய்து கொள்ள கரிகாலக் கண்ணனுக்கு ஃபோன் செய்தேன். ஆனால் அவர் பதிலிக்கவில்லை.

அன்று ஒரு காட்சியைக் கண்டேன். முன்னால் நான் பார்த்த அதே போலீஸ் வண்டி எங்கள் வீடிருக்கும் தெருவில் கண்டேன்.

அந்த போலீஸ் வண்டி பார்த்திபன் உடையது என்பதை அறிந்தேன். இருப்பினும், என் கரிகாலக் கண்ணன் சொன்னதை உறுதி செய்ய வேண்டும் என்பதில் நான் கவனமாக இருந்தேன்.

பிறகு என் கரிகாலக் கண்ணன் சென்னைக்குப் போனது தெரிய வந்தது. அதை நினைத்து எனக்கு மிகவும் வருத்தமாக இருந்தது.

அடுத்தநாள் என் அம்மாவிற்கு உடல் நிலை ரொம்ப மோசமாக, ஹாஸ்பிட்டலில் சேர்க்க வேண்டிய நிலைமை ஏற்பட்டது.

அதனால் அக்கா, அம்மாவைப் பார்த்துக் கொள்ள ஹாஸ்பிடலில் இருந்தார்.

நான் வீட்டிலேயே இருந்தேன். நான் தனியாக இருக்கும் பொழுது என் கரிகால கண்ணனின்

ஞாபகம் வந்து, அவர் இன்னொரு பெண்ணை விரும்புவது உண்மையா, இல்லையா என்று கேட்க வேண்டும் என்று தொடர்ந்து ஃபோன் செய்தேன்.. ஆனால் பதில் எதுவும் கிடைக்கவில்லை. அதனால் என் மனதில் ஒரு சில சலசலப்பு ஏற்பட்டது. அதை எண்ணி அன்றிரவு கிணற்றடியில் நின்று யோசித்தவண்ணம் இருந்தேன். அப்போது என்னைத் தவிர வேறு யாரோ அங்கு இருப்பது போல் எனக்குத் தோன்றியது.

பயத்தில் வீட்டிற்குள் ஓடிவந்து கதவை மூடிக்கொண்டேன். பிறகு பயத்தைப் போக்க, என் கரிகாலக் கண்ணனுக்கு ஃபோன் செய்தேன். அப்பொழுதும் பதில் கிடைக்கவில்லை.

என் அம்மா ஹாஸ்பிட்டலில் சேர்த்து, இன்றோடு இரண்டு நாட்கள் ஆகிறது. என் அம்மாவின் உடல்நிலை சற்று குணமாகிருந்தது.

என் கரிகாலக் கண்ணனிடம் இருந்து எந்த பதிலும் வரவில்லை.. அதனால் வழக்கம்போல் ஃபோன் செய்தேன். எப்பவும் போலவே பதில் எதுவும் கிடைக்கவில்லை.

இரவு நேரம் நான் கிணற்றடியில் நின்று கொண்டிருக்க, என்னைத் தவிர வேறு யாரோ அங்கு இருப்பது போல் தோன்றியது.

அதனால் பயந்து வீட்டிற்குள் வந்து கதவை மூடிக்கொண்டேன்.

சரி மீண்டும் நம் கரிகாலக் கண்ணனுக்கு ஃபோன் செய்வோம் என்று எண்ணி, மீண்டும் ஃபோன் செய்தேன்.

ஒரு கட்டத்தில் நான் இதுவரை கேட்க நினைத்து கேள்விக்கு பதிலும் கிடைத்தது." என்று டைரியில் எழுதியிருந்தது.

மேலும் ஆதித்யன் அதைத் தெரிந்துகொள்ள வேகமாய் அந்த டைரியின் கடைசி தாளைத் திருப்பினான்.

அதில் எழுதியிருந்தது,

"இந்த தருணம்.. என் வாழ்வில் மிக முக்கியனாது... இதுவரை நான் கண்டிராத, அனுபவிக்காத உணர்வுகள் இன்று எனக்குக்

கிடைத்தது. ஆதித்யன், இன்னொரு பெண்ணை விரும்புறாருன்னு எனக்கு முன்னாடியே தெரிஞ்சிருந்தா... என் மனசுல இவ்ளோ ஆசைகளை வளர்த்திருக்க மாட்டேன்.

இது போல நிறைய ஆசைகள், உறவுகள் கிடைக்கும்னு ஏங்கியிருக்கேன்... எதுவும் எனக்கு கிடைச்சதில்லை. இதையெல்லாம் நினைக்கும் போது எதுக்குடா நம்ம உயிரோட வாழ்றோம்னு தோனும்.. ஆனா

என்ன செய்றது, யார் யாருக்கு என்னென்ன நடக்கனும்னு இருக்கோ அதுதான் நடக்கும்.

இனிமேல் நான் ஆதித்யனைத் தொந்தரவு செய்யமாட்டேன். இதுவரை என்னுடன் இருந்த கரிகாலக் கண்ணன் எனக்குத் தந்த இன்பங்கள், சந்தோஷங்கள் போதும்...

இந்த உலகத்தில் உள்ள ஒவ்வொரு உயிர் பிறப்பதற்கும், இறப்பதற்கும் காரணங்கள் உண்டு.. அதனால், தன் துணை பிரிந்தாலும், கடைசிவரை அதன் நினைவாகவே வாழும் ஒரு வெள்ளை கொக்கு போலவே... நானும் என் வாழ்க்கையை, ஆதித்யன் தந்த நினைவுகளைக் கொண்டு கடைசிவரை இருப்பேன்..." என்று டைரியில் எழுதியிருப்பதைக் கண்டு ஆதித்யன் கண் கலங்கினான்.

மேலும் இதனைக் கொண்டு மணிமேகலை தற்கொலை செய்திருக்கமாட்டாள் என்பதை அறிந்தான்.

அதனைக் கொண்டு இன்னும் சில வார்த்தைகள் அந்த டைரியில் எழுதியிருந்தது...

ஆதித்யன் அதை படிக்க ஆரம்பித்தான்.

"என்னுடைய பயம் போயிருச்சு... கொஞ்சம் மன வருத்தம் இருந்தாலும் கிணற்றடியில் நின்று நிலவை ரசித்தால் போதும்.. எனக்கு கொஞ்சம் நிம்மதியாக இருக்கும்...

ஆனால் இன்றோ அது நடக்காதுபோல..

இன்று வானில் முழு நிலவு வரப்போவது இல்லை....

இந்த நொடி கூட வேறு யாரோ இங்கு போல் தோன்றுகிறது.. கிணற்றடியில் கூட சத்தம் கேட்கிறது......." என்பதுடன் டைரியில் உள்ள எழுத்துக்கள் முடிந்தது.

"அப்பயென்றால் மணிமேகலை தற்கொலை செய்திருக்க வாய்ப்பில்லை... அப்போது அன்று என்ன நடந்திருக்கும், மேலும் அவ்வப்போது அவளைச் சுற்றி வேறு யாரோ இருப்பது போல் தோன்றியது என்று வேற எழுதியிருக்காள்.., அது மட்டுமல்லாது மணிமேகலையின் அக்கா மீது சந்தேகப்படுவது போல் எழுதியிருக்கிறாள்.. என்ன நடந்திருக்கும் என்று ஒரே குழப்பமாக இருக்கிறதே.." என்று எண்ணினான் ஆதித்யன்.

முதலில் அண்ணியைச் சந்தித்து, பேச வேண்டும் என்று முடிவெடுத்து... அத்துடன் ஆதித்யன் டைரியை மூட, வேகமாகக் கிளம்பினான். வெளியில் வர, ஆதித்யன் அம்மா கூப்பிடுவது கூட காதில் வாங்காமல் வேகமாக பைக்கை எடுத்துக்கொண்டு மின்னல் வேகத்தில் அண்ணியின் வீட்டுக்குச் சென்றான்...

அப்படி செல்லும் வழியில்,

ஆதித்யன், மணிமேகலை டைரியில் எழுதியிருந்த கடைசி வார்த்தைகளை எண்ணி கண்கலங்கினான்.. "நம் வாழ்க்கையில் ஏன் மணிமேகலை வந்தாள்.. நம்முடைய சந்திப்பு கிடைக்காமல் இருந்திருந்தால், இந்நேரம் அந்தப் பேதை உயிரோடு இருந்திருப்பாள்.. நம் அறியாமையால் இவளுக்கு இப்படி ஒரு நிலைமை வந்துவிட்டதே.. இந்த உலகத்தில் எத்தனையோ கொடுமைக்காரர்கள் இருக்கிறார்கள், அவர்களெல்லாம் உயிருடன் இருக்க.. ஏன் மணிமேகலை போன்ற அப்பாவிப் பேதைகளுக்கு இப்படி ஒரு நிலைமை ஏற்படுகிறது" என்று எண்ணி மனம் வருந்தினான் ஆதித்யன்.

ஆதித்யன், அண்ணியின் வீட்டின் அருகே வண்டியை நிறுத்திவிட்டு.. வீட்டிற்குள் சென்றான் ஆதித்யன்.

அப்போது சாப்பிட்டுக்கொண்டிருந்த அண்ணி ஆதித்யனைக் கண்டு அதிர்ச்சியானார்.

அண்ணி உடனே சட்டென எழுந்து,

"வாங்க... என்ன திடீர்னு வந்திருக்கீங்க... என்ன விஷயம்.." என்றார்.

"நீங்க நாகர்கோவிலில் இருந்து, தேவக்கோட்டைக்கு எதனால் வந்தீர்கள்..?" என்று கேட்டான் ஆதித்யன்.

"ஏன்..? திடீர்னு கேட்கிறீங்க..?" என்றார் அண்ணி.

"சொல்லுங்க... என்ன காரணம்..?" என்று கேட்டான் ஆதித்யன்.

"அது.. அப்பா இறந்ததற்குப் பிறகு எங்களுக்கு அந்த ஊரில் இருக்க பிடிக்கல... அதான்..." என்றார் அண்ணி.

"உண்மையிலேயே இதுதான் காரணமா..?" என்று கேட்டான் ஆதித்யன்.

மீண்டும் அண்ணி, "ஏன் இப்படி கேட்கிறீங்க..? எதுவும் பிரச்சனையா..? எனக்குப் புரியல..?" என்றார் அண்ணி.

உடனே ஆதித்யன், மணிமேகலையின் டைரியை எடுத்துக் காட்டினான்.

அண்ணி அதைப் பார்த்துக்கொண்டிருக்க.. "இன்ஸ்பெக்டர் பார்த்திபன் யார்..? அவருக்கும் உங்களுக்கும் என்ன சம்மந்தம்..?" என்று கேட்டான் ஆதித்யன்.

அதைக் கேட்ட அண்ணிக்கு என்ன பதில் சொல்வதென்று தெரியவில்லை.. மலைத்துப் போய் நின்று கொண்டிருந்தார்.

"இப்போ கேட்டதுக்கு பதில் சொல்லுங்க... நாகர்கோவிலில் இருந்து ஏன் தேவக்கோட்டைக்கு வந்தீர்கள்....? என்று ஆதித்யன் கேட்க,

அண்ணி தயங்கித் தயங்கிப் பேச ஆரம்பித்தார்.

"அது... நாங்கள் நாகர்கோவிலில் இருந்த போது... நானும், அந்த இன்ஸ்பெக்டர் பார்த்திபனும் ஒருவரை ஒருவர் விரும்பினோம்.. " என்றார் அண்ணி.

அதைக் கேட்டு ஆதித்யனுக்கு ஒரே அதிர்ச்சியாய் இருந்தது.

மேலும் அண்ணி நாகர்கோவிலில் நடந்தவற்றைப் பற்றிக் கூற ஆரம்பித்தார்.

"நான் நாகர்கோவிலில், ஒரு காலேஜ்ல ட்ரைனிங் லெக்ட்ச்சரரா இருந்தேன்... அப்போது தான் பார்த்திபனைச் சந்தித்தேன். பார்த்ததில் இருந்தே எங்களுக்குள் ஒரு சில புரிதல்களால், நிறைய விஷயங்கள் ஒத்துப்போனது.. ஒருவரை ஒருவர் விரும்ப ஆரம்பித்தோம்.

நான் வேலை செய்த அதே காலேஜ்ல, நிதின் என்ற ஒருத்தன் படிச்சுகிட்டு இருந்தான். அவனால எனக்குக் காலேஜ்ல கொஞ்சம் பிரச்சனை.. அவனை விரும்பச் சொல்லி கட்டாயப்படுத்தினான். என் நம்பரை எப்படியோ வாங்கி, மெசேஜ் அனுப்பி, ஃபோன் பண்ணி, என்னை ரொம்பவே தொந்தரவு செய்தான். நான் அந்தக் காலேஜ் மேனேஜ்மென்ட்ல சொன்னேன்.., நிதின் ரொம்பப் பெரிய இடத்துப் பையன், அவனை எதுவும் செய்ய முடியாதுன்னு சொல்லி, அவங்க எந்த வித உதவியும் செய்யல..,

இவன் ஒரு பக்கம் பிரச்சனை கொடுக்க...,

நானும், பார்த்திபனும் ஒருத்தரை ஒருத்தர் விரும்பும் விஷயம் எங்களுடைய வீட்டிற்குத் தெரியவந்தது..

ஆனால் எங்கள் இருவீட்டாரும் இதற்கு ஒப்புக்கொண்டனர். அப்பொழுது

பார்த்திபன் அவருடைய குடும்பத்தினரை எனக்கு அறிமுகப்படுத்தி வைத்தார். அங்கு நிதினையும் பார்த்தேன்.

அவன் யார் என்று விசாரிக்கையில் நிதின், பார்த்திபனுடைய தம்பி என்று தெரிந்தது.

அப்புறம் நாளுக்கு நாள் நிதினோட தொல்லை அதிகமாச்சு..., என் வீட்டுக்கு வர்றது, ரொம்ப உரிமையோட பழகுறது என ரொம்பவே தொந்தரவு செய்தான். ஒரு கட்டத்தில

அவனுடைய தொல்லை தாங்க முடியாம,

பார்த்திபனிடம் நிதினைப் பற்றிக் கூறினேன்.

முதலில் பார்த்திபன், நிதினைக் கூப்பிட்டு கண்டிச்சாங்க..

அதனால அவன் என்னை ப்பழிவாங்கனும்னு துடிச்சான்.

அப்படி ஒருநாள், நான் காலேஜ்ல இருக்க லைப்ரரில ஒரு புக்கைத் தேடிக்கிட்டு இருந்தேன்.

அப்போ அங்க வந்த நிதின், என்னை லைப்ரரிகுள்ளயே வச்சு பூட்டிட்டான். அந்த இடமே ரொம்ப அடச்சு வச்ச மாதிரி இருக்கும். மூச்சு கூட விடமுடியாது. அங்கிருந்து பேசினாலும் வெளியில் கேட்காது. நான் எவ்வளவோ கத்தினேன், யாருடைய காதிலயும் விழவில்லை. ஒரு கட்டத்துல நான் மயக்கம் போட்டு விழுந்துட்டேன்.

அப்புறம் பார்த்திபன், எங்க அம்மா எல்லோரும் என் ஃபோனுக்கு ட்ரை பண்ணிருக்காங்க.. பதில் எதுவும் இல்லைனு தெரிஞ்சு, என்னைத் தேடிருக்காங்க..

அப்புறம் ஒரு வழியா நான் இருக்க இடத்தை கண்டுபிடிச்சு, என் காலேஜ்க்கு வந்து, லைப்ரரிய திறந்தாங்க..

உள்ள நான் மயக்கம் போட்டு கிடந்ததைப் பார்த்து, ஹாஸ்பிட்டல்ல சேர்த்துட்டாங்க..

ஹாஸ்பிட்டல்ல நான் கண் விழித்துப் பார்க்கும் போது எதிரில், பார்த்திபன் மற்றும் என் அம்மா, மணிமேகலை எல்லோரும் நின்றாங்க..

அப்பொழுது தான் எனக்குத் தெரியும், பார்த்திபன் அவருடைய தம்பி நிதினை அட்டெம்ப்ட் மர்டர் கேஸ்ல அரஸ்ட் பண்ணி 3 வருஷம் ஜெயில்ல போட்டாங்கனு.

இதில் ஆச்சரியமான விஷயம் என்னவென்றால், பார்த்திபனுடைய அப்பாவும், அம்மாவும் ஹாஸ்பிட்டலுக்கே வந்து நிதினுக்கு எதிராக கொடுத்த கம்ப்ளைண்டைத் திரும்பிப் பெறச் சொல்லிக் கேட்டனர்.

என் அம்மா தர மறுத்தார். பார்த்திபன், அவருடைய தம்பி ஜெயிலில் இருந்தாலும் பரவாயில்லை என்று, எனக்கு ஆதரவாக இருந்தார். ஒருகட்டத்தில் அவர்களின் தொல்லைகள் உச்சக்கட்டத்திற்குப் போக, பார்த்திபன் என்னைச் சந்தித்து..

உங்களை எந்நேரமும் பாதுகாக்க முடியாது..

நீங்க இந்த ஊரை விட்டு தூரமாக எங்காவது போங்க என்றார் பார்த்திபன்.

நான் எவ்வளவோ சொல்லிப் பார்த்தும் கேட்கவில்லை.

நீங்கள் செல்லும் இடத்தைக் கூட என்னிடம் சொல்லாதீங்க என்றார் பார்த்திபன்.

வேறுவழியில்லாமல் நாங்களும் தேவக்கோட்டைக்கு வந்துட்டோம்... இங்க

வந்து கிட்டதட்ட இரண்டு மூன்று வருடங்கள் ஆனது. பார்த்திபன் என்னுடன் பேசுவதே இல்லை...

அன்றொரு நாள் இங்கு தேவக்கோட்டைக்கு வந்த பிறகு, எதேர்ச்சயாக பார்த்திபனைச் சந்தித்தேன்.. அவருக்கும் என்னை கண்டதில் கொஞ்சம் மகிழ்ச்சி.., பிறகு என்னைப் பற்றி விசாரித்தார். நானும் எனக்கு திருமணம் ஆனது என்று எல்லாத்தையும் கூறினேன்.

சரி என்று நலம் விசாரித்துவிட்டுச் சென்றார்.

பிறகு கொஞ்ச நாட்களுக்கு முன்னால், பார்த்திபன் ரொம்ப பதட்டத்தோட என் வீட்டிற்கு வந்து.. அவருடைய தம்பி நிதின் ஜெயில்ல இருந்து ரிலீஸ் ஆகிட்டான்.மேலும் அவன் வெளியில் வந்ததில் இருந்து, என்னைப் பழிவாங்கனும், அவளால தான் நான் ஜெயிலுக்குப் போனேன்.., அவளைக் கொல்லாம விடமாட்டேன் என்று ரொம்ப கோபமா பேசிட்டுப் போனதா, அவங்களுடைய வீட்டில இருந்து சொன்னதா சொன்னாங்க..

அதனால என்னைப் பார்த்து எச்சரித்தார்... அன்றையில் இருந்து எனக்குப் பாதுகாப்பாக, நான் இருக்கும் இடங்களுக்கு வந்து பாதுகாப்பது, அடிக்கடி ஃபோன் செய்து, எங்க இருக்க, என்ன பண்ற, எல்லாம் ஓகே தான என்றெல்லாம் விசாரித்துக்கொள்வார்..." என்றார் அண்ணி.

"இந்த விஷயம் அண்ணனுக்கு தெரியுமா..?" என்று கேட்டான் ஆதித்யன்.

"இல்ல தெரியாது.. எங்க அம்மா, எனக்கு வேற இடத்துல கல்யாணம் பண்ணி கொடுக்கணும்னு நினைத்தாங்க, ஆனால் நான் ஒத்துக்கவே இல்ல.. என் அம்மாவோட கட்டாயத்துனால தான் உங்க அண்ணனைத் திருமணம் செய்துகொள்ள ஒத்துக்கிட்டேன்.

கல்யாணத்துக்கு முன்னாடி, உங்க அண்ணன் என் கிட்ட பேசும் போது வேறு விஷயங்கள் பற்றி கேட்டாங்க.. நான் சொல்லல..

ஏன்னா, உங்க அண்ணன் என்னைப் பார்க்க வந்த போது ரொம்பவே வெளிப்படையா இருந்தாரு. நீ படிச்ச பொண்ணு, நான் படிக்காதவன், நமக்கு இதெல்லாம் சரிவருமா என்றெல்லாம் பேசினார். எனக்கு அந்த எண்ணம் ரொம்பவே பிடித்திருந்தது.. அதனாலதான் உங்க அண்ணனைத் திருமணம் செய்துகொள்ள ஒத்துகிட்டேன்..

நான் நினைத்ததை விட மேலாகவே உங்க அண்ணன் என்னை ரொம்பவே பார்த்துகிட்டாரு, என் குடும்பத்தையும் அவருடைய குடும்பமா நினைச்சு.. வேண்டும் என்கிற

சேவையெல்லாம் செஞ்சு கொடுத்தாரு.. இப்படிப்பட்ட உங்க அண்ணங்கிட்ட, கல்யாணத்திற்குப் பிறகு கூட இந்த விஷயங்களைச் சொல்லத் தோணல.." என்றார் அண்ணி.

இதைக் கேட்டு ஆதித்யன், ஆழ்ந்த சிந்தனையில் இருந்தான்.

மேலும் அண்ணி முன்வந்து,

மணிமேகலை விவரத்தில் உங்களைக் கைது செய்ததும் அவர்தான், இருப்பினும் உங்களுக்கு ஆதரவாக சில சாட்சிகள் வேண்டுமென்று, உங்களை இரண்டு நாட்கள் ஜெயிலில் ரிமாண்ட் செய்து வைத்திருந்தார்.

ஆதித்யன் ஆழ்ந்த சிந்தனையில் இருந்தான்.

சிவப்பு நிறம்

ஆதித்யன் தன்னோட அண்ணி சொன்னதை வைத்து இதுவரை நடந்த அனைத்து விஷயங்களும் எதேர்ச்சையாக நடந்தது என்ற முடிவிற்கு வந்தான். ஆனால் மணிமேகலையின் இறப்பு தற்கொலை இல்லையென்றால், வேறென்ன நடந்திருக்கும் ஒரே குழப்பமா இருக்கே என்று யோசித்தான் ஆதித்யன்.

"ஏன் எதுவும் பிரச்சனையா? இவ்வளவு நாள் விசாரிக்காமல் இப்ப வந்து விசாரிக்க எதுவும் காரணம் இருக்கா?" என்று அருகில் நின்ற அண்ணி கேட்டார்.

"இல்ல.. மணிமேகலையின் டைரியில் எழுதியிருந்ததை வைத்து, என்ன நடந்தது என்று தெரிந்துகொள்ள தான் இங்கு வந்தேன்.." என்றான் ஆதித்யன்.

"சரி, உட்காருங்க நான் போய் உங்களுக்கு சாப்பாடு எடுத்துட்டு வர்றேன்.. நைட் இங்கேயே சாப்பிட்டு போங்க.." என்றார் அண்ணி.

"இல்ல.. வேண்டாம் அண்ணி..., நான் வீட்டுக்கு போய்ச் சாப்பிட்டுகிறேன்.." என்றான் ஆதித்யன்.

"இல்ல.. இனிமே நீங்க என் வீட்டுக்கு எப்ப வருவீங்கனு தெரியாது.. நீங்க உட்காருங்க, நான் போய் உங்களுக்கு

சாப்பாடு ரெடி பண்றேன்.." என்று அண்ணி சொல்லிவிட்டு வேகமாக சென்றார்.

ஆதித்யன் என்னசெய்வதென்று தெரியாமல் யோசித்துக் கொண்டிருக்க..

அப்போது அருகில் இருந்த மணிமேகலையின் அறை தென்பட்டது. முன்னர் மணிமேகலை அந்த அறை கதவின் இடுக்கில் நின்று கொண்டு, முதன் முதலில் ஆதித்யனிடம் பேசிய நினைவுகள் தோன்றியது. ஆதித்யன் மெல்ல நடந்து, மணிமேகலையின் அறைக்குள் சென்றான். உள்ளே சென்ற ஆதித்யன், அறையைச் சுற்றிப் பார்த்தான். அப்போது அவன் கண்ணில் ஒரு காட்சித் தென்பட்டது. ஒரு வினாடி அங்கிருந்த ஜன்னலின் வழியே, வெளியில் இருக்கும் கிணற்றடிக்குப் பக்கத்தில் மணிமேகலை போன்று ஒரு உருவம் தென்பட்டது... சட்டென ஆதித்யன் அந்த ஜன்னலின் அருகே சென்று பார்த்தான். அதற்குள் அந்த உருவம் மறைந்துவிட்டது. அப்பொழுது ஆதித்யன், அந்த ஜன்னல் கம்பியின் மீது கைவைத்து சிந்தித்துக் கொண்டிருக்கையில், மணிமேகலை டைரியில் கூறியிருந்த சில வார்த்தைகள் ஞாபகத்திற்கு வந்தது.

"என்னை யாரோ பின்தொடர்ந்து வர்ற மாதிரி இருக்கு.. நான் கிணற்றடியில் நிற்கும் போது கூட, என்னை தவிர வேறு யாரோ அங்கு நடமாடுவது போலவே இருந்தது.." என்று மணிமேகலை டைரியில் எழுதியிருந்த வார்த்தைகள் ஆதித்யனுக்கு நினைவில் வந்தது.

வெள்ளை கொக்கு

உடனே ஆதித்யன், வீட்டின் பின் வழியே வந்து, அங்கிருந்த கிணற்றின் அருகே சென்றான்.

அன்று அமாவாசை என்பதால் நிலவின் வெளிச்சம் இல்லை. சற்று இருட்டாகவே இருந்தது.

ஆதித்யன், மணிமேகலை பற்றி சிந்தித்துக்கொண்டே அந்தக் கிணற்றடியைச் சுற்றிச் சுற்றி வந்தான்.

முன்னர் திருவிழாவின் போது, மணிமேகலை பயத்தில் இதே இடத்தில் ஆதித்யனைக் கட்டிப்பிடித்த நினைவுகள்.. ஆதித்யன் கண் முன் வந்து சென்றன.

இப்படி யோசித்துக்கொண்டிருக்க, அந்த கிணற்றடிக்குப் பின்னால் உள்ள செடிகளில் இலைகள் அசையும் சத்தம் சல சலவென்று கேட்டது.

அங்கு நடந்து கொண்டிருந்த ஆதித்யன், சட்டென நின்றான். லேசாகப் பின்னால் திரும்பிப் பார்க்க, சத்தம் எதுவும் வரவில்லை.

ஆதித்யனுக்கும், மணிமேகலை போன்றே அந்த இடத்தில் வேறு யாரோ இருப்பது போல் தோன்றியது.

அதை உறுதிப்படுத்திக்கொள்ள, ஆதித்யன் அவன் சந்தேகத்தை வெளிக்காட்டாமல், கிணறு இருக்கும் பக்கம் திரும்ப.. மீண்டும் லேசாக சலசலப்பு கேட்டது.

சட்டென ஆதித்யன் வேகமாக திரும்பி, சத்தம் கேட்ட திசையை நோக்கிப் பாய..

அங்கிருந்த செடிகளின் பின்னால் மறைந்து இருந்த ஒருவன் தலைதெறிக்க ஓடினான்.

அதைக் கண்ட ஆதித்யன், அவனை விடாமல் துரத்தினான்.

ஆதித்யன் ஓடிச்சென்று பின்புறமாக அவனைப் பிடித்து இழுத்தான்.

பிடித்தவனின் முகத்தை ஆதித்யனால் பார்க்க முடியவில்லை.

இருவரும் ஒருவருக்கொருவர் மல்லுக்கட்டிக்கொண்டனர். ஒரு கட்டத்தில் ஆதித்யன், அவனின் முகத்தை பார்க்கக் கீழே தள்ளிவிட.. கீழே விழுந்தவன், அங்கிருந்த மண்ணை எடுத்து ஆதித்யன் முகத்தில் விட்டெறிந்தான்.

ஆதித்யன் கண்களில் வீசிய மண் பட்டதில் கண்களை மூடிக்கொண்டு, கண்களைக் கசக்கினான்.

இந்த இடைவெளியைப் பயன்படுத்தி, கீழே விழுந்தவன் எழுந்து அங்கிருந்து ஓடினான்.

ஆதித்யன் கண்களைக் கசக்கிக்கொண்டே பார்க்க, ஓடியவன் அங்கிருந்த பைக் ஒன்றை எடுத்துக்கொண்டு சென்றான்.

ஆதித்யன் மீண்டும் கண்களை நன்றாக கசக்கிக்கொண்டு பார்க்க.., அது ஒரு சிவப்பு நிற பைக் என்பது தெரிந்தது.

வெள்ளை கொக்கு

ஆதித்யன் நிதானமாவதற்குள், ஓடியவன் பைக்கை எடுத்துக்கொண்டு.. அங்கிருந்து தப்பித்தான்.

இதனை அறிந்த ஆதித்யன், விரக்தியடைந்து தரையில் மண்டியிட்டான். அப்போது அவன் கண்களில், சில விஷயங்கள் தென்பட்டது.

அங்கு ஒரு மருந்து பாட்டிலும், ஒரு டோக்கனும் கிடந்தது.

அதை எடுத்து பார்த்தான் ஆதித்யன்.

அங்கு நடந்த தகராறில், ஓடியவனின் பாக்கெட்டில் இருந்து இது கீழே விழுந்திருக்கும் என்று எண்ணினான் ஆதித்யன்.

அந்த மருந்தைப் பார்த்தவரை, இதை எதற்கு பயன்படுத்துவது என்று தெரியவில்லை.

பிறகு அந்த டோக்கனை ப்பார்த்த போது, சொமேட்டோ என்று ஆங்கிலத்தில் எழுதி இருந்தது... மேலும் அது ஏதோ உணவை ஆன்லைன் மூலம் ஆர்டர் செய்து, அதை டெலிவரி செய்யும் நபர்கள் உபயோகப்படுத்தும் டோக்கன் போல் இருந்தது. அதை வைத்து ஆதித்யன் ஒரு முடிவுக்கு வந்தான் ஆதித்யன். இப்பொழுது இங்கு வந்தவன் லோக்கல் ஆளுதான்.., வெளியூர் ஆள் இல்லை.. இங்கிருக்கவன் தான் இந்த வேலையைப் பார்க்க முடியும் என்று முடிவுக்கு வந்தான் ஆதித்யன். மேலும்

அந்த மருந்து பாட்டிலையும், டோக்கனையும் எடுத்துக்கொண்டு அங்கிருந்து சென்றான் ஆதித்யன்.

மறுநாள் காலை,

பரபரப்பாகப் பேருந்துகள், வாகனங்கள் செல்லும் ஒரு இடத்தில் நின்று டீ குடித்துக் கொண்டிருந்தான் ஆதித்யன்.

அவனுக்கு எதிரே, சாலையின் எதிர்புறத்தில் காவிரி ஹாஸ்பிட்டல் இருந்தது.

சிறிது நேரத்தில் அங்கிருந்து பவித்ரா வந்தாள்.

"என்ன? ஃபோன் பண்ணி வர சொல்லிருக்க..

என்ன விஷயம்?" என்றாள் பவித்ரா.

ஆதித்யன், கையில் வைத்திருந்த அந்த மருந்து பாட்டிலை எடுத்து பவித்ராவின் முன் காட்டி..

"இது எதுக்காக உபயோகப் படுத்துவது..?" என்றான் ஆதித்யன்.

"எனக்கு எப்படித் தெரியும்..?, நான் வெறும் லேப் டெக்னீஷியன் தான்.., எனக்குத் தெரியாது.." என்றாள் பவித்ரா.

"அப்படினா, உங்க ஹாஸ்பிட்டல்ல இருக்க, மெடிக்கல் ஷாப்ல கேட்டுட்டு வா.." என்றான் ஆதித்யன்.

பவித்ரா அதை வாங்கிக்கொண்டு சென்றாள்.

ஆதித்யன் டீயைக் குடித்து முடிக்க, பவித்ரா மீண்டும் வந்தாள்.

வெள்ளை கொக்கு

"இது... கை, கால் சுளுக்குக்கு உபயோகப்படுத்துவது.." என்றாள் பவித்ரா.

அதைக் கேட்ட ஆதித்யன், யோசித்தவாரு இருக்க..

பவித்ரா அணிந்திருக்கும் ஆடையைப் பார்த்தான். சிவப்பு நிறத்தில் இருந்தது.

உடனே ஆதித்யன் மனதில் சில சிந்தனைகள் ஓடியது.

சிவப்பு நிறத்தை கண்டதும், நேற்று நடந்த பிரச்சனையில் ஓடியவன் ஒரு சிவப்பு நிற பைக்கில் போனது ஞாபகம் வந்தது.

அதற்கு முன் அதே சிவப்பு நிற பைக்கை, இதற்கு முன் எங்கோ பார்த்தது போல் தோன்றியது.

ஆதித்யன் நன்றாக யோசித்துப் பார்க்க...

"மணிமேகலை இறந்த அன்று, மாலை அவளைச் சுடுகாட்டில் அடக்கம் செய்துவிட்டு வரும்போது

ஒரு பைக் ஒருவர் மீது மோதி, மோதியவன் கீழே விழுவதைத் தவிர்க்கக் கால்களை ஒரு மாதிரி ஊண்டியது ஆதித்யனுக்கு ஞாபகம் வந்தது..., அந்த சிறிய விபத்தை ஏற்படுத்தியது அதே சிவப்பு நிற பைக் தான்.." என்று உறுதி செய்தான் ஆதித்யன்.

அப்படியானால் நேற்று நாம் துரத்திக்கொண்டு ஓடியவனுக்கும், மணிமேகலைக்கும் ஏதோ சம்மந்தம் இருக்கு என்பதை யூகித்தான் ஆதித்யன். இவ்வாறு ஆதித்யன் யோசித்துக்கொண்டிருக்க.. அருகில் இருந்த பவித்ரா,

"என்ன..? என்னை வரசொல்லிட்டு, வேறெங்கோ பார்த்து யோசிச்சுகிட்டு இருக்க.." என்றாள்.

சட்டென ஆதித்யன், பவித்ராவைப் பார்த்து..

"ஒன்னுமில்ல.. இங்க ஒரு டீ குடிக்க வந்தேன்.., டீ குடிக்கும் போது யாராவது ஒரு பார்ட்னர் வேணும்.., நீ வேற இந்த ஹாஸ்பிடல்ல இருக்கியா.., அதான் உன்னைத் துணைக்குக் கூப்பிட்டேன்.." என்றான் ஆதித்யன்.

"போடா.. எருமை.., நீ சொன்னேனு, நான் வந்தேன் பாரு.. என்னைச் சொல்லனும்.." என்று பவித்ரா திட்டிக்கொண்டே அங்கிருந்து சென்றாள்.

சற்று தூரம் போனதும்,

ஆதித்யன் கொஞ்சம் சத்தமாக "ரொம்ப தேங்க்ஸ்.." என்றான்.

சென்ற பவித்ரா, திரும்பிப் பார்த்து "உனக்கும் எனக்கும் பகை பகைதான்.." என்று சொல்லிவிட்டு அங்கிருந்து சென்றாள்.

கொஞ்ச நேரத்துல ஆதித்யன் தம்பி ராஜாவும் அங்கு வந்தான்.

"என்னனா..? வர சொல்லிருந்தீங்க..?" என்றான் ராஜா.

ராஜாவைப் பார்த்த ஆதித்யன், சற்று அதிர்ந்து போனான்.

ராஜா போட்டிருந்த ட்ரெஸ்ல சொமேட்டோ என்று எழுதியிருந்தது.

அதைக் கண்டு யோசித்தபடி, கையில் வைத்திருந்த டோக்கனைப் பார்த்தான். அதிலும் சொமேட்டோ என்று எழுதியிருந்தது.

ஆதித்யன் அந்த டோக்கனை, ராஜா கண்ணில் படாமல் மறைத்து.. அவனுடைய பாக்கெட்டில் வைத்துக் கொண்டான்.

"என்ன ஆச்சுனா..?" என்று கேட்டான் ராஜா.

சந்தேகத்தில் இருந்த ஆதித்யன், சட்டென யோசித்து "இங்க வேண்டாம், வா.. வேறொரு இடத்திற்குப் போவோம்.." என்றான் ஆதித்யன்.

"அப்படினா.. நான் ஒரு இடத்திற்கு சாப்பாடு டெலிவரி கொடுக்க போகனும்... அங்க போய்ட்டு பேசுவோம்.." என்றான் ராஜா.

"சரி.. போகலாம்.." என்று கூறி ஆதித்யன் பைக்கை எடுத்துக்கொண்டு ராஜாவின் பைக்கைப் பின்தொடர்ந்தான்.

அப்படி செல்லும் போது ஆதித்யன் சிந்தித்துக் கொண்டே வந்தான்.., "நாம் நேற்று இரவு பார்த்தவன், ராஜா கிடையாது.. அவன் முடி நீளமா இருந்தது. மேலும் அது நம்ம ராஜாவே இருந்தாலும், நம்மைத் தெரியும்.. இன்றைக்கு இவனை வரசொல்லும் போதே சுதாரிச்சிருப்பான். அதனால் நேற்று இரவு, நாம் சண்டை போட்டது ராஜா இல்லை என்ற முடிவிற்கு வந்தான் ஆதித்யன்.

பிறகு ராஜா, டெலிவரி முடித்துவிட்டு ஆதித்யனிடம் வந்தான்.

"என்ன ராஜா., எப்போ இந்த வேலைல சேர்ந்த..?" என்றான் ஆதித்யன்.

"அது கிட்டத்தட்ட ஒரு மாசம் ஆகப்போகுது.., அதான் அன்றைக்கு நந்தினி பிறந்தநாள் அன்று உன் வீட்டிற்கு வந்தபோது கூட இதே ட்ரெஸ் தான் போட்டிருந்தேன்.." என்றான் ராஜா.

"ஓ.. அப்படியா.." என்றான் ஆதித்யன்.

"அது சரி... நீங்க அப்போ, இந்த உலகத்தை விட்டு வேறொரு உலகத்துலல இருந்தீங்க.." என்றான் ராஜா.

உடனே ஆதித்யன், "இது என்ன வேலை..? எப்படி செய்யனும்..? எனக்கும் இந்த மாதிரி ஒரு வேலை கிடைச்சா நல்லாயிருக்கும்.." என்றார் ஆதித்யன்.

"இது ஒன்னுமில்ல.. இந்த சொமேட்டோ என்கிற கம்பெனி, சாப்பாட்டை வீடு வீடாகப் போய் சர்வீஸ் பண்றது.. இந்த பீட்ஸா, எல்லாம் டெலிவரி பண்றாங்கள அது மாதிரி.., " என்றான் ராஜா.

"எப்படி இந்த கஸ்டமருக்கு, இந்தச் சாப்பாடுன்னு எப்படி கண்டு பிடிப்பீங்க.." என்றான் ஆதித்யன்.

"ஒவ்வொரு டெலிவரி பாயுக்கும் இந்த மாதிரி ஒரு டோக்கன் கொடுப்பாங்க.., என்னோட டோக்கன் நம்பர் 7. இதுமாதிரி டோக்கன் நம்பர்படி சாப்பாடு ஆர்டர் கொடுப்பாங்க, அவங்க சொல்ற முகவரில, நம்ம சாப்பாட்டை டெலிவரி பண்ணிட்டு,

அந்த டோக்கனைத் திரும்பக் கம்பெனில கொடுக்கனும்.. அப்படி கொடுத்தா, அந்த டெலிவரி முடிந்தது என்று அர்த்தம்.., உடனே அடுத்த ஆர்டர் வரும்.. அப்படியே தொடர்ந்து போய்கிட்டே இருக்கும்.." என்றான் ராஜா.

"ஓ.. அப்படியா.." என்று கூறி ஆதித்யன், நேற்று இரவு எடுத்த அந்த டோக்கனை எடுத்து ராஜாவின் முன் காட்டினான்.

அதை பார்த்த ராஜா, "உங்களிடம் எப்படி டோக்கன் வந்தது.., நீங்களும் சாப்பாடு ஆர்டர் பண்ணிங்களா..?" என்று கேட்டான் ராஜா.

"இல்ல நான் ஆர்டர் பண்ணல, இது வேற ஒரு ஆளோடது.. நீ இப்ப சொன்ன, கஸ்டமர் கிட்ட சாப்பாட்டைக் கொடுத்துட்டு.. திரும்ப இந்த டோக்கனை அந்த கம்பெனில கொடுக்கணும்னு சொன்ன... அப்படி இந்த டோக்கனைக் கம்பெனில கொடுக்கல, அப்படினா என்ன நடக்கும்.." என்று கேட்டான் ஆதித்யன்.

"டோக்கனைத் திரும்ப கொடுக்கல, அல்லது மிஸ் பண்ணிட்டான் அப்படினா.. கஸ்டமர் நம்பரைக் கம்பெனில கேட்டு வாங்கி, அந்த டோக்கனைத் திரும்ப வாங்கிக்கலாம்.. அப்படி ஃபோன் பண்ண முடியலனா, கம்பெனில சொல்லி வேற டோக்கன் நம்பர் வாங்கிக்கலாம்" என்றான் ராஜா.

ஆதித்யன் சற்று சிந்தித்துவிட்டு,

"சரி.. இந்த டோக்கனை வைத்து, யார் இந்த சாப்பாட்டை டெலிவரி பண்ணது என்று கண்டுபிடிக்க முடியுமா.." என்று கேட்டான் ஆதித்யன்.

"கண்டிப்பா முடியும்.." என்றான் ராஜா.

ஆதித்யன் உடனே, அந்த டோக்கனை ராஜாவிடம் கொடுத்து "உங்க கம்பெனில இதைக் கொடுத்து, அந்த கஸ்டமரோட ஃபோன் நம்பரை வாங்க முடியுமா..?" என்றான் ஆதித்யன்.

"அதெல்லாம் வாங்கிரலாம்.., இது யாருடைய டோக்கன்..?, எதுக்கு அவனுடைய நம்பர் கேட்கிறீங்க..?" என்றான் ராஜா.

உடனே ஆதித்யன் சற்று யோசித்துவிட்டு,

நேற்று இரவு நடந்த சம்பவத்தைக் கூறினான் ஆதித்யன்.

இதைக் கேட்ட ராஜா, "எதுக்காக அவன் அங்க வந்திருப்பான்னு நினைக்கிறீங்க..?" என்றான்.

"அதான் எனக்கும் தெரில..., நேற்று நடந்த சண்டைல அவனோட முகம் எனக்குத் தெரியல..

இந்த டோக்கன் அவனுடைய பாக்கெட்டில் இருந்து கீழ விழுந்துருச்சு.. அதான் யாருன்னு தெரிஞ்சுக்கலாம்னு கேட்கிறேன்.." என்றான் ஆதித்யன்.

ராஜாவும், "சரி.." என்று சொல்லி அந்த டோக்கனை வாங்கிக்கொண்டான்.

வெள்ளை கொக்கு

ராஜா அங்கிருந்து செல்லும் போது,

"ராஜா.. ஒரு நிமிஷம்.." என்றான் ஆதித்யன்.

ராஜா திரும்பிப் பார்க்க,

"இதை நான் கேட்டதா யாருகிட்டயும் சொல்லாத.., அவன் யாருன்னு பார்த்திட்டு எனக்கு அடையாளம் காட்டு.." என்றான் ஆதித்யன்.

ராஜாவும் சரி என்று கூறிவிட்டு அங்கிருந்து சென்றான்.

ஆதித்யன் கூறியது, அந்த டோக்கனை வைத்து யார் என்று பார்த்தான்.

அது அங்கு வேலை பார்க்கும் ஒருவனான அஷோக் என்பவனின் பெயர் வந்தது.

உடனே இந்தத் தகவலை ஆதித்யனுக்குச் சொல்ல ஃபோன் செய்தான் ராஜா.

"அண்ணா.. நீங்க சொன்ன மாதிரி, அந்த டோக்கனை வைத்து ஆள் யாருன்னு கண்டுபிடிச்சுட்டேன்.." என்றான் ராஜா.

ஆதித்யன் "யார்..?" என்று கேட்க,

"பெயர் அஷோக்.., இவன் தான் அந்த டோக்கனை திரும்ப கம்பெனில கொடுக்கல.." என்றான் ராஜா.

"சரி.. இப்போ அந்த அஷோக் எங்க இருக்கான்னு தெரியுமா..?" என்றான் ஆதித்யன்.

"அவன் ஒரு இடத்தில சாப்பாடு டெலிவரி கொடுக்க போயிருக்கான்.." என்றான் ராஜா.

"சரி.. எங்கன்னு விசாரிச்சு, எனக்கு சொல்லு.. நானும் அங்கு வந்துடுறேன்.., நீயும் அங்க வந்துரு.." என்றான் ஆதித்யன்.

சரி என்று கூறி, இருவரும் அந்த அஷோக் இருக்கும் இடத்திற்குச் சென்றனர்.

இருவரும் ஒரு இடத்திற்குச் சென்று, அங்கிருக்கும் ஒரு போஸ்ட் மரத்தின் கீழ் நின்றனர். அவர்கள் நிற்கும் அதே இடத்திற்கு எதிரில் உள்ள வீட்டில் தான், அஷோக் என்பவன் சாப்பாடு டெலிவரி கொடுக்க வருவான்.. என்று ராஜா கைக் காட்டினான்.

ஆதித்யன் அந்த வீட்டைப் பார்த்தவாறு இருக்க,

அப்பொழுது அங்கு ஒரு பைக் வந்தது.

அந்த பைக்கை ஓட்டிக்கொண்டு வந்தவன் ஹெல்மெட் அணிந்திருந்தான்.

வீட்டின் முன் வண்டியை நிறுத்திவிட்டு, அவனுடைய ஹெல்மெட்டை கழட்டினான்.

ஆதித்யனும், ராஜாவும் அவனைக் கண்சிமிட்டாமல் பார்த்துக்கொண்டிருந்தனர்.

பைக்கில் வந்தவன் ஹெல்மெட்டைக் கழட்ட,

ஆதித்யன் முகம் சட்டென மாறியது.

கொஞ்சம் அதிர்ச்சியில் பார்த்தவண்ணம் இருந்தான் ஆதித்யன்.

வெள்ளை கொக்குப் பறந்தது

அதிர்ச்சியில் இருந்த ஆதித்யன், சட்டென அங்கிருந்து எழுந்தான்.

அருகில் நின்ற ராஜா, "என்ன ஆச்சு..?" என்று கேட்டான்.

"இது அவன் இல்ல.." என்றான் ஆதித்யன்.

"இவன் இல்லையா..?, எப்படி சொல்றீங்க..?" என்று கேட்டான் ராஜா.

"நான் அவனிடம் சண்டையிட்ட போது, அவன் முகத்தை மட்டும் தான் பார்க்கவில்லை.. மற்றபடி உடல், வாகு எல்லாம் தெரியும்..,

நான் சண்டையிட்டவன் மிக ஒல்லியாக இருப்பான், மேலும் அவன் முடியைச் சற்று நீளமாக வைத்திருந்தான். ஆனால் இங்கு வந்திருக்கும் அஷோக் என்பவன், கொஞ்சம் குண்டாக இருக்கான்.., மேலும் இவன் தலையில் முடி கொஞ்சம் குறைவா இருக்கு.." என்றான் ஆதித்யன்.

"அப்படினா, வேற யாரா இருக்க முடியும்..?" என்று கேட்டான் ராஜா.

ஆதித்யன் சிந்தித்துக் கொண்டே, "நீ நல்லா விசாரிச்சியா..?, அந்த டோக்கன் நம்பர் இவனுடையது தானா..?" என்று கேட்டான் ஆதித்யன்.

"இவன் தான்.., நான் நல்லா விசாரிச்சுட்டேன்." என்றான் ராஜா.

மீண்டும் நன்றாக யோசித்த ஆதித்யன்,

"சரி.. இப்போ நீ உன்னோட டோக்கனை, சாப்பாடு டெலிவரி பண்ணப்போன இடத்தில விட்டுடுற.. இப்போ முதல்ல என்ன செய்வ.." என்றான் ஆதித்யன்.

"நான் முதலில் அந்த கஸ்டமருக்கு ஃபோன் பண்ணி, என்னோட அந்த டோக்கன் இருக்கானு கேட்டிருப்பேன்.." என்றான் ராஜா.

"அப்போ அந்த கஸ்டமர் நம்பர் எப்படி உனக்குக் கிடைக்கும்.." என்று கேட்டான் ஆதித்யன்.

"நான் எங்க கம்பெனில போய் கேட்பேன்.., சொல்லுவாங்க.." என்றான் ராஜா.

"அப்படினா.., அந்த அஷோக்கும் அதே மாதிரி டோக்கனைக் கஸ்டமர்கிட்ட துளைத்துவிட்டு, அவனுக்கு ஃபோன் செய்திருக்கலாம்ல.." என்றான் ஆதித்யன்.

"ஆமாம்.. அதுக்கும் வாய்ப்பு இருக்கு.." என்றான் ராஜா.

"சரி.. நான் சொல்ற மாதிரி செய், நீ நேரா போய் இந்த மாதிரி டோக்கன் என்ன ஆச்சுன்னு கேளு.. நம்ம நினைக்கிற மாதிரி, கஸ்டமர்கிட்ட அந்த டோக்கனை மிஸ் பண்ணிட்டேன்னு சொன்னால், அப்படியே பேசி அந்த கஸ்டமர் நம்பரை வாங்கி எனக்குக் கொடு.." என்றான் ஆதித்யன்.

ராஜாவும் சரி என்று கூறி அவனிடம் சென்றான்.

அஷோக் சாப்பாட்டை டெலிவரி செய்துவிட்டு,

வெளியில் வந்தான்.

உடனே ராஜா, அஷோக்கைச் சந்தித்துப் பேசினான்.

அஷோக், எதிரில் வந்த ராஜாவைப் பார்க்க.. ராஜா அந்த சொமேட்டோ யூனிஃபார்ம் போட்டிருப்பதைப் பார்த்து, நின்று பேசினான்.

"ப்ரோ.. நீங்க உங்க டோக்கனை எங்காவது மிஸ் பண்ணிங்களா..?" என்று கேட்டான் ராஜா.

அஷோக், "ஆமாம்.., கொஞ்ச நாளைக்கு முன்னால் மிஸ் பண்ணேன்.." என்றான் அஷோக்.

"எங்க மிஸ் பண்ணிங்க..?" என்றான் ராஜா.

"அது.. கொஞ்ச நாளைக்கு முன்னால், அந்த டோக்கன் பேட்ச் அந்துருச்சு.., கஸ்டமருக்கு டெலிவரி பண்ண வச்சிருந்த பேக்ல வச்சிருந்தேன், அதை மறந்துட்டு பேக்கோட டெலிவரி பண்ணிட்டேன்.." என்றான் அஷோக்.

வெள்ளை கொக்கு

"திரும்ப அந்த கஸ்டமருக்கு ஃபோன் பண்ணிங்களா..?" என்று கேட்டான் ராஜா.

"ஃபோன் பண்ணல, கம்பெனில சொன்னேன்.. வேற டோக்கன் பேட்ச் கொடுத்துட்டாங்க.." என்றான் அஷோக்.

"ஓ.. அப்பபடியா.." என்று ராஜா கூற,

"நீங்க ஏன் இதெல்லாம் கேட்கிறீங்க.. உங்களுக்கு யார் சொன்னது, என்னோட டோக்கன் மிஸ் ஆகிருச்சுனு.." என்று கேட்டான் அஷோக்.

ராஜா, "இல்ல.. காலைல டோக்கன் மிஸ் பண்ணவங்க யார் யாருன்னு கம்பெனில கேட்டுகிட்டு இருந்தாங்க, அதுல உங்க பெயரும் இருந்துச்சு.. அதான் கேட்டேன்.." என்றான் ராஜா.

"சரி.. சரி.." என்று இருவரும் பேசிக்கொண்டு அங்கிருந்து கிளம்பினர்.

அஷோக் சென்றதும் ராஜா, ஆதித்யனிடம் வந்து நடந்ததைக் கூறினான்.

ஆதித்யன், என்னசெய்வதென்று யோசித்துக் கொண்டிருக்க..

"அண்ணா.. ஏன் இப்படி யோசிக்கிறீங்க..? அவன் அண்ணியோட வீட்டுக்குப் பின்னாடி இருந்தான்னு சொன்னீங்க.., அதுக்கு ஏன் இந்த அளவுக்கு யோசிக்கிறீங்க.. அவன் வேற எதுக்காவது அங்க வந்திருக்கலாம்ல.." என்றான் ராஜா.

"நீ சொல்றது சரிதான்..., அப்படி வேற எதாவது வேலைக்கு வந்திருந்தால், என்னைப் பார்த்ததும் ஏன் அவன் ஓடனும்..?" என்றான் ஆதித்யன்.

ராஜா சற்று யோசிக்க...

ஆதித்யன், "நீ அந்த அசோக்கைச் சந்திச்சு.. அந்தக் கஸ்டமர் ஃபோன் நம்பரை வாங்கு.." என்றான்.

உடனே ராஜா, அவங்க கம்பெனிக்குப் போனான்.

அங்க உள்ள ஒரு ஆள் கிட்ட, அஷோக் பெயரைச் சொல்லி.. "அஷோக்.. டோக்கன் மிஸ் பண்ணதுக்கு முன்னாடி கடைசியாக எந்தக் கஸ்டமருக்குச் சாப்பாடு டெலிவரி கொடுத்திருக்கான்.." என்று பார்க்கச் சொன்னான்.

அந்த ஆஃபிஸ்ல உள்ளவனும் பார்த்து, அந்த கஸ்டமார் நம்பரைக் கொடுத்தான்.

மேலும் அந்த ஆஃபிஸ்ல உள்ளவன், "இவரு நம்ம ரெகுலர் காஸ்டமர்.. தினமும் சாப்பாடு ஆர்டர் பண்ணுவாரு.." என்றான்.

அதைக் கேட்ட ராஜா, "அப்படியா...எனக்கு ஒரு உதவி பண்ணுங்க.., அடுத்த ஆர்டர் இந்த கஸ்டமர் கொடுக்கும் போது.. எனக்குக் கொஞ்சம் சொல்ல முடியுமா.." என்றான் ராஜா.

அந்த ஆஃபிஸ்ல இருக்கவனும், "சரி.. சொல்றேன்.." என்றான்.

உடனே ராஜா, இந்த விஷயத்தை ஆதித்யன் கிட்ட சொன்னான். மேலும் அந்த கஸ்டமர் நம்பரையும் ஆதித்யனிடம் கொடுத்தான் ராஜா.

"ரொம்ப தேங்க்ஸ் ராஜா.., நல்ல வேலை பண்ண.." என்று ஆதித்யன் சொல்ல,

ராஜாவோட ஃபோன் அடித்தது.

அந்த ஆஃபிஸ்ல இருக்கவன் தான் ஃபோன் செய்தான்.

எடுத்து பேசிய ராஜா, "அப்படியா.. ஓகே ப்ரோ தேங்க்ஸ்.." என்று சொல்லி ஃபோனை வைத்தான் ராஜா.

"என்ன ஆச்சு ராஜா..?" என்று கேட்டான் ஆதித்யன்.

"அண்ணா.. அந்தக் கஸ்டமர் ஒரு ஆர்டர் பண்ணிருக்கான்..., இங்க பக்கத்துல தான் அவன் சொன்ன டெலிவரி அட்ரஸ் இருக்கு.." என்றான் ராஜா.

"அப்போ.. வா சீக்கிரம் போவோம்.." என்றான் ஆதித்யன்.

சரி என்று சொல்லி இருவரும் அந்த டெலிவரி அட்ரஸ்க்குச் சென்றனர்.

அந்த இடம் நான்கு ரோடுகள் பிரியும் இடமாக இருந்தது.

"இங்கயா டெலிவரி பண்ண சொல்லிருகான்..?" என்று கேட்டான் ஆதித்யன்.

"ஆமா.. இந்த இடம் தான்.." என்றான் ராஜா.

இருவரும் அந்தக் கஸ்டமருக்காகக் காத்துக்கொண்டு நின்றனர்.

அப்போது சாப்பாடு டெலிவரி கொடுக்க வந்தவனும் அங்கு வந்து நின்றான்.

ஆதித்யனும், ராஜாவும் சற்று தூரத்தில் நின்று பார்த்துக்கொண்டு இருந்தனர்.

அந்நேரம் ராஜாவுக்கு ஃபோன் வந்தது.

ராஜா, ஃபோனை எடுத்து பேசினான். ஆதித்யன் அந்தக் கஸ்டமர் வருவதை எதிர்பார்த்து கொண்டிருக்க,

ராஜா, ஆதித்யனிடம் "அண்ணா.. எனக்கு வேலை வந்துருச்சு.. நான் போகனும்.." என்றான் ராஜா.

ஆதித்யன் சற்று யோசித்துவிட்டு, "சரி.. போ.., நான் பார்த்துக்கிறேன்.." என்று சொன்னான் ஆதித்யன்.

பிறகு ராஜா அங்கிருந்து சென்றான்.

ராஜா சென்று கொஞ்ச நேரம் கழித்து, ஆதித்யன் அந்த டெலிவரி பாயைப் பார்த்தபடி நிற்க,

அந்த டெலிவரி பாய், வண்டியிலிருந்து இறங்கினான்.

அதை கணித்து, ஆதித்யன் அந்த்த கஸ்டமர் வந்துட்டான் என்று எண்ணி ஆவலுடன் இருக்க..

அங்கு ஒரு சிவப்பு நிற பைக் வந்தது....

வண்டியை ஓட்டிக்கொண்டு வருபவன், ஹெல்மெட் அணிந்திருந்தான்.

அதனால் ஆதித்யனுக்கு முகம் தெரியவில்லை.

சிவப்பு நிற வண்டியை வைத்து, இவன் தான் நாம் சந்தகப்படுபவன் என்று உறுதி செய்தான் ஆதித்யன்.

வந்த கஸ்டமர், அந்தச் சாப்பாட்டை வாங்கிக்கொண்டு அங்கிருந்து சென்றான்.

உடனே ஆதித்யன், அவனுடைய ஹெல்மெட்டை அணிந்து கொண்டு.. அந்தக் கஸ்டமரைப் பின்தொடர்ந்தான்.

அந்தக் கஸ்டமர் அங்கிருந்து ரொம்ப தூரம் சென்று, அங்குள்ள ஒரு பஜாருக்குள் சென்றான்.

ஆதித்யனும் விடாமல் பின்தொடர்ந்து சென்றான்.

அந்த பஜாரைத் தாண்டி, ஓரமாக வண்டியை நிறுத்தினான் அந்தக் கஸ்டமர்.

ஆதித்யன், அதைப் பார்த்துக்கொண்டே சென்று கொஞ்சம் தள்ளி அங்கு ஒரு ஃபோன் பூத் இருப்பதைக் கண்டு, அதற்குப் பக்கத்தில் நிறுத்தி

அந்த ஃபோன் பூத்துக்குள் சென்றான் ஆதித்யன்.

பைக்கை நிறுத்திய கஸ்டமர், மெல்ல அவனுடைய ஹெல்மெட்டைக் கழட்டினான்.

அந்த கணம் தான் ஆதித்யன், அந்தக் கஸ்டமர் முகத்தைப் பார்த்தான்.

பார்த்ததும் ஆதித்யன் முகம் மாறியது.

உடனே இவன் தான் அந்தக் கஸ்டமர் என்பதை உறுதிசெய்ய, அந்த ஃபோன் பூத்திலிருந்தே அந்தக் கஸ்டமருக்கு ஃபோன் செய்தான் ஆதித்யன்.

பைக்கில் இருந்து இறங்கிய அந்தக் கஸ்டமர், நேரே அங்கிருக்கும் ஒரு கட்டிடத்திற்குள் நுழையப் போக ஃபோன் அடித்தது.

அந்க்த கஸ்டமர் ஃபோனை எடுத்து பேச, எதிர்ப்பக்கத்தில் இருந்த ஆதித்யன், எதுவும் பேசாமல், ஃபோனைக் காதில் வைத்தபடி, அவனை முறைத்து பார்த்துக்கொண்டே ஃபோனைக் கட் செய்தான்.

அந்தக் கஸ்டமர் மேலே சென்றதும், அந்த பூத்திலிருந்து வெளியே வந்தான் ஆதித்யன்.

அந்தக் கஸ்டமரைச் சந்திக்காமல், பேசாமல் அங்கிருந்து பைக்கை எடுத்துக்கொண்டு சென்றான் ஆதித்யன்.

ஆதித்யன் ஏதோ ஒரு விஷயத்தை நினைத்துக்கொண்டே பைக்கில் வந்துகொண்டிருந்தான். "நாம் நேற்று இரவு இவனைத் தான் நம் அண்ணியின் வீட்டுக்குப் பின்புறம் பார்த்தோம்.., எதற்காக இவன் அண்ணியின் வீட்டுக்குப் பின்புறம் வந்து ஒளிந்திருக்க வேண்டும், மேலும் இதே சிவப்பு கலர் பைக் மணிமேகலை இறந்த அன்றும் சுடுகாட்டின் அருகே பார்த்தோம்.., ஒருவேளை மணிமேகலை இறந்து போனதில் இவனுக்கு எதுவும் சம்மந்தம் இருக்குமோ.." என்று ஆதித்யன் நினைத்துக்கொண்டே வர, சட்டென ஆதித்யன் ஃபோன் அடித்தது.

ஆதித்யன் வண்டியை நிறுத்திவிட்டு, ஃபோனை எடுத்துப் பார்த்தான். புது நம்பர்ல இருந்து ஃபோன் வந்தது.

ஆதித்யன் எடுத்துப் பேச,

அந்தப் பக்கம் "நான் இன்ஸ்பெக்டர் பார்த்திபன் பேசுறேன்.." என்றார்.

ஆதித்யனுக்கு சட்டென எதுவும் புரியவில்லை.

"யார் பேசுறது..?" என்று மீண்டும் கேட்டான் ஆதித்யன்.

"நான் இன்ஸ்பெக்டர் பார்த்திபன்.., நீங்க ஆதித்யன் தான பேசுறது..?" என்றார்.

"ஆமா சார்...சொல்லுங்க..." என்றான் ஆதித்யன்.

"இப்போதான் உங்க அண்ணிகிட்ட பேசினேன்.., உங்க கூட கொஞ்சம் தனியா பேசனும்.." என்றார் பார்த்திபன்.

"பேசலாம் சார்.. இப்போ எங்க இருக்கீங்கனு சொல்லுங்க.. நானே வர்றேன்.." என்றான் ஆதித்யன்.

இன்ஸ்பெக்டர் "ராம் நகர்ல இருக்க சுந்தரம் டீஸ்டாலுக்கு வாங்க பேசுவோம்.." என்றார்.

ஆதித்யனும் சரி என்று சொல்லிச் சென்றான்.

ஆதித்யன், இன்ஸ்பெக்டர் சொன்ன இடத்திற்கு வர,

அதற்கு முன்னரே இன்ஸ்பெக்டர் அங்கு வந்திருந்தார்.

இருவரும் சந்தித்துக்கொண்டு ஒரு டேபிலில் அமர்ந்தனர்.

முதலில் இன்ஸ்பெக்டர் பேச ஆரம்பித்தார்.

"உங்க அண்ணி, காலைல ஃபோன் பண்ணிருந்தாங்க.. நேற்று நடந்த விஷயத்தைச் சொன்னாங்க.. உங்களுக்கு எப்படி தெரிஞ்சது.." என்றார் இன்ஸ்பெக்டர்.

"எதேர்ச்சயா மணிமேகலை டைரி எனக்குக் கிடைச்சது.. அதுல எழுதியிருந்ததை வச்சுக் கேட்டேன்.." என்றான் ஆதித்யன்.

"ஓ.. அப்படியா.., வேற எதாவது அந்த டைரில எழுதியிருந்ததா.." என்று கேட்டார் இன்ஸ்பெக்டர்.

ஆதித்யன் சட்டென யோசிக்காம "இல்ல.. எனக்கு அந்த டைரி கிடைச்சது, மணிமேகலையை அடக்கம் செய்த சுடுகாட்டில்.. நீண்ட நாட்கள் ஆனதால், நிறைய எழுத்துக்கள் அழிந்து போயிருந்தது.." என்றான் ஆதித்யன்.

"அப்படியா... சரி, சரி.." என்றார் இன்ஸ்பெக்டர்.

மேலும் இன்ஸ்பெக்டர், "நான் இங்கு வந்து கிட்டதட்ட ரெண்டு மாதத்திற்கு மேல ஆச்சு.. என் தம்பி நிதின் பற்றி எந்தத் தகவலும் கிடைக்கல.. அநேகமா அவன் இங்கு வரலனு நினைக்கிறேன்.." என்றார் இன்ஸ்பெக்டர்.

இவ்வாறு பேசிக்கொண்டிருக்க, அந்த டீஸ்டாலில் வேலை பார்ப்பவன் வந்து டீயை வைத்துவிட்டு சென்றான்.

"நீங்க என் தம்பியைப் பார்த்தில்லல.." என்று சொல்லி இன்ஸ்பெக்டர், அவரோட தம்பி ஃபோட்டோவை ஆதித்யனுக்கு மெசேஜ் அனுப்பிவிட்டு..

"உங்களுக்கு வாட்ஸ் அப் பண்ணிருக்கேன்.. பார்த்துக்கோங்க.., எங்காவது பார்த்தீங்கன்னா எனக்கு தெரியப்படுத்துங்க.." என்றார் இன்ஸ்பெக்டர்.

ஆதித்யன் சரி என்று கூறினான்.

"ஏனென்றால்.. இந்த விஷயம் நம்ம மூணு பேருக்கு தான் தெரியும்.." என்றார் இன்ஸ்பெக்டர்.

ஆதித்யன் "சரி.." என்று கேட்டுக்கொண்டான்.

பிறகு இன்ஸ்பெக்டர், ஆதித்யனுக்குக் கைக் கொடுத்துவிட்டு அங்கிருந்து சென்றார்.

இன்ஸ்பெக்டர் சென்ற பிறகு, ஃபோனை எடுத்துப் பார்த்தான் ஆதித்யன்.

ஆதித்யனுக்கு பயங்கர அதிர்ச்சியாக இருந்தது.

இன்ஸ்பெக்டர் தம்பி நிதின் என்பவன், சற்று நேரத்திற்கு முன்பு ஆதித்யன் பார்த்துவிட்டு வந்த கஸ்டமர் இருவருமே ஒன்றுதான் என்பது தெரிந்தது.

மேலும் அந்த ஃபோட்டோல நிதின் பக்கத்துல சிவப்பு கலர் பைக் நின்றது.

அப்போ மணிமேகலை இறந்த அன்று சுடுகாட்டுக்கு அருகில் பார்த்தது, நேற்று இரவு நடந்த சண்டையில் தப்பித்துச் சென்றது எல்லாம் ஒரே ஆள் தான் என்பது தெரிந்தது.

ஆதித்யனுக்கு ஒரே குழப்பம், மண்டையை போட்டு பிச்சுக்கலாம் போல இருந்தது..

"நிதின் பழிவாங்க நினைக்கிறது அண்ணியை, ஆனால் மணிமேகலை இறந்த நாள் அன்று அவன் வந்திருக்கான்.

நேற்று நாம் அவனைப் பார்த்தது மணிமேகலை இறந்து போன கிணற்றின் அருகே...

இவனுக்கும், மணிமேகலைக்கும் என்ன சம்மந்தம்.." என்று எண்ணி பயங்கர குழப்பத்தில் இருந்தான் ஆதித்யன்.

ஆதித்யனுக்கு என்னசெய்வதென்றே தெரியவில்லை.

உடனே அங்கிருந்து கிளம்பி, வீட்டிற்கு வந்தான். வரும் வழியில் கூட இதே நினைவாகவே இருந்தான் ஆதித்யன்.

ஆதித்யனுக்கு இந்த யாரிடம் சொல்வது, யாரிடம் கேட்பது என்று ஒன்றும் புரியவில்லை.

இதை எண்ணியே அன்றிரவு முழுவதும் தூங்காமல் இருந்தான் ஆதித்யன்.

அடுத்த நாள் விடிந்தது.

ஆதித்யன் வெளியில் செல்வதுபோல் கிளம்பினான்.

ஆதித்யன் அம்மா வந்து, "எங்கடா கிளம்பிட்ட.." என்றார்.

"அம்மா.. என்னோட ஃப்ரெண்ட் வீட்டுக்குப் போறேன்.. நைட் வர லேட் ஆகும்" என்றான் ஆதித்யன்.

"சரி.. வராம மட்டும் இருந்திராத, நாளைக்கு நாத்து நடனும்.. உங்க அப்பாவேற ஊர்ல இல்ல, நீ கண்டிப்பா இருக்கனும்.." என்றார் அம்மா.

"சரி... வந்துடுறேன்..." என்று சொல்லி வேகமாக கிளம்பிச் சென்றான் ஆதித்யன்.

வேகமாக பைக்கை எடுத்துக்கொண்டுக் சென்றான் ஆதித்யன். நேரே அந்த நிதின் தங்கியிருக்கும் ஏரியாவிற்குச் சென்றான்.

ஆதித்யன் பைக்கில் இருந்துகொண்டே,

ஹெல்மெட்டைக் கழட்டிவிட்டு.. ஒரு கர்சீப் எடுத்து முகத்தில் கட்டினான். ஒரு கண்ணாடியைப் போட்டுக்கொண்டு, மேலும் ஒரு கேப்பைத் தலையில் மாட்டிக்கொண்டு, பைக்கில் இருந்து இறங்கினான் ஆதித்யன்.

அப்படியே கொஞ்ச தூரம் நடந்து சென்றான் ஆதித்யன். அங்கு வரிசையாக பைக்குகள் நிறுத்திவைக்கப் பட்டிருந்தது.

ஆதித்யன் அதைப் பார்த்துக்கொண்டே செல்ல,

அங்கு அந்த சிவப்பு நிற பைக் நின்றது.

அதை வைத்து நிதின் இன்னும் வெளில கிளம்பல என்று நினைத்துக்கொண்டான் ஆதித்யன்.

ஆதித்யன் அந்த பைக்கின் அருகே சென்று, யாரும் பார்க்காதவாறு பைக்கில் இருந்த காற்றைப் பிடுங்கிவிட்டான்.

பிறகு அங்கிருந்து சென்று, எதிரில் இருக்கும் டீக் கடையில் நின்று டீயை வாங்கி குடித்துக்கொண்டிருந்தான்.

நேரம் ஆக ஆக, நிதின் இன்னும் வெளியில் வந்தபாடில்லை.

அப்படியே சாயங்காலமும் ஆனது, ஆனால் நிதின் இன்னும் வெளில வரல... பிறகு கொஞ்ச நேரம் கழித்து, ஆதித்யன் நினைத்தது போலவே வெளியில் வந்தான் நிதின்.

அதை எதிரில் ஒரு கடையில் நின்று பார்த்தவண்ணம் இருந்தான் ஆதித்யன்.

வெள்ளை கொக்கு

நிதின் நேரே வந்து அவன் பைக்கை எடுத்தான்.

பைக்ல காற்று இல்ல.., என்ன பண்றதுன்னு தெரியாம சுற்றி முற்றிப் பார்த்தான் நிதின்.

பிறகு ஒரு திசையில் நடந்து சென்றான் நிதின்.

ஆதித்யன் அவனைப் பின்தொடர்ந்தவாறு சென்றான்.

கொஞ்ச தூரம் நடந்து சென்றவன் ஒரு ஆட்டோவில் ஏறினான்.

அதை தூரத்தில் இருந்து பார்த்த ஆதித்யன், உடனே அவனுடைய பைக்கை எடுத்துக்கொண்டு நிதின் ஏறிய ஆட்டோவைப் பின்தொடர்ந்து சென்றான் ஆதித்யன்.

ரொம்ப தூரம் சென்ற ஆட்டோ, ஒரு சாலையின் ஓரம் நின்றது. அந்த இடத்தைச் சுற்றி எந்த வீடுகளும் இல்லை. சுற்றி ஒரே மரங்களாக இருந்தது.

அதைக் கண்ட ஆதித்யன், உடனே ஓரமாக பைக்கை மறைத்து நிறுத்தினான்.

ஆட்டோவில் இருந்து இறங்கிய நிதின், ஆட்டோ அங்கிருந்து சென்றதும்.. சாலையைக் கடந்து அந்ப்த பக்கம் சென்றான். ஆதித்யன், நிதினுக்குத் தெரியாமல் பின்தொடர்ந்து சென்றான்.

நிதின் நேரா அங்கிருந்த மரங்களுக்கிடையே புகுந்து புகுந்து போறான்.

கடைசில ஒரு இடத்தில போய் நிற்கிறான் நிதின். அவன் நிற்கிற இடத்திலிருந்து பார்த்தால், அண்ணியோட வீட்டு பின்பக்கம் தெரிந்தது, அருகில் இருந்த கிணறும் தெரிந்தது.

அதைப் பார்த்துவிட்டு நிதின் ஒரு அடி முன்னாடி எடுத்து வைக்கிறான்.

சட்டென ஒரு சத்தம் கேட்டது, நிதின் நின்ற இடத்தில் இருந்து அப்படியே மயங்கி கீழே விழுந்தான்.

பின்னால் பார்த்தால், ஆதித்யன் ஒரு கட்டையோடு நின்றுகொண்டிருந்தான்.

பிறகு நைட் ஆகிறது...,

அங்கிருந்த காட்டுக்குள்ள ஒரு மரத்துல நிதினைக் கை, கால்களைக் கட்டி வச்சிட்டு, பக்கத்தில் அமர்ந்திருந்தான் ஆதித்யன்.

மயக்கத்தில் இருந்து விழித்த நிதின் தான் கட்டப்பப்பட்டு இருப்பதை நினைத்து உடம்பைச் சிலுப்பிச் சுற்றி முற்றிப் பார்த்தான்.

பக்கத்துல யாரோ நடக்குற சத்தம் நிதினுக்கு கேட்டது.

நிதின் திரும்பிப் பார்க்க, அங்கு ஆதித்யன் வந்து நின்றான்.

"நீயா...?" என்று கேட்டான் நிதின்.

"முதல்ல என்கிட்ட இருந்து தப்பிச்சிட்ட..., இப்ப முடியாது.. உண்மையைச் சொல்லு, எதுக்காக முந்தன நாள் இங்க வந்த..." என்று கேட்டான் ஆதித்யன்.

நிதின் அதற்கு பதில் சொல்லாமல் சிரித்தான்.

கோபமான ஆதித்யன், சட்டென அவன் கழுத்தைப் பிடித்து "உண்மையைச் சொல்லு.. எதுக்காக இங்க வந்த.., அன்றைக்கு ஏன் என்னைப் பார்த்திட்டு பயந்து ஓடின.." என்றான் ஆதித்யன்.

"நான் யாருன்னு தெரியாம பேசிக்கிட்டு இருக்க..." என்றான் நிதின்.

"நீ யாருன்னு எனக்குத் தெரியும்.. இன்ஸ்பெக்டர் பார்த்திபனுடைய தம்பி நிதின் தான நீ.., கொஞ்ச நாளுக்கு முன்னாடி தான ஜெயில்ல இருந்து ரிலீஸ் ஆன.." என்றான் ஆதித்யன்.

மீண்டும் நிதின் சிரித்துவிட்டு, "என்னைப் பற்றி இவ்ளோ விஷயம் தெரிஞ்சு வச்சிருக்க.., அப்படியே நான் எதுக்கு வந்துருக்கேன்னு நீயே சொல்லிரு.." என்றான் நிதின்.

"நீ எங்க அண்ணியைக் கொல்லனும்னு தான வந்திருக்க..." என்றான் ஆதித்யன்.

மீண்டும் நிதின் சிரித்தான்..

மீண்டும் கோபமான ஆதித்யன், கையில் இருந்த கட்டையை வைத்து நிதின் முகத்திலேயே இரண்டு அடி அடித்தான்.

நிதின் முகத்திலிருந்து இரத்தம் வடிந்தது.

"உண்மையைச் சொல்லு..., உன்னோட நோக்கம் அண்ணியைக் கொல்லனும் என்பதுதான.., மணிமேகலைக்கும், உனக்கும் என்ன சம்மந்தம்.." என்றான் ஆதித்யன்.

நிதின் சிரித்து கொண்டே, "பாவம் அந்தப் பொண்ணு, நான் விரித்த வலைல அதுவா வந்து மாட்டிகிச்சு.." என்றான் நிதின்.

அதைக் கேட்ட ஆதித்யன் கோபத்தில் மீண்டும் ஒரு அடி அடிக்க,

மணிமேகலை இறந்துபோனதற்கு முந்தைய நாள் இரவு....,

மணிமேகலை, ஆதித்யன் பேசியதை எண்ணி டைரியில் எழுதிக்கொண்டிருக்க..

சட்டென அங்கிருக்கும் கிணற்றடியில் ஏதோ சத்தம் கேட்டது.

மணிமேகலை எழுதியதை நிறுத்திவிட்டு, வீட்டின் பின் கதவைத் திறந்து வெளியே சென்று பார்த்தாள்.

சுற்றி முற்றி எந்த அசைவும் இல்லை, குளிர்ந்த காற்று மட்டும் வீசியது.

மணிமேகலை கொஞ்சம் முன் நடந்து கிணற்றின் அருகே சென்று பார்த்துக்கொண்டிருந்தாள்.

அதற்கு நேர் பின்னே, நிதின் ஒழிந்து நின்று கொண்டிருந்தான்.

சட்டென வேகமாக வந்து, மணிமேகலை எதிர்பார்க்காத நேரத்தில், பின்னாடி இருந்து மணிமேகலையைக் கிணற்றில் தள்ளிவிட்டான்..

இந்த நிகழ்வை நிதின், ஆதித்யன் முன் கூறிவிட்டு, மேலும்

"நான் அவளுடைய அக்கா தான் அங்கு நிற்பது என்று நினைத்து, கிணற்றில் தள்ளிவிட்டேன், அடுத்தநாள் சென்று பார்க்கையில் தான் தெரிந்தது... அது அவளது தங்கை மணிமேகலை என்று.." என்று கூறினான் நிதின்.

இதைக் கேட்டு ஆதித்யன் உறைந்து போய் நிற்க,

நிதின் சிரித்துக்கொண்டே இன்னொரு விஷயம் சொன்னான்.

"ஆனா ஒன்னு, நான் வந்தது என்னமோ அக்காவைக் கொலை செய்யத்தான்.., அதில் மணிமேகலை தானாக மாட்டிக்கொண்டாள்.., அதில் எனக்கு ஒரு விஷயம் தெரிந்தது, நான் ஜெயிலுக்குப் போகக் காரணம் அவளுடைய அக்கா மட்டுமல்ல, அவள் குடும்பமும் தான்.

ஆகையால், அக்காவை மட்டுமல்ல.. அவளுடைய குடும்பத்தையே கொன்றால் தான் எனக்கு நிம்மதி...

இந்த மணிமேகலை இறந்து போனதில், அவர்கள் குடும்பத்தைப் பார்த்தேன்.. அட அட...,என்ன சுகம்.., அதில் கிடைக்கும் ஆனந்தமே தனி..." என்று நகைத்தவாறு கூறினான் நிதின்.

இதைக் கேட்டு ஆத்திரமடைந்த ஆதித்யன்,

ஒரு நிமிடம் கண்களை மூடி, "மணிமேகலை பட்டிருக்கும் அவஸ்த்தையை நினைத்துப் பார்த்தான். மேலும், அவளுக்கு நீச்சல் வேற தெரியாது, அந்த உயிர் போகிறதுக்கு முன்னாடி என்னென்ன இன்னல்களைச் சந்தித்திருக்கும், எப்படியெல்லாம் துன்பப்பட்டிருக்கும் என்று எண்ணி, மேலும் இவனை வெளியில் விட்டால், இவன் மேற்கொண்டு நம் குடும்பத்திற்குத் தொல்லை கொடுப்பான்.., அதுமட்டுமல்லாது இந்த விஷயம் அண்ணனுக்குத் தெரியக்கூடாது.. தெரிந்தால் குடும்பமே சுக்கு நூறாகிவிடும்.."

என்றெல்லாம் நினைக்க ஆதித்யனுக்கு ஆத்திரம் தலைக்கேறியது.. தன்னோட ஒட்டுமொத்த கோபத்தையும் கொண்டு, எதிரில் இருந்த நிதினை, கையில் இருந்த கட்டையைக் கொண்டு சரமாரியாக தாக்கினான்.

ஆதித்யன் கண்கள் சிவக்க, எதிரில் இருந்த நிதினின் ரத்தங்கள் தன் முகத்தில் தெறிக்கும் அளவிற்கு வெறிகொண்டு தாக்கினான் ஆதித்யன்.

அடித்த அடியில் நிதின் இறந்தே போனான்.

பிறகு ஆதித்யன், நிதினை ஒரு சாக்கு மூட்டையில் கட்டி அந்த இடத்திலிருந்து ஆதித்யன் வீட்டுக்குப் பக்கத்துல இருந்த வயலுக்கு எடுத்துச்சென்றான்.

அங்கு அந்த சாக்கு மூட்டையை ஒரு ஓரத்தில் போட்டுவிட்டு வீட்டிற்கு வந்தான் ஆதித்யன்.

வெள்ளை கொக்கு

வீட்ல இருந்த ஒரு மண்வெட்டியை எடுத்துகிட்டு வெளில போனான்.

அதை ஆதித்யன் அம்மா பார்த்துவிட்டு,

"இந்த நேரத்துல மண்வெட்டியை எடுத்துகிட்டு எங்க போற.." என்றார்.

"நாளைக்கு நாத்து நடுரோம்ல..., அதான் வயலுக்கு போய் தண்ணி பாய்ச்சிட்டு வர்றேன்.." என்று சொல்லிவிட்டு அங்கிருந்து சென்றான் ஆதித்யன்.

இன்று,

ஆரம்பத்தில் கூறியது போல், ஆட்கள் இல்லாத ஒரு இடத்தில் யாரோ, எதையோ வெட்டுவது போல் தெரிந்த நிகழ்வு.

ஆதித்யன் நேரே அவனுடைய வயலுக்குள் இறங்கி, பள்ளம் தோண்ட ஆரம்பித்தான்.

ஒரு அடி இரண்டடி ஆனது, இரண்டு அடி நான்கடியானது.

பிறகு அந்தச் சாக்கு மூட்டையை எடுத்து, அந்தப் பள்ளத்திற்குள் தள்ளினான்.

அப்பொழுது ஒரு விஷயத்தை கவனித்தான்,

மூட்டை நெழிய ஆரம்பித்து.

மூட்டையை அவிழ்க்க, உள்ளிருந்த நிதின்

"தண்ணி... தண்ணி..." என முனங்கினான்.

அதைக் கண்ட ஆதித்யன் கண்கள் சிவந்தது...,

இப்படித்தான மணிமேகலை இறக்கும் முன் துடித்திருப்பாள்.., அதே வேதனையை நீயும் அனுபவி என்று "சத்.. சத்" கையில் இருந்த மண்வெட்டியால், உயிரோடுள்ள நிதிதினை வெட்டி.., பிறகு அங்கிருந்த மண்ணைப் போட்டுப் புதைத்துவிட்டு, அங்கிருந்த அவனுடைய பைக்கை எடுத்துக்கொண்டு சென்றான் ஆதித்யன்.

பிறகு அங்கிருந்து வீட்டிற்கு வந்த ஆதித்யன், மண்வெட்டியை ஓரத்தில் போட்டுவிட்டு நேரே அவனுடைய அறைக்குச் சென்றான்.

தன் அறையின் கதவுகளை மூடிக்கொண்டு,

கண்களை மூடி கதறி அழுதான் ஆதித்யன்.

மணிமேகலை, ஆதித்யன் வாழ்வில் வந்து சென்ற நினைவுகளை எண்ணி மனம் வருந்தினான் ஆதித்யன்.

ஆதித்யன் வருந்திய இந்த தருணம், அவன் மனதில் இருந்த பாரம் அனைத்தும் இறக்கி வைத்தது போல் இருந்தது. மணிமேகலையின் இறப்புக்கு பதில் கொடுத்ததை நினைத்து நினைத்து அன்றைய இரவைக் கடந்தான் ஆதித்யன்.

மறுநாள் காலை விடிந்தது,

சூரியனின் வெளிச்சம் படற ஆரம்பித்தது.

வெள்ளை கொக்கு

ஆதித்யன் எழுந்து பார்க்க, சூரியனின் வெளிச்சம் ஆதித்யன் கண்களைக் கூசியது.

ஆதித்யன் எழுந்து குளித்துவிட்டு வெளியில் வந்தான்.

அப்போது எதிரில் நந்தினி வீட்டுக்குள் நுழைவதைக் கண்டான்.

ஆதித்யன், நந்தினியைப் பார்த்தபடி நிற்க,

அந்த இடத்திற்கு ஆதித்யன் அம்மா வந்தார்.

"என்னடா பாக்குற, நான் தான் நாத்துநடப் போறோம்னு நந்தினியை வரச்சொன்னேன்.." என்றார் ஆதித்யன் அம்மா.

அதைக் கேட்டுவிட்டு ஆதித்யன், "உள்ள வா நந்தினி.." என்றான்.

நீண்ட நாள் கழித்து ஆதித்யன், நந்தினியிடம் பேசியதும்.. நந்தினிக்கு ரொம்ப ஆனந்தமாய் இருந்தது.

மிகுந்த சந்தோசத்தில் வீட்டிற்குள் நுழைந்தாள் நந்தினி.

பிறகு அனைவரும் ஒன்றாக வயலுக்குச் சென்றனர்.

வயல் முழுதும் தண்ணீர் பாய்ச்சப்பட்டு, ஆட்களெல்லாம் நாத்து நட்டுக்கொண்டிருந்தனர்.

ஆதித்யன், நந்தினி எல்லோரும் அதைப் பார்த்துக்கொண்டிருக்க,

அந்த வயலில் மூன்று வெள்ளை கொக்குகள் நின்று கொண்டு, வயலில் இருக்கும் வண்டுகளையும், பூச்சிகளையும் ருசித்துக்கொண்டிருந்தது. அதில் ஒரு வெள்ளை கொக்கு மட்டும் தனியாய் நிற்க, மற்ற இரண்டு வெள்ளை கொக்குகள் ஒன்றோடு ஒன்று மாறி மாறி கொத்திக்கொண்டு விளையாடிக் கொண்டிருந்தது.

அதைக் கண்ட ஆதித்யன், அவனுடைய கண்களுக்குத் தனியாய் நிற்கும் வெள்ளை கொக்கு மணிமேகலை போன்றும்..., ஜோடியாய் நிற்கும் வெள்ளை கொக்குகள் ஆதித்யன், நந்தினி போன்றும் தெரிந்தது.

ஆதித்யன் அதைப் பார்த்து ரசித்துக் கொண்டே, தனியாய் நிற்கும் வெள்ளை கொக்கின் அருகே செல்ல, சட்டென அந்த வெள்ளை கொக்குப் பறந்து சென்றது.

ஆதித்யன் அந்த பறந்து சென்ற வெள்ளை கொக்கைப் பார்த்தவண்ணம் இருக்க,

அப்படியே கொஞ்சம் கொஞ்சமாய் மேலே உயர்ந்து சென்று மறைந்தது வெள்ளை கொக்கு.

****சுபம்****

வாசகர்களே..!

இந்த கதையின் அனுபவங்கள் உங்களுக்கு பிடித்திருந்தால்...

உங்கள் உறவினர்கள், நண்பர்களுக்கு பரிந்துரை செய்யுங்கள்...

மேலும் இதே போன்று சுவாரஸ்யம் மிகுந்த கதைகளை கைபேசியின் மூலம் வாசிக்க,

https://tamil.pratilipi.com/user/lr947927ox?utm_source=android&utm_campaign=myprofile_share

என்ற தளத்தின் வழியே பிரிதிபிலி செயலியை டவுன்லோட் செய்து பார்த்து மகிழுங்கள்.

www.ingramcontent.com/pod-product-compliance
Lightning Source LLC
LaVergne TN
LVHW100629051026
849519LV00001B/148
9789355331830